शरद पवार आणि 'पुलोद'चा प्रयोग

प्रो. डॉ. दत्तात्रय मारुती काळेल
(एम. ए., एम. फिल., पीएच.डी.)

#AnyoneCanPublish with
सकाळ प्रकाशन

#AnyoneCanPublish with
सकाळ प्रकाशन

Sharad Pawar ani 'Pulod'cha prayog

शरद पवार आणि 'पुलोद'चा प्रयोग

प्रथम आवृत्ती : १२ डिसेंबर, २०२५
प्रकाशक : सकाळ मीडिया प्रा. लि.
५९५, बुधवार पेठ, पुणे ४११ ००२
मुखपृष्ठ, संपादन
आणि मुद्रितशोधन : सारद मजकूर, पुणे
मांडणी : अनुज आर्ट्स
ISBN : 978-93-89834-956
संपर्क : ९८८१५ ९८८१५ / ८८८८८ ४९०५०
sakalprakashan@esakal.com

मला या कार्यासाठी प्रेरणा देणारे माझे लहान बंधू

स्व. युवराज काळेल

यांस हा ग्रंथ अर्पण करीत आहे.

पुस्तकात वापरण्यात आलेली संक्षिप्त रूपे

- काँग्रेस (आय) - इंदिरा काँग्रेस
- काँग्रेस (एस) - समाजवादी काँग्रेस
- जनता दल (एस) - जनता दल (धर्मनिरपेक्ष)
- जनता दल (यू) - जनता दल (संयुक्त)
- जनतापार्टी (एस) - जनता पार्टी महाराष्ट्र
- भाजप - भारतीय जनता पक्ष
- आर. पी. आय. - रिपब्लिकन पार्टी ऑफ इंडिया
- आर. पी. आय. (डी) - रिपब्लिकन पार्टी ऑफ इंडिया (लोकशाही)
- आर. पी. आय. (ए) - रिपब्लिकन पार्टी ऑफ इंडिया (आठवले)
- आर. पी. के.- रिपब्लिकन पार्टी ऑफ इंडिया (खोब्रागडे)
- बसपा - बहुजन समाज पार्टी
- शेकाप - शेतकरी कामगार पक्ष
- माकप - मार्क्सवादी कम्युनिस्ट पक्ष
- भाकप - भारतीय कम्युनिस्ट पक्ष
- सपा - समाजवादी पार्टी
- पुलोद - पुरोगामी लोकशाही दल

प्रस्तावना

समाजातील सर्वसामान्य माणसांविषयी कमालीचा जिव्हाळा आणि त्यांच्या उत्थानाची आंतरिक तळमळ निष्ठेने जोपासणारे एक सहृदयी व्यक्तिमत्व म्हणजे मा. खा. शरद पवार होत. समाजातील सर्वसामान्य माणसाची प्रगती झाली, तरच खऱ्या अर्थाने समाजपरिवर्तन होऊ शकेल आणि राष्ट्रीय विकासाला चालना मिळेल, असा दूरदृष्टीचा विचार त्यांनी आपल्या कृतीतून अखंडपणे मांडला.

कर्तृत्व, नेतृत्व आणि दातृत्व याचा सुरेख संगम असलेले हे व्यक्तिमत्त्व आधुनिक महाराष्ट्राचे शिल्पकार स्वर्गीय यशवंतराव चव्हाण यांच्या राजकीय, वैचारिक जडणघडणीतून निर्माण झाले आहे. समाजाला आधुनिकतेच्या दिशेने घेऊन जाण्याच्या वृत्तीतून त्यांच्यातील नेतृत्व प्रकाशमान झाले, तर समाजाविषयी वाटणाऱ्या तळमळीतून आणि सामाजिक बांधिलकीच्या जाणिवेतून त्यांच्या व्यक्तिमत्त्वामधील दातृत्वाचा गुण विकसित झाला. अशा बहुश्रुत व्यक्तिमत्त्वाविषयी महाराष्ट्रातील प्रत्येक माणसाच्या अंतःकरणात नितांत आदराची भावना आहे. काही असामान्य माणसे समाजाच्या सर्वांगीण उन्नतीसाठीच जणू जन्माला आलेली असतात.

मातुःश्री शारदाबाई आणि पिताश्री गोविंदराव पवार यांच्याकडून सामाजिक कार्याचे बाळकडू त्यांना मिळाले, तर आधुनिक महाराष्ट्राचे शिल्पकार दिवंगत यशवंतराव चव्हाण यांच्या विचारांचा परिस्पर्श त्यांना झाला. त्यांच्या रूपाने महाराष्ट्राला एक द्रष्टे नेतृत्व लाभले. कुशाग्र बुद्धिमत्ता, प्रचंड व्यासंग, अथांग लोकसंपर्क या गुणवैशिष्ट्यांमुळे केवळ राष्ट्रीय स्तरावरच नव्हे, तर आंतरराष्ट्रीय पातळीवर त्यांनी आपले कर्तृत्व सिद्ध केले आहे. बांधावरच्या शेतकऱ्यापासून ते अमेरिकेच्या राष्ट्राध्यक्षांपर्यंत अत्यंत सहजतेने मैत्रीचे ऋणानुबंध निर्माण करणारे आदरणीय शरद पवार यांचे व्यक्तिमत्त्व असामान्यच म्हणावे लागेल.

शालेय जीवनात मित्रांमध्ये मिसळणे, त्यांना एकत्र करणे, एखाद्या विधायक कार्यासाठी त्यांना प्रवृत्त करणे आणि त्यातून सामाजिक हित जोपासणे या सर्वच गोष्टींचे बाळकडू त्यांना कुटुंबातूनच मिळाले होते. पुण्यातील महाविद्यालयात शिक्षण घेत असताना ते बी. एम. सी. सी.चे विद्यार्थी, मात्र त्यांचा मित्रपरिवार पुण्याच्या सर्वच कॉलेजांमध्ये विस्तारला होता. या काळात खऱ्या अर्थाने त्यांचे नेतृत्व विकसित होण्यास प्रारंभ झाला. काम कितीही लहान अथवा मोठे असो, त्याकडे अभ्यासपूर्ण दृष्टीने पाहणे हा त्यांचा स्थायीभाव. एकदा कॉलेजला असताना बांगलादेशमध्ये बचत गटाच्या माध्यमातून समाजातील स्त्रियांची आर्थिक उन्नती साधली जाते, याची माहिती त्यांना मिळाली आणि ते तडक बांगलादेशला गेले. तेथून माहिती घेतली आणि त्याची अंमलबजावणी नंतरच्या काळात महाराष्ट्रात केली. हा द्रष्टेपणा त्यांना लहानपणीच मिळाला होता.

राजर्षी छत्रपती शाहू महाराज, महात्मा जोतिबा फुले, भारतरत्न डॉ. बाबासाहेब आंबेडकर, पद्मभूषण डॉ. कर्मवीर भाऊराव पाटील यांसारख्या महापुरुषांच्या कृतिशील विचारांचा प्रभाव आदरणीय शरद पवार यांच्या व्यक्तिमत्त्वावर असल्याचे दिसून येते. म्हणूनच सामाजिक बांधिलकीची जाणीव अंतःकरणात ठेवून त्यांनी गेल्या सहा दशकांहून अधिक काळ सार्वजनिक जीवनात काम केले आहे. बहुजन समाजाचा सामाजिक, आर्थिक, शैक्षणिक, सांस्कृतिक, स्तर वाढला, तरच खऱ्या अर्थाने महाराष्ट्राचा विकास होऊ शकेल, हा दूरदृष्टीचा विचार करून शाहू, फुले, आंबेडकर आणि कर्मवीरांनी जीवनभर कार्य केले. त्यांच्या विचारांचा शरद पवार यांच्या व्यक्तिमत्त्वावर खोलवर प्रभाव असलेला दिसून येतो. म्हणूनच त्यांच्या जीवनातील सर्व प्रकारची स्थित्यंतरे पाहिली, तर असे लक्षात येते, की सामान्य माणसाचा विकास मध्यवर्ती ठेवून त्यांनी आपल्या विचारांची आणि कार्याची दिशा निश्चित केली आहे.

भारत हा कृषिप्रधान देश आहे. या देशातील शेतकरी खऱ्या अर्थाने समाजाचा पोशिंदा आहे. म्हणून केवळ महाराष्ट्रातीलच नव्हे, तर संपूर्ण देशातील शेतकरी सक्षम झाला पाहिजे, त्यांनी निर्माण केलेल्या उत्पादनास योग्य भाव आणि दर्जा मिळाला पाहिजे, ही तळमळ उराशी बाळगून त्यांनी महाराष्ट्रातील कृषी क्षेत्राला उभारी देण्याचा नेहमीच प्रयत्न केला आहे. शेतकऱ्यांनीसुद्धा पारंपरिक शेतीमध्ये न अडकता आधुनिक तंत्रज्ञानाचा वापर कृषी क्षेत्रात केला पाहिजे, यासाठी त्यांनी अनेक नवनवीन प्रयोग केले. कृत्रिम बुद्धिमत्तेसारख्या (एआय) तंत्रज्ञानाचा उपयोग

कृषी क्षेत्रातील उत्पादन वाढीसाठी होऊ शकतो, हा विचार त्यांनी आपल्या कृतीतून महाराष्ट्राच्या भूमीमध्ये पेरला आणि त्याचा सकारात्मक परिणाम आपणास दिसून येत आहे. शेतीचा पोत लक्षात घेऊन पारंपारिक पिकांच्या बरोबरच फळ शेती, फूल शेती यांनाही प्राधान्य दिले पाहिजे, ही भूमिका त्यांनी सातत्याने मांडली.

कृषी क्षेत्राबरोबरच महाराष्ट्राच्या आणि भारताच्या विकासाचा दुसरा महत्त्वाचा कणा म्हणजे औद्योगिक विकास. आजच्या जागतिकीकरणाच्या काळात या देशाला महासत्तेच्या दिशेने घेऊन जायचे असेल, तर कृषी, औद्योगिक आणि शैक्षणिक विकासाला दुसरा पर्याय असू शकत नाही, हा द्रष्टेपणा पवार साहेबांच्या सारख्या व्यक्तिमत्त्वांमध्येच असू शकतो.

समाजाच्या विकासाचा आणखी एक महत्त्वाचा पैलू म्हणजे शिक्षण. मा. खा. शरद पवार यांचे नेतृत्व समाजाच्या तळागाळातून निर्माण झाल्यामुळे सर्वसामान्य माणसाच्या विकासाची नस त्यांना अचूक सापडली होती. शिक्षण ही महाराष्ट्राच्या विकासाची मुख्य गंगोत्री आहे. विकासाचे सर्व मार्ग तेथूनच जातात. हे ओळखण्याएवढा द्रष्टेपणा त्यांच्याकडे निश्चितच आहे. म्हणूनच राजकीय क्षेत्रातील जी जी अधिकार पदे त्यांना मिळाली, त्या ठिकाणी शैक्षणिक विकासाला त्यांनी अग्रक्रम दिला. रयत शिक्षण संस्था असो, बारामतीमधील विद्याप्रतिष्ठान असो किंवा विदर्भातील पंजाबराव देशमुख शिक्षण संस्था असो या सर्वच शिक्षण संस्थांच्या माध्यमातून महाराष्ट्राच्या शैक्षणिक विकासाला सातत्याने चालना देण्याचा प्रयत्न मा. शरद पवार यांनी केला आहे.

कृषी, उद्योग, शिक्षण याबरोबरच भारतीय खेळांना मा. पवार यांनी दिलेले प्रोत्साहन तेवढेच महत्त्वाचे आहे. आरोग्यसंपन्न समाज हा देशाच्या विकासाचा कणा आहे. हे त्यांनी अचूक ओळखले होते. म्हणूनच कुस्ती, कबड्डी यांसारख्या देशी खेळांबरोबरच क्रिकेटसारख्या खेळाला एक उंची प्राप्त करून देण्याचा प्रयत्न त्यांनी केलेला दिसून येतो. महाराष्ट्र कुस्ती संघटना, महाराष्ट्र कबड्डी असोसिएशन, भारतीय क्रिकेट नियामक मंडळ आणि आंतरराष्ट्रीय क्रिकेट नियामक मंडळ यांसारख्या संघटनांचे अध्यक्षपद भूषवताना हे पद केवळ शोभेचे नसून, त्या क्षेत्रात रचनात्मक कार्य करण्याचे आहे, याची जाणीव ठेवून त्यांनी गेल्या पन्नास वर्षांहून अधिक काळ आपले कार्य केले आहे.

बहुजन समाजातील सर्वसामान्य माणसाच्या शैक्षणिक उत्थानासाठी पद्मभूषण डॉ. कर्मवीर भाऊराव पाटील यांनी रयत शिक्षण संस्थेची स्थापना केली. या

शिक्षण संस्थेचे अध्यक्ष म्हणून आदरणीय शरद पवार यांनी गेली ३५ वर्षे नेतृत्व केले आहे. त्याही पूर्वी १९७३पासून रयत शिक्षण संस्थेच्या प्रशासकीय क्षेत्राला एक दिशा देण्याचा प्रयत्न त्यांनी केला आहे. ग्रामीण भागातील विद्यार्थ्यांविषयी नितांत तळमळ असणाऱ्या मा. पवार यांनी ग्रामीण भागातील मुलांमध्ये असणाऱ्या गुणवत्तेला योग्य संधी दिली, तर हेच विद्यार्थी उद्या आपल्या राष्ट्राला महासत्तेकडे घेऊन जातील, असा विश्वास संस्थेतील प्रत्येक घटकामध्ये निर्माण केला आणि विद्यार्थ्यांच्या गुणवत्तावाढीसाठी अनेक योजना राबवल्या. संगणक शिक्षण, स्पर्धा परीक्षा मार्गदर्शन, इंग्रजी संभाषण वर्ग, रयत विज्ञान परिषद, कृत्रिम बुद्धिमत्ता (एआय) यासारख्या तंत्रज्ञानाचे अभ्यासक्रम अशा उपक्रमातून विद्यार्थ्यांच्या गुणवत्तावाढीसाठी त्यांनी अनेक उपक्रम राबवले. जागतिकीकरणाच्या कालखंडात 'रयत'चा विद्यार्थी कोठेही कमी पडणार नाही, तर आजच्या स्पर्धेमध्ये तो सक्षमपणे राहील यासाठी त्यांनी केलेले प्रयत्न चिरंतन स्वरूपाचे आहेत.

समाजाच्या विकासात महिलांच्या बौद्धिक क्षमतेचा अचूक वापर करून घेतला, तर त्याचा राष्ट्रीय विकासाला निश्चितपणे फायदा होऊ शकेल, हा द्रष्टेपणा दाखवून मा. शरद पवार यांनी ग्रामीण भागातील सर्वसामान्य महिलांपासून ते उच्च विद्याविभूषित महिलांपर्यंत सर्वांच्या क्षमतेचा अचूक वापर करून घेण्याचा प्रयत्न केला. मा. पवार यांच्या नेतृत्वाखाली महिलांच्या विकासासाठी १९९४ साली महिला धोरणाची घोषणा करणारे महाराष्ट्र हे देशातील पहिले राज्य होते. जीवनाच्या सर्व क्षेत्रांत महिलांचे सक्षमीकरण घडवून आणणे, रोजगार आणि नोकऱ्या यांमध्ये महिलांसाठी आरक्षण, मालमत्तेसंबंधी महिलांना अधिकार, स्थानिक स्वराज्य संस्थांमध्ये महिलांसाठी राखीव पदे, महिलांच्या आत्मनिर्भरतेसाठी उपाययोजना इत्यादीचा या धोरणात अंतर्भाव आहे. समाजातील महिला सुरक्षित झाल्या, त्यांचे सक्षमीकरण घडवून आणले, तर देशाच्या विकासात महिला पुरुषांच्या बरोबरीने आपले योगदान देऊ शकतील ही भूमिका पवार यांनी सातत्याने मांडली आहे.

आदरणीय शरद पवार यांचा राजकीय प्रवास हा एक स्वतंत्र अभ्यासाचा विषय आहे. या प्रवासामध्येसुद्धा समाजाच्या सर्वांगीण विकासाचा विचार मध्यवर्ती ठेवून त्यांनी आपल्या राजकीय जीवनात विविध प्रयोग केले. कुटुंबातील मूळ विचार शेतकरी कामगार पक्षाचा असूनसुद्धा विचारांचे स्वातंत्र्य असणारे हे कुटुंब आणि त्यांच्या मातुःश्रींनी शरद पवार यांना काँग्रेसची विचारधारा स्वीकारण्यास पूर्ण स्वातंत्र्य दिले. त्यानंतरच्या कालखंडात 'पुलोद'चा प्रयोग असो किंवा

काँग्रेसचा राष्ट्रीय विचार स्वीकारणे असो; तसेच पुढे जाऊन राष्ट्रवादी काँग्रेसची नवी वाट तयार करण्याचा प्रसंग असो, या सर्व स्थित्यंतरांमध्ये समाजाचे हित आणि समाजाचा सर्वांगीण विकास हेच ध्येय डोळ्यासमोर ठेवून त्यांनी आपला प्रवास केलेला पाहावयास मिळतो. आज राष्ट्रीय आणि आंतरराष्ट्रीय पातळीवर मा. खा. शरद पवार यांच्याकडे दूरदृष्टी असलेला नेता म्हणून अत्यंत आदराने पाहिले जाते. आपल्या विचारांवर अढळ श्रद्धा ठेवून आज वयाची ८५ वर्षे पूर्ण करूनसुद्धा अखंडपणे कार्यरत राहणारे आदरणीय शरद पवार हे आपल्या समाजाचे भूषणच म्हणावे लागेल.

प्रा. डॉ. दत्तात्रय काळेल यांनी आदरणीय शरद पवार यांच्या राजकीय जीवन प्रवासातील एक महत्त्वाचा टप्पा, म्हणजे 'पुलोद'चा प्रयोग हा विषय घेऊन 'शरद पवार आणि 'पुलोद'चा प्रयोग' या शीर्षकाखाली सदर केलेल्या पीएच.डी. संशोधन प्रबंधास ग्रंथरूप देण्याचा प्रयत्न केला आहे. तो अभिनंदनीय असाच आहे.

प्रस्तुत ग्रंथामध्ये प्रारंभी मा. खा. शरद पवार यांचा कौटुंबिक आणि शैक्षणिक परिचय ग्रंथ लेखकाने घेतला आहे. तद्नंतर महाराष्ट्राच्या राजकीय क्षेत्रात मा. शरद पवार यांनी केलेली 'पुलोद'ची निर्मिती आणि 'पुलोद सरकार'च्या स्थापनेनंतर या सरकारचे नेतृत्व करत असताना मा. शरद पवार यांनी समाजाच्या हिताचा विचार करून घेतलेले महत्त्वपूर्ण निर्णय, विशेषतः शेतकऱ्यांची कर्जमुक्ती, मराठवाडा विद्यापीठाचे डॉ. बाबासाहेब आंबेडकर मराठवाडा विद्यापीठ असे नामांतर, दुष्काळी भागातील शेतकऱ्यांच्या आर्थिक उत्थानासाठी फळबाग योजनेचा घेतलेला निर्णय, महिलांच्या सक्षमीकरणासाठी घेतलेले महत्त्वाचे धोरणात्मक निर्णय या घटकांचा समावेश केला आहे. आज महाराष्ट्र विकासाच्या ज्या टप्प्यावर उभा आहे, त्याची पायाभूत संरचना मा. शरद पवार यांच्या कालखंडातच निर्माण झालेली पाहावयास मिळते. या सर्व घटकांचा अंतर्भाव प्रस्तुत ग्रंथात करण्यात आला आहे. हा ग्रंथ येणाऱ्या पिढीला एक वैचारिक शिदोरी म्हणून मार्गदर्शक ठरू शकेल, असे मला वाटते. डॉ. काळेल यांच्या या लेखन प्रयोगाला मनःपूर्वक शुभेच्छा.

चंद्रकांत दळवी
चेअरमन,
रयत शिक्षण संस्था, सातारा

ऋणनिर्देश

मला ग्रामीण भागामधून प्रोफेसर या पदापर्यंत येण्यासाठी प्रत्यक्ष-अप्रत्यक्ष अनेकांचे सहकार्य लाभले आहे. यामध्ये एम.फील. डिग्री घेत असताना अकलूजचे मोहिते पाटील घराणे व पीएच.डी. करीत असताना बारामतीचे पवार कुटुंबीयांची चांगल्या प्रकारे सहकार्य मिळाले आहे.

'शरद पवार आणि 'पुलोद'चा प्रयोग' या विषयावरील पुस्तक आपल्यासमोर सादर करत असताना मला प्रेरणा देणारे माझे पीएच.डी.चे मार्गदर्शक, गुरुवर्य प्रा. डॉ. अजितानंद यशवंत जाधव यांनी मोलाचे सहकार्य केले. या संशोधनासाठी लागणारे ग्रंथ, प्रबंध, लेखनाची पद्धती याबाबत मार्गदर्शन केले. त्याबद्दल त्यांचे आभार मानण्यापेक्षा आयुष्यभर त्यांच्या ऋणात राहणे मला आवडेल.

या संशोधन कार्यासाठी माझे गुरुवर्य आदरणीय प्रा. डॉ. रवींद्र पांडुरंग भणगे, राज्यशास्त्र विभागप्रमुख, शिवाजी विद्यापीठ, कोल्हापूर; तसेच शारदाबाई पवार अध्यासन केंद्र, शिवाजी विद्यापीठ, कोल्हापूरच्या समन्वयक प्रा. डॉ. भारती पाटील, प्रा. डॉ. प्रकाश पवार, प्रा. डॉ. अशोक चौसाळकर, प्रा. डॉ. वासंती रासम यांनी मला संशोधन पूर्ण करण्यास प्रोत्साहन व मार्गदर्शन केले. त्याबद्दल त्यांचे मनापासून आभार. मला सहकारमहर्षी शंकरराव मोहिते-पाटील यांच्या कार्यावर एम.फील.साठी मार्गदर्शक म्हणून लाभलेले स्व. प्रा. डॉ. के. के. कावळेकर यांचाही आशीर्वाद महत्त्वाचा आहे.

माझ्या शिक्षणास प्रोत्साहन व आशीर्वाद देणारी माझी आई शालन मारुती काळेल, माझे वडील मारुती सदाशिव काळेल, माझी आजी शीलाबाई सदाशिव काळेल, ज्यांच्याकडून मला सतत प्रेरणा मिळत होती, ती म्हणजे माझी पत्नी पल्लवी दत्तात्रय काळेल, माझे बंधू पोलीस कॉन्स्टेबल नवनाथ मारुती काळेल, माझ्या दोन्ही भावजया सुविद्या नवनाथ काळेल, सीमा युवराज काळेल आणि मला

प्रेरणास्थान म्हणून लाभलेले माझे लहान बंधू दिवंगत युवराज मारुती काळेल यांनीही मला वेळोवेळी नैतिक आधार व कौटुंबिक पाठबळ दिले. संशोधन करीत असताना अप्रत्यक्ष मदत करण्यामध्ये माझी कन्या दीप्तीदीदी व चिरंजीव दीप्तेशभैय्या, पुतण्या युगंधर, निमीष व पुतणी सुप्रियाताई (पियू) यांचेही सहकार्य लाभले. मला माझे गुरुवर्य प्रा. डॉ. शिवाजी पाटील व प्राचार्य बाळासाहेब बलवंत, डॉ. धनंजय साठे, डॉ. दत्ता डांगे, प्रा. कोंडिबा शिंदे, डॉ. वैभव गाढवे, सहकारी डॉ. करीम मुल्ला, डॉ. दत्ता चौधरी, डॉ. सागरकुमार जाधव, डॉ. खंडेराव खळदकर यांचेही मनापासून आभार मानतो.

रयत शिक्षण संस्थेचे अध्यक्ष, माजी केंद्रीय कृषिमंत्री आणि खासदार शरद पवार व चेअरमन मा. चंद्रकांत दळवी व सांगोल्याचे माजी आमदार दिवंगत डॉ. गणपतराव देशमुख, दिवंगत प्रा. डॉ. एन. डी. पाटील, सचिव मा. विकास देशमुख, पुण्यश्लोक अहिल्यादेवी होळकर सोलापूर विद्यापीठ, सोलापूरचे कुलगुरू मा. डॉ. प्रकाश महानवर, मॅनेजिंग कौन्सिलचे सदस्य मा. खासदार रामशेठ ठाकूर व अॅड. रवींद्र पवार, खासदार मा. निलेश लंके, स्वाभिमानी शिक्षक संघटनेचे प्रदेशाध्यक्ष डॉ. बापूसाहेब आडसूळ व संघटक डॉ. अनिल पाटील; तसेच रयतच्या मध्य विभागाचे चेअरमन मा. संजीवकुमार पाटील व सहसचिव प्राचार्य डॉ. शिवलिंग मेणकुदळे व माझ्या माढा महाविद्यालयाचे प्राचार्य डॉ. सुनील हेळकर व माजी सर्व सहकारी शिक्षक व शिक्षकेत्तर वर्ग व माजी सहसचिव डॉ. के. एच. शिंदे, जनरल बॉडी सदस्य सरोजमाई पाटील, प्रा. नानासाहेब लिगाडे, मा. महादेवबापू बाड, मा. मिलिंददादा माने व डॉ. जे. जी. जाधव, माजी सचिव प्राचार्य डॉ. अशोक भोईटे, प्राचार्य डॉ. मोहन राजमाने, प्राचार्य डॉ. चंद्रकांत खिलारे, प्राचार्य डॉ. टी. एम. पाटील, सहसचिव प्राचार्य डॉ. राजेंद्र मोरे, रयतच्या मॅनेजिंग कौन्सिलचे सदस्य डॉ. सदाशिव कदम व प्राचार्य डॉ. सुरेश ढेरे; तसेच प्रा. डॉ. सुशील शिंदे, डॉ. गणेश लोखंडे, डॉ. भक्ती पाटील, डॉ. प्रदीप जगताप, माझ्या राज्यशास्त्र विभागाचे सहकारी प्रा. दादासाहेब हाके आणि रयत शिक्षण संस्थेच्या माध्यमिक विभागाचे सहसचिव मा. बंडू पवार यांचेही सहकार्य लाभले.

माजी मुख्यमंत्री सुशीलकुमार शिंदे व उपमुख्यमंत्री अजित पवार, माजी उपमुख्यमंत्री विजयसिंह मोहिते-पाटील, खा. सुप्रिया सुळे, आमदार शशिकांत शिंदे (प्रदेशाध्यक्ष, राष्ट्रवादी काँग्रेस, शरदचंद्र पवार), खा. धैर्यशील मोहिते-पाटील, खा. निलेश लंके, युवा नेते आमदार रोहितदादा पवार, आमदार रोहित

पाटील, आमदार अभिजितआबा पाटील, सांगोल्याचे आमदार डॉ. बाबासाहेब देशमुख, माजी आमदार दिपकआबा साळुंखे-पाटील, सोलापूरच्या खासदार मा. प्रणिती शिंदे, माढ्याचे आमदार मा. धनाजी साठे व नगराध्यक्षा मीनल साठे, राष्ट्रवादी शरद पवार पक्षाचे व्यापार व उद्योग समूहाचे प्रदेशाध्यक्ष मा. नागेश फाटे, पंढरपूरच्या राष्ट्रवादी पक्षाच्या महिला अध्यक्षा राजश्री ताड, उरणच्या राष्ट्रवादीच्या नेत्या मा. भावना घाणेकर व बारामतीचे ज्येष्ठ नेते व पुणे जिल्हा परिषदेचे मा. अध्यक्ष सतिश खोमणे; तसेच युवा नेते केतन भोसले व पिंपरी-चिंचवडच्या नगरसेविका डॉ. सुलक्षणा शीलवंत-धर व बारामती तालुका राष्ट्रवादी काँग्रेसचे अध्यक्ष संभाजीनाना होळकर, बारामती दूधसंघाचे माजी चेअरमन सोमनाथ होळकर, पुण्याचे माजी आमदार रवींद्र धंगेकर व बारामती राष्ट्रवादी ओबीसी सेलचे तालुकाध्यक्ष तानाजीराव करचे, सोमेश्वर कारखाना बारामतीचे संचालक मा. सिद्धार्थ गिते व लोणारी समाज सेवा संघ, मुंबईचे संस्थापक अध्यक्ष स्व. विष्णूपंतदादा दादरे (लोणारी) यांचाही आशीर्वाद महत्त्वाचा आहे. माझे सासरे आनंदराव होळकर, सोलापूर जिल्हा लेबर फेडरेशनचे चेअरमन, माजी जिल्हा परिषद सदस्य सोलापूरचे दिवंगत बाबासाहेब करांडे, विठ्ठलापूर विकास सोसायटीचे माजी चेअरमन उत्तम बाड, जेजुरी येथील इंदू केअर फार्माचे संचालक डॉ. रामदास कुटे, सातारा जिल्हा परिषदेचे मा. अध्यक्ष सुभाष नरळे व साताऱ्याचे नगरसेवक मा. रवी ढोणे; तसेच पंढरपूरचे नगरसेवक मा. नवनाथ रानगट, लोणारी समाजसेवा संघ मुंबईचे सचिव मा. नितीन भोजा काळेल, अहिल्यानगरचे राष्ट्रवादीचे नेते मा. राजेंद्र तात्या फाळके, मॅनेजिंग कौन्सिलचे सदस्य प्रभाकर देशमुख, आटपाडी पंचायत समितीचे सदस्य मा.कलाप्पा नाना कुटे व सांगोल्याचे राष्ट्रवादीचे ज्येष्ठ नेते मा. बाबूराव गायकवाड व सोलापूरचे बिज्जूअण्णा प्रधाने, पुण्याचे राष्ट्रवादीचे युवा नेते मा. प्रशांत काळेल, श्रीपुरचे मा. संजय काळेल, मा. शिवाजी शिंदे व मा. नवनाथ खिलारी यांचाही मी आभारी आहे.

अत्यंत थोड्या कालावधीत पुस्तकाचे प्रकाशन करण्यासाठी 'सकाळ प्रकाशन' आणि 'सारद मजकूर'ची संपूर्ण टीम यांनी अथक प्रयत्न केले, त्यांचाही मी आभारी आहे.

- प्रो. डॉ. दत्तात्रय मारुती काळेल

अभिप्राय

भारतीय लोकशाहीच्या संघराज्यीय रचनेत, राज्याराज्यांमध्ये होणाऱ्या राजकीय स्थित्यंतरांकडे केवळ सत्तांतराची नोंद म्हणून पाहता येत नाही, तर ती राष्ट्रीय राजकारणाची दिशा आणि लोकशाहीच्या मूलभूत तत्त्वांची एक प्रकारे परीक्षाच असते. १ मे १९६० रोजी स्थापन झालेल्या महाराष्ट्र राज्याच्या राजकीय इतिहासावर संयुक्त महाराष्ट्र चळवळीपासून ते साधारण १९७८पर्यंत काँग्रेस पक्षाचा निर्विवाद प्रभाव राहिला. यशवंतराव चव्हाण यांच्या दूरदृष्टीच्या नेतृत्वाखालील काँग्रेसने या राज्याला सामाजिक समता, कृषी-औद्योगिक विकास आणि सहकारी चळवळीच्या माध्यमातून एक स्थिर आणि पुरोगामी ओळख दिली. प्रो. डॉ. दत्तात्रय काळेल यांनी लिहिलेल्या 'शरद पवार आणि 'पुलोद'चा प्रयोग' या पुस्तकात महाराष्ट्राच्या याच प्रदीर्घ काँग्रेस राजकारणाला १९७८मध्ये मिळालेल्या एका महत्त्वाच्या वळणाचे, म्हणजेच 'पुरोगामी लोकशाही दला'च्या (पुलोद) प्रयोगाचे, सखोल विश्लेषण वाचायला मिळते. महाराष्ट्राच्या राजकारणाला बहुपक्षीय युतीकडे (साधारणतः ९ पक्षांचे सरकार) नेणाऱ्या या अभूतपूर्व घटनेचे राजकीय, सामाजिक आणि धोरणात्मक परिणाम तपासणे हा या पुस्तकाचा मुख्य हेतू आहे; तसेच या घटनेची ॲकेडेमिक बाजूंनी तपासणी करणे, गृहितके मांडून वस्तुस्थिती समजावून घेणे हाही या पुस्तकाचा एक हेतू असल्याचे दिसते.

१९७५-७७च्या आणीबाणीनंतर भारतीय राजकारणामध्ये मोठे स्थित्यंतर आले. केंद्रामध्ये जनता पक्षाचे सरकार स्थापन झाल्यानंतर प्रादेशिक स्तरावरही काँग्रेसच्या सत्तेला हादरे बसू लागले. महाराष्ट्रात आणीबाणीनंतरच्या विधानसभा निवडणुकीनंतर काँग्रेस पक्षामध्ये ऐतिहासिक फूट पडून काँग्रेस (आय) आणि काँग्रेस (रेड्डी) असे दोन गट तयार झाले. सुरुवातीला दोन्ही गटांनी एकत्र येऊन

वसंतदादा पाटील यांच्या नेतृत्वाखाली संयुक्त सरकार स्थापन केले. मात्र, या सत्तासहभागात समन्वय राखण्यात आलेल्या अपयशामुळे आणि दिल्लीतील काँग्रेसश्रेष्ठींच्या हस्तक्षेपाच्या वाढत्या प्रवृत्तीमुळे हा प्रयोग लवकरच अडचणीत आला. चालत नसलेले सरकार अशी किंवा कायम अडचणीत असलेले सरकार अशी शरद पवार ज्याची संभावना करतात ते हे सरकार होते, विशेषतः काँग्रेस (आय) पक्षातील नेते नासिकराव तिरपुडे, जे उपमुख्यमंत्री होते, त्यांची यशवंतराव चव्हाण, वसंतदादा पाटील आणि शरद पवार यांच्यासारख्या प्रस्थापित मराठा नेतृत्वाविरुद्धची उघड टोकाची भूमिका आणि त्यांना त्यांच्या पक्षाच्या केंद्रीय वरिष्ठांकडून मिळत असलेली कथित साथ, हे काँग्रेसच्या अंतर्गत संघर्षाचे आणि असंतोषाचे प्रमुख कारण बनले. इंदिरा गांधींच्या एकाधिकारशाहीच्या प्रवृत्तीला असलेला विरोध; तसेच महाराष्ट्राच्या राजकारणातील मराठा समाजाला काँग्रेसने त्या दशकात अपेक्षित महत्त्व न देणे या भावनांनी या राजकीय फाळणीला खतपाणी घातले.

राजकीय अस्थिरतेच्या या पार्श्वभूमीवर, काँग्रेसच्या ध्येय-धोरणांवर आणि लोकशाही मूल्यांवर गाढ निष्ठा असलेले युवा नेतृत्व शरद पवार यांच्या रूपाने पुढे आले. यशवंतराव चव्हाण आणि पं. जवाहरलाल नेहरू यांच्या विचारांचा लोकशाहीवादी राष्ट्रीय (काँग्रेसचा मूळ) दृष्टिकोन जपणारे नेतृत्व म्हणून त्यांची ओळख होती. काँग्रेस (रेड्डी)मधून बाहेर पडल्यानंतर त्यांनी आपल्या समाजवादी विचारधारेच्या आणि जनता पक्षाच्या सहभागाने 'पुरोगामी लोकशाही दला'ची (पुलोद) स्थापना केली. अत्यंत तरुण वयात, अवघ्या सदतीस/अडतीस वर्षांचे असताना, मुख्यमंत्री झाले शरद पवार यांनीच पहिले काँग्रेस व्यतिरिक्त सरकार; पण जे मुळातच काँग्रेसच्या मुशीतून / कुशीतूनच तयार झालेले नेतृत्व म्हणून चालवले. या निर्णयामुळे त्यांच्यावर वसंतदादा पाटील यांच्या पाठीत खंजीर खुपसल्याचा जो अत्यंत घृणास्पद राजकीय आरोप केला जातो, तो या पुस्तकाच्या सखोल विश्लेषणातून मांडणीतून साफ चुकीचा असल्याचे स्पष्ट होते. याचे कारण केवळ हेच नाही, की वसंतदादा पाटील यांनी स्वतः असा कोणताही आक्षेप मानला नाही किंवा बोलून दाखवला नाही, तर खुद्द दादांच्या पत्नी शालिनीताई पाटील यांनीही कालांतराने वृत्तवाहिन्यांना दिलेल्या मुलाखतींमध्ये ही बाब वेळोवेळी स्पष्ट झाली आहे. राजकीय टीका आणि ऐतिहासिक सत्य यातील अंतर या निमित्ताने तपासणे आवश्यक ठरते.

'पुलोद' सरकार नऊ पक्षांना एकत्र घेऊन स्थापन झाले होते आणि या बहुपक्षीय सरकारने काँग्रेस व्यतिरिक्त सरकार स्थापन होऊ शकते आणि चालू शकते हे महाराष्ट्राला प्रथमच दाखवून दिले. या सरकारने धोरणात्मक अजेंड्यामध्ये सामाजिक न्याय आणि विकासाच्या प्रश्नांवर लक्ष केंद्रित केले. मराठवाडा विद्यापीठाचे नामांतर, ग्रामीण भागासाठी प्रभावी रोजगार हमी योजना (EGS), सिंचन आणि जलसंधारणाचे कार्य करणाऱ्या पाणी योजना; तसेच दुर्बल घटकांना न्याय देण्यासाठी आदिवासी हक्क यांसारख्या विषयांवर 'पुलोद' सरकारने महत्त्वपूर्ण काम केले. यामुळे पवारांना प्रदीर्घ काळ मराठवाड्यातून विरोध झाला. ती स्पेस नंतर शिवसेना आणि भाजपने जोपासली हे देखील वास्तव आहे. या आघाडी सरकारमध्ये शंकरराव चव्हाण हे समाजवादी नेते मंत्री झाले; तसेच एन. डी. पाटील, भाई वैद्य यांसारख्या समाजवादी विचारांच्या नेत्यांना संधी मिळाली, ज्यामुळे राज्याच्या मंत्रिमंडळाला एक नवी, सर्वसमावेशक वैचारिक बैठक मिळाली.

हा प्रयोग यशस्वी करण्यात धोरणी पवार आणि लोकशाही प्रक्रियेत सहभागी झालेले इतर पक्ष यांचा महत्त्वाचा सहभाग होता, ज्यांनी आपल्या निर्णयक्षमतेतून महाराष्ट्र राज्याची वेगळी भूमिका देखील दाखवली. तथापि, या बहुपक्षीय राजकारणाच्या समावेशकतेचा एक महत्त्वाचा राजकीय परिणाम पुढे दिसून आला. 'पुलोद'च्या माध्यमातून महाराष्ट्रात प्रथमच जनसंघीय विचारांच्या (जनता पक्षातील घटक) रूपाने संघाला आणि हिंदुत्ववाद्यांना सत्तेची चव चाखण्यासाठी अप्रत्यक्षपणे मदत झाली, ज्यामुळे १९९०नंतर भाजप-शिवसेना युती प्रभावी विरोधी पक्ष म्हणून उदयास येऊन नंतर सत्ता मिळवू शकली. मात्र, या टीकेमध्ये एक मोठी राजकीय विसंगती जाणीवपूर्वक विसरली जाते: ज्या वेळी 'पुलोद' सरकारमध्ये संघाशी संबंधित विचारधारेच्या नेत्यांचा समावेश झाला, त्याच वेळी (१९७८-८०) केंद्रात जनता पक्षाच्या माध्यमातून संघ सत्तेत होताच. त्यामुळे पवारांनी राज्यात संघाला सत्तेत आणले हा आरोप राजकीय हेतूने प्रेरित होता, कारण केंद्रातील सत्तेमुळे महाराष्ट्रातील सरकार बरखास्त करण्याची सोय इंदिरा गांधींना सहज मिळाली.

केंद्रातील इंदिरा गांधींच्या पुनरागमनानंतर १९८०मध्ये 'पुलोद' सरकार बरखास्त झाले. तथापि, या दोन वर्षांच्या प्रयोगाने महाराष्ट्राच्या राजकारणातील एका युगाचा अंत आणि दुसऱ्या युगाची सुरुवात केली. या ग्रंथात पुलोदच्या

स्थापनेची गुंतागुंतीची पार्श्वभूमी, केंद्राशी असलेले संवाद विसंवाद आणि महाराष्ट्राच्या राजकारणावर झालेले दूरगामी परिणाम यांचे विश्लेषण केले आहे. हे पुस्तक केवळ एका राजकीय घटनेचा इतिहास नाही, तर भारतीय लोकशाहीतील आघाडीचे राजकारण, नेतृत्व विकास आणि धोरणात्मक निर्णयक्षमतेच्या अभ्यासासाठी एक महत्त्वाचा शैक्षणिक संदर्भ (Academic Reference) म्हणून उपयुक्त ठरेल. अभ्यासाच्या दृष्टीने देखील शरद पवार यांना दोषी ठरवता येत नाही आणि एककेंद्री कारभाराला जनतेने दिलेले नेतृत्व पर्याय देऊ शकते हे पहिल्याप्रथम शरद पवारांनी घडवून दाखवले आणि विशेष म्हणजे आपली काँग्रेस वैचारिक बैठक कधीही त्यांनी ढळू दिली नाही. स्टेटमन मानले जाणारे पवार अगोदरपासून पक्के काँग्रेसमन आहेत हे नक्की!

- **केतनकुमार पाटील,**
राजकीय विश्लेषक

पुस्तकाविषयी

शरदचंद्र पवार! महाराष्ट्रासह देशाच्या राजकारणावर गेल्या सहा दशकांहून अधिक काळ गारुड घातलेले एक वादळी नाव. भारताच्या संसदीय राजकारणात तब्बल ५८ वर्षे अखंडपणे लोकप्रतिनिधी म्हणून ते कार्यरत आहेत. लोकसभा, राज्यसभा, विधानसभा आणि विधान परिषद अशा चारही सभागृहांचे सदस्य म्हणून त्यांनी अतुलनीय काम केले आहे. भारतीय लोकशाहीची जाण असणारा त्यांच्या इतका उत्तम प्रशासक समकाळात तरी शोधून सापडणार नाही. भारताच्या स्वातंत्र्यानंतर राष्ट्र उभारणीचे कार्य जोमाने सुरू झाले. त्या काळापासून शरद पवार राजकीय व सामाजिक जीवनात कार्यरत आहेत. राष्ट्रापुढील प्रश्नांची सोडवणूक करण्याच्या दृष्टीने करावयाच्या योजनांची विलक्षण जाणीव त्यांच्या एकूण कारकिर्दीत जाणवत राहते. त्यांच्या नेतृत्वाचा उदय ग्रामीण भागात झाला. त्यामुळे तळागाळातल्या समस्यांचे सूक्ष्म आकलन त्यांना होतेच. शिवाय आधुनिक काळाला सामोरे जाण्याची दूरदृष्टी त्यांच्या ठायी आहे. शरद पवार केवळ राजकारणी नाहीत. शेती, कला, क्रीडा, सहकार, समाजकारण या सगळ्याचाच त्यांचा अफाट व्यासंग आहे. अर्थकारण, आपत्ती व्यवस्थापन, आंतरराष्ट्रीय राजकारण हे त्यांच्या चिंतनाचे विषय आहेत.

त्यांच्या एकूणच व्यक्तिमत्त्वाची जडणघडण ध्यानात घेतली, तर त्यांच्या एकूण कारकिर्दीतील भूमिकांचे आकलन करता येते. पूर्वीपासूनच सामाजिक सुधारणांचा आणि पुरोगामी विचारांचा पुरस्कार करणारे शरद पवार यांचे कुटुंब आहे. छत्रपती शिवाजी महाराजांबरोबरच महात्मा जोतिबा फुले, राजर्षी छत्रपती शाहू महाराज, महर्षी विठ्ठल रामजी शिंदे, डॉ. बाबासाहेब आंबेडकर यांच्या विचारांचा भक्कम पाया या कुटुंबाला लाभला आहे. आवर्जून नोंदवण्याजोगी गोष्ट म्हणजे, कर्मवीर भाऊराव पाटील यांचे या कुटुंबाशी ऋणानुबंध होते. त्यामुळे

मानवतावादी मूल्यांचा अन्वयार्थ शरद पवार यांनी बालपणीच समजावून घेतला होता. त्यांनी अगदी उमलत्या वयात, म्हणजेच महाविद्यालयीन जीवनापासून समाजकारणाला प्रारंभ केला. विलक्षण संघटन चातुर्य आणि समस्या निराकरणासाठीची आक्रमकता त्यांच्या व्यक्तिमत्त्वात होती. अर्थात असे व्यक्तिमत्त्व यशवंतराव चव्हाण यांच्यासारख्या द्रष्ट्या नेत्याच्या नजरेत भरणे साहजिक होते. पवार यांचे नेतृत्व उन्नत होण्यात चव्हाण यांचे मार्गदर्शन आणि संस्कार महत्त्वाचे ठरले. महाराष्ट्र युवक काँग्रेसच्या क्रियाशील सभासदापासून त्यांचा राजकीय प्रवास सुरू झाला. वयाच्या अवघ्या २३व्या वर्षीच प्रदेश युवक काँग्रेसचे ते अध्यक्ष झाले. पुढे १९६७मध्ये महाराष्ट्र विधानसभेचे सदस्य म्हणून ते निवडून आले. तद्नंतर त्यांच्या कर्तृत्वाचा आलेख सतत चढताच राहिला.

महाराष्ट्राच्या मंत्रिमंडळामध्ये राज्यमंत्री, कॅबिनेट मंत्रिपदाच्या जबाबदाऱ्या सांभाळत असतानाच १९७८-१९८०, १९८८-१९९०, १९९०-१९९१ व १९९३-१९९५ या काळात त्यांनी चार वेळा महाराष्ट्राच्या मुख्यमंत्रीपदाची धुरा सांभाळली. त्यांच्या कारकिर्दीत १९७८ हे साल सर्वार्थाने महत्त्वाचे आहे. कारण याच काळात त्यांनी 'पुरोगामी लोकशाही दला'ची (पुलोद) स्थापना केली. महाराष्ट्राचे राजकारण ढवळून काढणारा तो निर्णय होता. त्यांच्या राजकीय कौशल्याचा प्रत्यय आणि महाराष्ट्राच्या राजकारणात ठामपणे उभे राहणे, ही गोष्ट देशाच्या राजकारणावर दूरगामी परिणाम करून गेली. देशभरातील मातब्बर नेत्यांना दखल घ्यायला लावणारे निर्णय त्यांनी 'पुलोद'च्या माध्यमातून घेतले. ते सरकार अल्पकाळाचे ठरले असले, तरी उत्कृष्ट प्रशासनाचा मूर्तिमंत वस्तुपाठ त्या सरकारने घालून दिला. ज्या पद्धतीने आक्रमकपणे त्यांनी निर्णय घेतले, ते सर्वच वाखाणण्याजोगे होते. त्याच काळात देशाचे नेतृत्व करण्याची पवार यांची क्षमता अधोरेखित झाली.

त्यांनी महाराष्ट्र विधानसभा, विधान परिषदेत व लोकसभेतही विरोधी पक्षनेते म्हणून प्रभावी काम केले. केंद्रीय संरक्षणमंत्री असताना तीन दलांच्या लष्कर प्रमुखांचा विरोध डावलून महिलांना लष्करामध्ये सामावून घेण्याचा ऐतिहासिक निर्णय त्यांनी घेतला. त्यांच्या एकूण राजकीय कारकिर्दीपैकी केंद्रीय कृषिमंत्री पदाच्या काळात त्यांनी केलेले काम स्वतंत्र भारताच्या इतिहासातील कृषी क्षेत्राच्या विकासाचा एक महत्त्वाचा टप्पा म्हटले पाहिजे. त्यांच्या पुढाकाराने

झालेली देशातील सर्वांत मोठी शेतकरी कर्जमाफी, अन्नधान्याच्या हमीभावात सातत्याने वाढ होण्याच्या दृष्टीने त्यांनी केलेले प्रयत्न शेतकऱ्यांना प्रोत्साहन देणारे ठरले. परिणामी, आपला देश अन्नधान्याच्या बाबतीत स्वयंपूर्ण झाला.

पवार यांचे सर्वव्यापी असणे, अफाट लोकसंग्रह असणे, अष्टपैलू असणे यामुळे त्यांचे राजकारण वर्धिष्णू होत होते; परंतु भारतासारख्या खंडप्राय देशात सर्वमान्य राजकारण करणे, तसे आव्हानात्मक काम होते. त्यामुळे त्यांच्या राजकीय कारकिर्दीत अनेक चढउतार होत राहिले. महाराष्ट्रामध्ये काँग्रेस पक्षाला संजीवनी देण्याचे काम त्यांनी केले; परंतु काँग्रेस पक्षाच्या राष्ट्रीय नेतृत्वाबरोबर काही मतभेद झाल्यामुळे १० जून १९९९ रोजी त्यांनी 'राष्ट्रवादी काँग्रेस पक्षा'ची स्थापना केली. आजही त्यांच्या जीवनातील राजकीय स्थित्यंतरे सुरूच आहेत; परंतु त्यांची वैचारिक व राजकीय भूमिका बदललेली नाही. सबंध देशात महाराष्ट्र अग्रभागी आणण्यात त्यांचा सिंहाचा वाटा राहिला आहे. महिला सबलीकरणासाठी त्यांनी केलेले कार्य निर्विवाद आहे. त्यांच्या कारकिर्दीतील 'पुरोगामी लोकशाही दला'च्या प्रयोगाच्या अनुषंगाने रयत शिक्षण संस्थेच्या कला व वाणिज्य महाविद्यालय, माढा या ठिकाणी राज्यशास्त्राचे प्राध्यापक म्हणून कार्यरत असणारे प्रो. डॉ. दत्तात्रय काळेल यांनी काही मूलभूत संशोधन केले आहे. ते महाराष्ट्रातील राजकीय घडामोडींचे विश्लेषक व अभ्यासक आहेत. त्यांच्या संशोधनातून आकाराला आलेले हे पुस्तक महाराष्ट्राचे राजकारण समजावून घेण्याच्या दृष्टीने महत्त्वाचे आहे. या लेखनाबद्दल मी डॉ. दत्तात्रय काळेल यांचे अभिनंदन करतो. या पुस्तकाचे वैशिष्ट्य म्हणजे त्यांनी पवार यांच्या राजकीय प्रयोगांची अन्वयार्थक मांडणी केलेली आहे. त्याबरोबर तत्कालीन सामाजिक व राजकीय परिस्थितीचा आढावा घेतला आहे. त्यामुळे सत्तर व ऐंशीच्या दशकातील महाराष्ट्राच्या राजकारणाचे पुनर्वाचन होणार आहे.

'शरद पवार आणि 'पुलोद'चा प्रयोग' या पुस्तकाचे स्वागत महाराष्ट्रामध्ये होईल याची मला खात्री आहे.

प्रिं. डॉ. शिवलिंग मेनकुदळे
सहसचिव,
रयत शिक्षण संस्था, सातारा

कर्मवीर भाऊराव पाटील
विद्यापीठ, सातारा
यु.जी.सी. २(F) मान्यताप्राप्त राज्य सार्वजनिक विद्यापीठ
पत्ता : कर्मवीर समाधी परिसर, पोवई नाका, सातारा,
महाराष्ट्र, भारत ४१५ ००१
फोन : ०२१६२- २२९९०७ संकेतस्थळ : https://www.unikbp.ac.in
ई-मेल : admin@unikbp.ac.in registrar@unikbp.ac.in
डॉ. विजय मा. कुंभार (M.A.,MARD., Ph.D., PGDHRM, MCJ)
प्रभारी कुलसचिव

Estd. 2021

Karmaveer Bhaurao Patil
University, Satara
A State Public University recognized by UGC u/s 2 (f)
Add. : Karmaveer Samadhi Parisar, Powai Naka,
Satara, Maharashtra, India. 415 001
Phone : 02162-229907 Website : https://www.unikbp.ac.in
Email : admin@unikbp.ac.in registrar@unikbp.ac.in
Dr. Vijay M. Kumbhar (M.A.,MARD., Ph.D., PGDHRM, MCJ)
Ag. Registrar

शुभ-संदेश

प्रा. डॉ. दत्तात्रय काळेल यांनी साकारलेला "शरद पवार आणि पुलोदचा प्रयोग" हा ग्रंथ महाराष्ट्राच्या राजकीय इतिहासातील एक महत्त्वपूर्ण शोधनिबंध ठरेल यामध्ये कसलीही शंका वाटत नाही. नेतृत्वशास्त्र, सत्ताकेंद्रीकरण आणि विकेंद्रीकरण, शेती व ग्रामीण विकास, सहकारी व्यवस्था आणि व्यवस्थापन तसेच लोकशाही व्यवहारशास्त्र यांच्या संगमातून उभा राहिलेला हा अभ्यास संशोधकांना निश्चितच नवी दिशा देणारा आहे.

माननीय शरदचंद्रजी पवार साहेबांच्या बहुआयामी, दूरदृष्टीसंपन्न आणि प्रगतीशील नेतृत्वाची वाटचाल या ग्रंथातून अत्यंत सखोलतेने उलगडते. राज्यकारभारातील व्यावहारिकता, संघटनकौशल्य, निर्णयक्षमतेची धार आणि जनतेशी घट्ट नाते टिकवणारी लोकशाही भूमिका यांचा अभ्यास या पुस्तकातून प्रभावी रीतीने करता येतो.

या ग्रंथाचे एक विशेष महत्त्व असे की, उदयोन्मुख तरुण नेतृत्वासाठी हे पुस्तक प्रेरणादायी मार्गदर्शक ठरेल. राजकीय सहभाग, नेतृत्वगुणांचे परिमाण, सार्वजनिक जीवनातील नैतिकता, तसेच सामाजिक बदल घडवण्याची दृष्टी तरुणांना या पुस्तकातून स्पष्टपणे समजते. लोकशाही प्रक्रियेचे आकलन, संघटन उभारणीतील सूक्ष्म पैलू आणि निर्णयक्षम नेतृत्व विकसित करण्यासाठी आवश्यक असलेली मूल्ये या ग्रंथात वस्तुनिष्ठपणे मांडलेली आहेत. त्यामुळे सार्वजनिक क्षेत्रात प्रवेश करू इच्छिणाऱ्या तरुणांसाठी हा ग्रंथ विचारांना दिशा देणारा आणि कृतीक्षमतेला बळ देणारा ठरतो.

समाजपरिवर्तनाच्या सूत्रांचा शोध घेणाऱ्या प्रत्येक अभ्यासकासाठी हे पुस्तक मार्गदर्शक ठरो, ही सदिच्छा.

डॉ. विजय कुंभार
(प्रभारी कुलसचिव)

शुभ संदेश

प्रो. डॉ. दत्तात्रय काळेल यांच्या "शरद पवार आणि पुलोदचा प्रयोग" या पुस्तकामध्ये आपले संशोधन, तथ्यनिष्ठ दृष्टिकोन आणि सूक्ष्म राजकीय विश्लेषण यांची सांगड घालणारे हे पुस्तक महाराष्ट्राच्या राजकीय इतिहासातील एक महत्त्वपूर्ण अध्याय अभ्यासकांसमोर अत्यंत समजून घेण्यासारख्या रूपात उभे करते. पुलोदच्या प्रयोगाची वैचारिक पायाभरणी, नेतृत्वगुण, सामाजिक-राजकीय परिस्थिती आणि शरद पवार यांच्या नेतृत्वशैलीचे शास्त्रशुद्ध परीक्षण या ग्रंथातून वाचकांना सखोलपणे अनुभवता येते.

आपल्या शैक्षणिक निष्ठेचे, संशोधक वृत्तीचे आणि समर्पित लेखनाचे हे कार्य उत्तम उदाहरण ठरते. राज्यशास्त्र, इतिहास, सार्वजनिक प्रशासन आणि सामाजिक अध्ययन या क्षेत्रांतील विद्यार्थ्यांसाठी आणि संशोधकांसाठी हे पुस्तक निश्चितच दिशादर्शक व मार्गदर्शक ठरेल, याची खात्री आहे.

आपले लेखन पुढील संशोधनासाठी प्रेरणादायी ठरो आणि आपल्या विद्वत्तेचा लाभ शैक्षणिक विश्वाला सातत्याने मिळत राहो, हीच मनःपूर्वक शुभेच्छा

डॉ. अनिल पाटील
संघटक रयत शिक्षण संस्था, सातारा.

PRANITI SUSHILKUMAR SHINDE
MEMBER OF PARLIAMENT
SOLAPUR LOK SABHA
MAHARASHTRA
GOVERNMENT OF INDIA

प्रणिती सुशीलकुमार शिंदे
सांसद
सोलापूर लोकसभा
महाराष्ट्र
भारत सरकार

Address : 'Janvatsalya' Vinayak Nagar, Sat Rasta, Solapur – 413 003. | पत्ता : 'जनवात्सल्य' विनायक नगर, सात रस्ता, सोलापूर – ४१३ ००३.
+91 9820184514 pranitishinde@gmail.com

D.O.No.MP/2025/12/2449 DATE :- 09/12/2025

शुभ संदेश

"शरद पवार आणि पुलोदचा प्रयोग" हे पुस्तक केवळ एका ऐतिहासिक प्रयोगाचे वर्णन नसून, महाराष्ट्राच्या समाजजीवनात परिवर्तनाची बीजे पेरणाऱ्या नेतृत्वाची प्रेरणादायी गाथा आहे. प्रो. डॉ. दत्तात्रय काळे यांनी अत्यंत अभ्यासपूर्ण दृष्टिकोनातून केलेले लेखन वाचकाला विचारप्रक्रियेची नवी दालने उघडून देते.

शरदचंद्र पवार साहेबांचे नेतृत्व हे केवळ राजकारणापुरते मर्यादित नसून सामाजिक न्याय, सर्वसमावेशक प्रगती आणि स्त्रीशक्तीच्या सक्षमीकरणाला दिशा देणारे आहे. या पुस्तकाच्या माध्यमातून पवार साहेबांचे धोरणात्मक निर्णय, त्यांची कार्यशैली आणि सामाजिक जाण यांचे प्रेरणादायी दर्शन घडते. संशोधन, चिंतन आणि वास्तवाधिष्ठित विश्लेषण यांचा सुंदर संगम घडवणारे हे पुस्तक वाचकांना निश्चितच नवी दिशा देईल, असा मला ठाम विश्वास आहे.

प्रा. डॉ. दत्तात्रय काळेल यांचे कार्य सतत प्रगतीपथावर राहो आणि हे पुस्तक व्यापक वाचकवर्गापर्यंत पोहोचून समाजमन समृद्ध करो ही मनःपूर्वक शुभेच्छा.

Praniti Shinde — Member of Parliament Lok Sabha

आपकी स्नेहांकित,

(प्रणिती शिंदे)

Delhi Address : C1/13, Lodhi Garden, New Delhi - 110003 | Phone : 011 - 24602024
@pranitisshinde ShindePraniti ShindePraniti www.pranitishinde.com
+91 9422460777 (Office) 0217 : 2311755 | 022 : 2605490

महाराष्ट्र विधानसभा

विधानसभा

महाराष्ट्र

डॉ. बाबासाहेब देशमुख

विधानसभा सदस्य, सांगोला जि. सोलापूर
सदस्य, पंचायत राज समिती
सदस्य, धर्मादाय व खाजगी रुग्णालय तपासणी समिती
सदस्य, क्रीडा व युवक कल्याण समिती

शुभ-संदेश

माननीय शरदचंद्रजी पवार साहेबांच्या दूरदृष्टी, संघटनकौशल्य आणि जनतेशी असलेल्या अभंग नात्याचे सजीव चित्रण या ग्रंथात प्रभावीपणे उमटले आहे. पुलोदच्या प्रयोगातून उभी राहिलेली परिवर्तनाची वाट केवळ राजकीयच नव्हे तर सामाजिक ऊर्जेचीही पुनर्रचना घडवते प्रो. डॉ. दत्तात्रय काळेल यांचे लेखन अभ्यासकांना नवसंजीवनी देणारे आहे. हे पुस्तक वाचकांना नेतृत्वाची नवी प्रेरणा देईल, ही मनःपूर्वक शुभेच्छा.

मा. आ. डॉ.बाबासाहेब देशमुख
सांगोला विधानसभा मतदार संघ

● **निवास :- स्टेशन रोड, सांगोला ता. सांगोला जि. सोलापूर -४१३ ३०७ महाराष्ट्र**

दिपक साळुंखे पाटील
मा. विधान परिषद सदस्य

दिनांक -०८/१२/२०२५

शुभ संदेश

महाराष्ट्राच्या राजकीय इतिहासात 'पुलोद' हा एक महत्त्वपूर्ण प्रयोग ठरला असून, त्याच्या सखोल अभ्यासाची आजची गरज प्रो. डॉ. दत्तात्रय मारुती काळेल यांनी प्रभावीपणे ओळखली आहे. सामाजिक, राजकीय व ऐतिहासिक घटकांच्या एकत्रित परिणामातून जन्मलेल्या या प्रयोगाचे त्यांनी केलेले विश्लेषण म्हणजे महाराष्ट्राच्या राजकीय वैचारिक वाटचालीवर प्रकाश टाकणारे एक महत्त्वाचे दस्तावेजीकरण आहे.

माजी केंद्रीय कृषिमंत्री, भारतरत्न शरदचंद्रजी पवार साहेबांच्या नेतृत्वशैलीचा अभ्यास हा केवळ एका व्यक्तीचा इतिहास नसून तो महाराष्ट्राच्या प्रगतीचा, परिवर्तनाचा आणि लोकाधिष्ठित राजकारणाचा प्रवास आहे.पवार साहेबांच्या दूरदृष्टीतून घडलेल्या अनेक ऐतिहासिक निर्णयांचा, त्यांच्या राष्ट्रव्यापी नेतृत्वशैलीचा, तसेच बदलत्या सामाजिक-राजकीय परिस्थितीत त्यांनी दाखवलेल्या कुशल मार्गदर्शनाचा प्रा. डॉ. काळेल यांनी अत्यंत संशोधनपर व शास्त्रीय दृष्टिकोनातून घेतलेला वेध वाचकांना अमूल्य दिशादर्शन करणारा ठरेल. त्यांचे हे लेखन केवळ वाचनीय नाही, तर अभ्यासक, विद्यार्थ्यांना, संशोधकांना आणि राजकीय प्रक्रियेचा भान ठेवणाऱ्या सर्वच वाचकांना समजून घेण्यास नवीन दृष्टी प्रदान करणारे आहे. महाराष्ट्राच्या राजकीय प्रवाहातील हा महत्त्वाचा अध्याय उजाळा देत असताना, पवार साहेबांच्या नेतृत्वातील प्रामाणिकता, समन्वयकौशल्य, कार्यक्षमता आणि राष्ट्रहिताचा आग्रह यांचे अचूक चित्रण या पुस्तकातून साकारलेले दिसते.

प्रा. डॉ. दत्तात्रय काळेल यांच्या या परिश्रमांचे मनापासून कौतुक. त्यांच्या संशोधनात्मक दृष्टीकोनामुळे महाराष्ट्राच्या राजकीय इतिहासात एक महत्त्वपूर्ण योगदान निश्चितच नोंदले जाईल, याची मला पूर्ण खात्री आहे.त्यांच्या पुढील साहित्यिक आणि शैक्षणिक वाटचालीस मी मनःपूर्वक शुभेच्छा व्यक्त करतो.

आपला स्नेहांकित,

(मा. आ. दिपकआबा साळुंखे-पाटील)

सोलापूर कार्यालय :- मा. आमदार श्री. दिपकआबा साळुंखे पाटील संपर्क कार्यालय, रामलाल चौक, सोलापूर, फोन – ०२१७–२६२९३३३
सांगोला कार्यालय : वाढेगाव नाका, सांगोला, ता. सांगोला, जि. सोलापूर, फोनः ०२१८७–२२०३८७, २२१५००,
निवास : जवळे, ता. सांगोला, जि. सोलापूर, फोनः ०२१८७–२४२२३८, २४२२६१
मो. ९८२२५९९६०१, ई मेल : dipakaba@rediffmail.com

सत्यमेव जयते

धैर्यशील मोहिते पाटील

संसद सदस्य - लोकसभा

दि. ०५/१२/२०२५

शुभ-संदेश

मा. खासदार श्री शरदचंद्रजी पवार साहेबांचे सार्वजनिक जीवन म्हणजे अथक परिश्रम, लोकसेवा आणि समाजकारणाची दीपशिखा. त्या प्रदीर्घ प्रवासातील महत्त्वपूर्ण पर्व—पुलोदचा प्रयोग—हृदयस्पर्शी व तथ्यपूर्ण रीतीने मांडल्याबद्दल प्रो. डॉ. दत्तात्रय काळेल यांचे मन:पूर्वक अभिनंदन. हे पुस्तक नव्या पिढीला प्रेरणा देईल, नेतृत्वाचे मूल्य शिकवेल आणि समाजबंध दृढ करेल, ही सदिच्छा.

आपला,

DHAIRYASHEEL MOHITE PATIL
MADHA (MAHARASHTRA)
Member of Parliament - Lok Sabha

धैर्यशील राजसिंह मोहिते पाटील
खासदार – माढा लोकसभा

शिवराई वाडा, सरसेनापती हंबीरराव मोहिते नगर, लेन नंबर 6, यशवंतनगर, अकलूज,
ता.माळशिरस, जि.सोलापूर (महाराष्ट्र) 413118 मोबाईल: 90495 00005
कार्यालय : 02185 225025, 77450 00005 ई-मेल : d.mohitepatil@sansad.nic.in

महाराष्ट्र विधानसभा

सत्यमेव जयते

उत्तमराव शिवदास जानकर
आमदार, माळशिरस - २५४ विधानसभा
प्रतोद, महाराष्ट्र विधिमंडळ
राष्ट्रवादी काँग्रेस पार्टी - शरदचंद्र पवार

जावक क्र. १००९/२०२५ दिनांक :०८/१२/२०२५

शुभ-संदेश

प्रो. डॉ.दत्तात्रय काळेल यांनी लिहिलेल्या शरद पवार आणि पुलोद चा प्रयोग या पुस्तकांमध्ये भारत देशाचे नेते शरदचंद्रजी पवार साहेबांच्या धोरणनिश्चितीतील प्रगतीप्रेम आणि प्रशासकीय कौशल्याचा शास्त्रीय मागोवा घेणारा हा ग्रंथ विचारवंतांसाठी अभ्यासनीय ठरेल. महाराष्ट्राच्या सर्वांगीण विकासामध्ये साहेबांचे योगदान अतुलनीय आहे. तसेच त्यांनी केलेला पुलोदचा प्रयोग राज्यकारभारातील नवोन्मेषी पद्धतींचे उदाहरण म्हणून या पुस्तकात लेखकाने प्रभावी रीतीने मांडला आहे. राजकीय संरचना व सामाजिक गतिशीलता समजून घेऊ इच्छिणाऱ्या अभ्यासकांसाठी सदरचा ग्रंथ दिशादर्शक ठरो, ही सदिच्छा!.

आपला,

श्री.उत्तमराव शिवदास जानकर

गरुड बंगला, वेळापूर, ता. माळशिरस, जि. सोलापूर (महाराष्ट्र) मो. नं. ९८६०६४६०१२
ई-मेल : usjankar@gmail.com

महाराष्ट्र विधानसभा

अभिजीत जयश्री धनंजय पाटील

सदस्य, माढा विधानसभा

शुभ – संदेश

प्रा. डॉ. दत्तात्रय काळेल यांचा "शरद पवार आणि पुलोदचा प्रयोग" हा ग्रंथ राजकीय विज्ञान, प्रशासनशास्त्र तसेच आधुनिक नेतृत्व-अभ्यासाच्या दृष्टीने अत्यंत महत्त्वपूर्ण व मूल्यवान योगदान ठरत आहे.

मा. शरदचंद्रजी पवार साहेबांच्या सार्वजनिक कार्य, नेतृत्वदृष्टी आणि राजकीय वाटचालीचा सखोल अभ्यास करण्यासाठी हा ग्रंथ निश्चितच एक संदर्भग्रंथ म्हणून उपयुक्त ठरेल, याबाबत कोणतीही शंका नाही. संशोधक, विद्यार्थी, अभ्यासक आणि सामान्य वाचकांसाठी माहितीपूर्ण, विवेकी व वस्तुनिष्ठ अशा या ग्रंथाच्या प्रकाशनाबद्दल मी मनःपूर्वक शुभेच्छा व्यक्त करतो.

ग्रंथलेखक, प्रकाशक तसेच या उपक्रमाशी संबंधित सर्वांना हार्दिक अभिनंदन व शुभेच्छा.

अभिजीत जयश्री धनंजय पाटील

विधानसभा सदस्य, 245 माढा विधानसभा मतदारसंघात, तथा

चेअरमन श्री विठ्ठल सह. सा. का. लि. वेणुनगर, गुरसाळे,

सदस्य (जनरल बॉडी) रयत शिक्षण संस्था, सातारा.

माढा कार्यालय : ग्रामीण रुग्णालयासमोर, कुर्डूवाडी रोड, माढा ४१३२०९

पंढरपूर कार्यालय : डि.व्ही.पी.स्क्वेअर, हॉटेल विठ्ठल शेजारी, कॉलेज रोड, पंढरपूर ४१३३०४

9923323111 abhijeetpatil.office@gmail.com

महाराष्ट्र विधानसभा

विधान सभा
महाराष्ट्र

रोहित सुमन आर. आर. आबा पाटील
विधानसभा सदस्य,
२८७, तासगाव-कवठेमहांकाळ विधानसभा मतदारसंघ
जि. सांगली

दिनांक : 9 DEC 2025

शुभ संदेश

डॉ.दत्तात्रय काळेल यांच्या "शरद पवार आणि पुलोदचा प्रयोग" या पुस्तकामध्ये आपले संशोधन, तथ्यनिष्ठ दृष्टिकोन आणि सूक्ष्म राजकीय विश्लेषण यांची सांगड घालणारे हे पुस्तक महाराष्ट्राच्या राजकीय इतिहासातील एक महत्त्वपूर्ण अध्याय अभ्यासकांसमोर अत्यंत समजून घेण्यासारख्या रूपात उभे करते.पुलोदच्या प्रयोगाची वैचारिक पायाभरणी,नेतृत्वगुण,सामाजिक-राजकीय परिस्थिती आणि शरद पवार यांच्या नेतृत्वशैलीचे शास्त्रशुद्ध परीक्षण या ग्रंथातून वाचकांना सखोलपणे अनुभवता येते. देशातील सर्वात तरुण मुख्यमंत्री म्हणून साहेबांनी घेतलेले निर्णय हे ऐतिहासिक निर्णय आहेत असे म्हणावे लागतील.आपल्या शैक्षणिक निष्ठेचे, संशोधक वृत्तीचे आणि

समर्पित लेखनाचे हे कार्य उत्तम उदाहरण ठरते.राजकीय शास्त्र,इतिहास, सार्वजनिक प्रशासन आणि सामाजिक अध्ययन या क्षेत्रांतील विद्यार्थ्यांसाठी आणि संशोधकांसाठी हे पुस्तक निश्चितच दिशादर्शक व मार्गदर्शक ठरेल, याची खात्री आहे.आपले लेखन पुढील संशोधनासाठी प्रेरणादायी ठरो आणि आपल्या विद्वत्तेचा लाभ शैक्षणिक विश्वाला सातत्याने मिळत राहो, यासाठी

मन:पूर्वक शुभेच्छा!

(रोहित सुमन आर.आर.पाटील)

निवास - 'आबा सदन', **अंजनी**, ता. तासगांव, जि. सांगली पिन ४१६ ३१२
निवास : ०२३४६-२६२०६६

महाराष्ट्र विधानपरिषद

विधानपरिषद महाराष्ट्र

शशिकांत जयवंतराव शिंदे

सदस्य, महाराष्ट्र विधानपरिषद

जावक क्र. : वि.प.स./एसजेएस/ /२०

कोरे.कार्या.जन.जा.क. ७२९/२०२५
दि.९.१२.२०२५

-: शुभ संदेश :-

प्रो.डॉ.दत्तात्रय काळेल यांनी साकारलेला शरद पवार आणि " पुलोद " चा प्रयोग ग्रंथ महाराष्ट्राच्या राजकीय इतिहासातील एक महत्वपुर्ण चिंतन निबंध ठरेल. नेतृत्वशास्त्र, सत्ताकेंद्रीकरण, ग्रामिण विकास व लोकशाही व्यवहारशास्त्र यांच्या संगमातून उभा राहिलेला हा अभ्यास निश्चितच संशोधकांना नवी दिशा देईल.मा.शरदचंद्रजी पवार साहेबांच्या बहुआयामी नेतृत्वाची प्रगतशील वाटचाल या ग्रंथातून सखोलतेने उलगडते.समाजपरिवर्तनाच्या सुत्रांचा शोध घेणा-या प्रत्येक अभ्यासकासाठी हे पुस्तक मार्गदर्शक ठरो,ही सदिच्छा! माझ्याकडून ग्रंथाला मन:पुर्वक शुभेच्छा.

(शशिकांत शिंदे)

महाराष्ट्र विधानसभा

विधानसभा
महाराष्ट्र

रविंद्र हेमराज धंगेकर
मा. विधानसभा सदस्य
२१५ कसबा विधानसभा

दि.०८/१२/२०२५
जा.क्र.- १६८९/०२५

शुभ-संदेश

शरद पवार आणि पुलोद चा प्रयोग या पुस्तकांमध्ये महाराष्ट्राच्या जनतेच्या आकांक्षा आणि संघर्षांना दिशा देणाऱ्या शरद पवार साहेबांच्या नेतृत्वाचा भक्कम आलेख या ग्रंथातून समोर येतो. पुलोद चा प्रयोग हा ग्रामीण विकास, शैक्षणिक विस्तार आणि सामाजिक न्यायाच्या वाटचालीतील इतिहास निर्मितीचा टप्पा आहे. माझे जवळचे स्नेही प्रो. डॉ. दत्तात्रय काळेल यांनी केलेला हा संशोधन प्रयत्न लोकाभिमुख धोरणांचा दस्तऐवज म्हणून उजळून निघो, अशी मनःपूर्वक शुभेच्छा.

मा.से.कळावे

रविंद्र हेमराज धंगेकर
सदस्य
मा. विधानसभा महाराष्ट्र
७९७, रविवार पेठ, लोणार आळी, पुणे-२
मो. 9518980589

आपला विश्वासु

मा.रविंद्र धंगेकर
पुणे महानगर प्रमुख शिवसेना
मा.आमदार

पत्रव्यवहाराचा पत्ता : ७९७, रविवार पेठ, लोणार आळी, पुणे – ४११००२ कार्यालय संपर्क : +९१ ९९७०७८३८३८, ९४२२०२३८०७
ravindrdhangekarofficial@gmail.com ravindradhangekarofficial @RHD_official ravindradhangekarofficial

शुभसंदेश

'शरद पवार आणि 'पुलोद'चा प्रयोग' हे पुस्तक प्रो. डॉ. दत्तात्रय काळेल यांनी अतिशय सद्यस्थितीला अनुसरून शासन व्यवस्थेने कशा प्रकारे निर्णय घेतले पाहिजेत, यासाठी आदर्शवत माहिती सर्वसामान्य व्यक्तीला मिळावी या उद्देशाने हे पुस्तक लिहिले आहे. साहेबांचे क्रीडासंदर्भात, आरोग्यसंदर्भात व सामाजिक समता निर्माण व्हावी, या संदर्भातील निर्णय कशा पद्धतीने समाजाला उपयुक्त आहेत, याची या पुस्तकामध्ये मांडणी केली आहे. या पुस्तकाचे तळागाळातील सर्वसामान्य व्यक्ती स्वागतच करतील, अशी आशा मला आहे. पुस्तक प्रकाशनास माझ्या वतीने हार्दिक हार्दिक शुभेच्छा!

निलेश लंके
खासदार

भूमिका

जगातील प्रत्येक देशाच्या राजकारणात काळानुसार बदल होत असतात. त्यात राजकीय बदल घडून येत असतात. भारतीय राजकारणातही लोकशाही व संघराज्य व्यवस्थेच्या संदर्भात काळानुसार अनेक बदल घडून आलेले आहेत. त्यातच महाराष्ट्राच्या राजकारणातही वेळोवेळी बदल दिसून येतात. हे बदल प्रामुख्याने संयुक्त महाराष्ट्र आंदोलनापासून विशेषतः भाषावार प्रांतरचनेमुळे झालेले आहेत. या आधी १९१७ला मराठी भाषिकांचे एकसंघ राज्य असावे, अशी मागणी प्रा. विठ्ठल वामन ताम्हणकर यांनी केली. या मागणीचा जोर नंतर वाढू लागला. ज्यात विनोबा भावे, धनंजय गाडगीळ, प्रबोधनकार ठाकरे इत्यादी धुरिणांनी या मागणीला पाठिंबा दिला. या मागणीला महाराष्ट्रातील डाव्या व समाजवादी विचारवंतानी समर्थन दिले असले, तरी काँग्रेस पक्षाने याकडे गंभीरपणे पाहिले नव्हते; तरी पण बेळगाव येथील साहित्य परिषदेत केशवराव जेधे, शंकरराव देव हे काँग्रेसचे ज्येष्ठ सदस्य उपस्थित होते.

या परिषदेनंतर सर्व धुरिणांच्या पुढाकाराने २८ जुलै १९४६ रोजी मुंबई येथे सर्वपक्षीय संयुक्त महाराष्ट्र परिषदेची स्थापना करण्यात आली. ही परिषद सर्वपक्षीय असली, तरी तेव्हापासून तिचे सूत्रधार झाले ते काँग्रेसचे नेते. सामोपचाराच्या, मनधरणीच्या आणि वाटाघाटीच्या मार्गाने संयुक्त महाराष्ट्राचा प्रश्न सोडवण्याचा प्रयत्न त्यांनी सुरू केला; पण दिल्लीतील काँग्रेसश्रेष्ठी या मागणीला अनुकूल नव्हते; तसेच मराठी भाषिक असलेले विदर्भ विभागसुद्धा स्वतंत्र राज्याची मागणी करत होते. यामुळे संयुक्त महाराष्ट्राच्या मागणीसंदर्भात विसंगती व फाटाफूट निर्माण झाली. या वेळी १९४७ला शंकरराव देव यांच्या प्रयत्नाने अकोला करार झाला व त्याला विदर्भातील रामराव देशमुख, पंजाबराव

देशमुख, गोपाळराव देशमुख यांनी संमती दिली; पण लोकनायक बापूजी अणे यांचा या कराराला विरोध होता.

देशात विविध प्रांतांत भाषिक आधारित राज्याची मागणी वाढू लागल्याने १९४८ ला न्या. दार यांच्या अध्यक्षतेखाली आयोग नेमला. या आयोगाने अहवाल सादर केला. या अहवालावर विचार करण्यासाठी जवाहरलाल नेहरू, वल्लभभाई पटेल व सीतारामय्या यांची समिती नेमली. या समितीने, आंध्र प्रदेश अपवाद करून, भाषावार प्रांतरचना तूर्त लांबणीवर टाकण्याची शिफारस केली. संयुक्त महाराष्ट्राची मागणी मूर्त स्वरूपात येण्यासाठी व्यासपीठ असणे आवश्यक आहे. या दृष्टीने २८ जानेवारी १९४९ रोजी मुंबई येथे'संयुक्त महाराष्ट्र सभा'या संस्थेची स्थापना करण्यात आली; पण यानंतर संयुक्त महाराष्ट्राच्या मागणीविषयी अनेक लोकांचे मतभेद, काँग्रेस अंतर्गत व दिल्लीतील पक्ष श्रेष्ठी यांची प्रतिकूलता यामुळे संयुक्त महाराष्ट्राच्या मागणीचा प्रभाव निर्माण झाला नाही. यादरम्यान मराठवाड्यातील जनतेने संयुक्त महाराष्ट्राच्या मागणीला पाठिंबा दिला.

अशा वेळी काँग्रेस पक्षामध्ये या मागणीतून मतभेद दिसून येऊ लागले. यातच विशेषतः केशवराव जेधे, शंकरराव मोरे यांनी १९४६ला काँग्रेसमधील ब्राह्मणवर्गाचे प्रभुत्व सहन न होऊन'काँग्रेस शेतकरी कामगार संघ'हा एक पक्षांतर्गत दबावगट तयार केला. या गटाचे सत्तारूढ नेत्यांशी उघड मतभेद होते. गांधीजींच्या हत्येनंतर, पक्षांतर्गत संघर्ष होऊन हा गट काँग्रेसपासून बाजूला झाला आणि १३ जून १९४८ रोजी यातून शेतकरी कामगार पक्षाची स्थापना झाली. १९५०ला शंकरराव देव यांनी भूदान कार्यात स्वतःला समर्पित करून घेतले. यामुळे भाऊसाहेब हिरे हे काँग्रेसमधले वरिष्ठ पुढारी बनले. यानंतर १९५२ला निवडणुका झाल्या. यात शेकाप पक्षातून 'लाल निशाण'या पक्षाची स्थापना दत्ता देशमुख यांनी केली. १९४८ला काँग्रेस पक्षातून समाजवादी विचारवंत बाहेर पडून त्यांनी 'समाजवादी पक्षा'ची स्थापना केली. या निवडणुकीत या दोन पक्षांचे आव्हान होते; पण या दोन्ही राजकीय पक्षांना निवडणुकीत यश प्राप्त होऊ शकले नाही. निवडणुकीनंतर काँग्रेस पक्षाला बहुमत मिळाले. या वेळी भाऊसाहेब हिरे मुख्यमंत्री झाले असते; पण मोरारजी देसाई यांचा प्रभाव जास्त असल्याने मुंबई प्रांताचे मुख्यमंत्री मोरारजी देसाई झाले. अशा वेळी गुजराती लोकांचे वर्चस्व वाढू लागले. यामुळे १९५२नंतर मराठा भाषिकांचे राज्य व्हावे

ही मागणी जोर धरू लागली. १९५३ला फाजल अली यांच्या अध्यक्षतेखाली राज्य पुनर्रचना आयोग नेमला. या वेळी या आयोगासमोर संयुक्त महाराष्ट्राची मागणी जोरदारपणे मांडायची यासाठी शेकाप, समाजवादी व कम्युनिस्ट या राजकीय पक्षांनी ठराव केला; पण महाराष्ट्रातील काँग्रेस याबाबत संभ्रमावस्थेत होती. या वेळी काँग्रेसमधील शंकरराव देव, भाऊसाहेब हिरे यांनी स्वतंत्र निवेदन देण्याचा प्रस्ताव मांडला. या वेळी राज्य पुनर्रचना आयोगासमोर डॉ. धनंजय गाडगीळ यांन संयुक्त महाराष्ट्राची मागणी सविस्तरपणे मांडली.

१९५३ला राज्य पुनर्रचना आयोगाच्या शिफारशी जाहीर झाल्या. यात आयोगाने संयुक्त महाराष्ट्राची मागणी अमान्य केली आणि स्वतंत्र विदर्भाची शिफारस केली. यामुळे महाराष्ट्रात असंतोष निर्माण झाला. काँग्रेस नेतृत्व महाराष्ट्रविरोधी आहे, अशी भावना निर्माण झाली व महाराष्ट्रातील काँग्रेसने स्पष्ट भूमिका घ्यावी अशी मागणी होऊ लागली. या वेळी महाराष्ट्रातील काँग्रेसमधील नेतृत्व संभ्रमावस्थेत होते. पुढे त्रिराज्याचा प्रस्ताव आला. या प्रस्तावाच्या विरोधात मुंबईत सार्वत्रिक संप व हरताळ २१ नोव्हेंबर १९५५ला करण्यात आला; तसेच २२ नोव्हेंबरला सेनापती बापट यांच्या नेतृत्वाखाली हजारो निदर्शकांनी निदर्शने केली. या वेळी आंदोलन करणाऱ्यांवर गोळीबार झाला. यात १०५ हुतात्मे झाले. या वेळी त्रिस्तरीय योजना फेटाळली; तसेच निदर्शकांवर झालेल्या गोळीबाराविरुद्ध अनेक महाराष्ट्रातील राजकीय नेत्यांनी निषेध केला. यानंतर संयुक्त महाराष्ट्राच्या मागणीस काँग्रेसचा अडथळा आहे, म्हणून सर्व विरोधी पक्षातील नेत्यांनी ८ फेब्रुवारी १९५६ला परिषद घेतली व संयुक्त महाराष्ट्र समितीची स्थापना केली. या समितीत समाजवादी पक्ष, साम्यवादी पक्ष, लाल निशाण, हिंदू महासभा, शेतकरी कामगार पक्ष, शेड्युल्ड कास्ट फेडरेशन इत्यादी राजकीय पक्षाचा समावेश होता.

याच दरम्यान १९५७मध्ये निवडणूक झाली. ही निवडणूक संयुक्त महाराष्ट्राच्या मागणी मुद्द्यावर लढली गेली. याचा परिणाम काँग्रेसने २६४ जागा लढवल्या, त्यापैकी १३५ जागा जिंकल्या व काठावर बहुमत मिळवले. या वेळी महाराष्ट्र राज्याच्या निर्मितीसाठी प्रयत्न करणाऱ्या इतर राजकीय पक्षाने काँग्रेसला पूर्ण बहुमत मिळू दिले नाही. याचा परिणाम काँग्रेसच्या महाराष्ट्र राज्याची निर्मिती संबंधातील दृष्टिकोनावर झाला. यानुसार १ मे १९६० साली महाराष्ट्र राज्याची निर्मिती झाली. या वेळी महाराष्ट्राचे पहिले मुख्यमंत्री यशवंतराव चव्हाण यांनी

काँग्रेस व्यवस्था मजबूत केली. हे होताना मराठा वर्चस्वाची पायाभरणी झाली. त्याच काळात शेतकरी कामगार पक्ष, महाराष्ट्र एकीकरण समिती व इतर राजकीय पक्ष यांच्यात व काँग्रेस पक्षात राजकीय सत्ता स्पर्धा सुरू झाली; पण या सत्ता स्पर्धेत यशवंतराव चव्हाण यांनी राजकीय डावपेच आखून विरोधकांना निष्प्रभ केले असते. या वेळी यशवंतराव चव्हाणांच्यामुळे केशवराव जेधे, तुळशीदास जाधव, शंकरराव मोरे, आनंदराव चव्हाण यांसारख्या अनेक नेत्यांनी शेतकरी कामगार पक्ष (शेकाप) व कम्युनिस्टमधून काँग्रेस पक्षामध्ये प्रवेश केला.

१९६२च्या निवडणुकीत २८८पैकी २१५ जागा काँग्रेसला प्राप्त झाल्या; तसेच शेतकरी कामगार पक्षाला १५ जागा, तर प्रजा समाजवादी पार्टीला ९ जागा प्राप्त झाल्या. १९६२च्या निवडणुकीत काँग्रेस पक्षाचे यश हे यशवंतराव चव्हाणांच्या राजकारणाचा परिणाम होता. त्यांनी काँग्रेस पक्षाची उत्तम संघटन बांधणी, लोकाभिमुख राजकारण व चोख राज्यकारभार केला. त्यामुळे ते पुन्हा मुख्यमंत्री झाले. याच काळात यशवंतराव चव्हाण, यशवंत मोहिते, राजारामबापू पाटील, शंकरराव चव्हाण, मारोतराव कन्नमवार इत्यादी नेतृत्व महाराष्ट्राच्या राजकारणात होते. याच दरम्यान यशवंतराव चव्हाण यांच्या आशीर्वादातूनच महाराष्ट्राच्या राजकारणात शरद पवार हे तरुण नेतृत्व निर्माण होऊ लागले. या नेतृत्वाने नंतरच्या काळात महाराष्ट्राच्या राजकारणाची दिशा बदलली.

आपला जनाधार व राजकारण यांच्या माध्यमातून केंद्रीय स्तरावर एक महाराष्ट्रीय नेता म्हणून स्वतःची स्वतंत्र ओळख निर्माण करणारे, दबदबा निर्माण करणारे नेते म्हणून यशवंतराव चव्हाण यांच्यानंतर शरद पवार यांचे नाव निश्चितपणे घ्यावे लागते. बारामती तालुक्यातील काटेवाडी या गावी शेतकरी कुटुंबातील जन्म ते महाराष्ट्राचे मुख्यमंत्री व विविध खात्यांचे केंद्रीय मंत्री हा त्यांचा प्रवास आश्चर्यकारक आणि राजकीय कार्यकर्त्यांसाठी प्रेरणादायी आहे. राजकारण व समाजकारणाचे बाळकडू शरद पवारांना त्यांच्या आईकडून मिळाले असे म्हणता येईल, त्यांच्या आई शारदाबाई पवार या स्वातंत्र्यापूर्वी पुणे जिल्ह्यातील स्थानिक राजकारणात कार्यरत होत्या. संयुक्त महाराष्ट्र चळवळीच्या दरम्यान त्यांच्याकडे चळवळीतील लोक विचार विनिमय करण्यास येत. हा शरदरावांच्या जडणघडणीचा काळ होता. बारामती येथील महाराष्ट्र एज्युकेशन सोसायटीच्या विद्यालयात शालेय शिक्षण, त्या वेळी वाद-विवाद, वक्तृत्व स्पर्धातील यश, क्रीडास्पर्धा, सहली, स्नेहसंमेलने यांच्या आयोजनातील

त्यांचा पुढाकार, त्या काळातच गोवा मुक्ती आंदोलनाला पाठिंबा देण्यासाठी त्यांनी काढलेला मोर्चा या गोष्टींतून त्यांच्यातील नेतृत्वाची चुणूक दिसत होती, त्यांच्यातील नेतृत्वगुणांचा विकास होत होता. पुढे पुण्यातील बृहन्महाराष्ट्र वाणिज्य महाविद्यालयात शिक्षण घेतानाही जनरल सेक्रेटरी (जी. एस.) म्हणून, एक विद्यार्थी नेता म्हणून ते महाविद्यालयीन व विद्यापीठ स्तरावर कार्यरत होते.

महाविद्यालयाच्या समारंभासाठी त्यांनी महाराष्ट्राचे मुख्यमंत्री यशवंतराव चव्हाण यांना आमंत्रित केले होते. त्या वेळी शरद पवारांनी केलेल्या भाषणामुळे यशवंतराव चव्हाण अतिशय प्रभावित झाले. त्यानंतर यशवंतराव चव्हाणांच्या सांगण्यावरून पवारांनी युवक काँग्रेसमध्ये प्रवेश केला आणि येथूनच महाराष्ट्रातील राजकारणात प्रवेश झाला. चव्हाणांनी पवारांच्यातील सुप्त नेता हेरला आणि त्यानंतर शरद पवार त्यांचे शिष्य झाले. त्यानंतर चव्हाणांनी पुणे शहराला दिलेल्या भेटीदरम्यान पवारांना मुद्दाम भेटायला बोलावून त्यांना अनेक वेळा मार्गदर्शन केले. वयाच्या २४व्या वर्षी ते महाराष्ट्र राज्य युवक काँग्रेसचे अध्यक्ष झाले. त्यानंतर यशवंतराव चव्हाणांचा राजकीय वारसदार म्हणून त्यांच्याकडे पाहिले जाऊ लागले. इ. स. १९६६ साली पवारांना युनेस्को शिष्यवृत्ती मिळाली. त्याअंतर्गत त्यांनी पश्चिम जर्मनी, फ्रान्स, इटली, इंग्लंड इत्यादी देशांना भेटी देऊन तेथील राजकीय पक्षांचा आणि त्यांच्या पक्षबांधणी करायच्या पद्धतीचा जवळून अभ्यास केला. ज्याचा उपयोग त्यांना काँग्रेस पक्ष संघटनेत कार्य करताना झाला.

शरद गोविंद पवार हे नाव महाराष्ट्राच्या राजकीय पटलावर १९६७ साली उदयास आले. ज्या वेळी पुणे जिल्ह्यातील बारामतीतून १९६७व्या विधानसभा निवडणुकीतील विजयाने पवारांच्या सार्वजनिक राजकीय आयुष्याला सुरुवात झाली. त्याच वर्षी ते लग्नाच्या बेडीत अडकले. त्यानंतर बारामतीतूनच सलग सहा वेळा ते विधानसभेवर निर्विवाद बहुमताने निवडून गेले. विधानसभा असो की विधानपरिषद असो, लोकसभा असो वा राज्यसभा असो, शरद पवारांचा विजय अनिवार्य होता.

या कालावधीत राजकीय स्थित्यंतरे काही कमी झाली नव्हती. जॉर्ज फर्नांडिस यांनी केलेल्या स. का. पाटील यांच्या पराभवानंतर निवडणुकीच्या राजकारणात कितीही मोठा नेता पराभूत होऊ शकतो, हे अधोरेखित झाले होते. त्या वेळी कामगार चळवळीचा दबदबा, प्रभाव वाढीस लागला होता. लालबहादूर

शास्त्रींच्या निधनानंतर काँग्रेसची सूत्रे इंदिरा गांधी यांच्याकडे गेल्यानंतर अल्पावधीतच काँग्रेस पक्षात राष्ट्रीय पातळीवर गोंधळ निर्माण झाला होता. राष्ट्रीय पातळीवरील राजकारणात ही अशी अभूतपूर्व घुसळण सुरू असताना महाराष्ट्रात बऱ्यापैकी राजकीय स्थैर्य होते. १९७० साली शरद पवार काँग्रेस विधिमंडळ पक्षाचे सरचिटणीस होते. पवारांनाही आमदारकीच्या पहिल्या टर्ममध्ये लाल दिवा मिळाला नव्हता; पण ऐन तारुण्यात त्यांच्याकडे विधानसभेतील फ्लोअर मॅनेजमेंट, सभागृहात मांडावयाच्या भूमिकेच्या संदर्भातील धोरण निश्चितीतील सहभाग, विधिमंडळ पक्षाच्या बैठकांचे नियोजन अशा पडद्यामागील महत्त्वाच्या जबाबदाऱ्या सोपवण्यात आल्या होत्या. या वेळी प्रसारमाध्यमांशी सलोख्याचे संबंध ठेवण्याचे कसब पवारांनी ऐन तारुण्यात, आमदारकीच्या पहिल्या टर्ममध्येच आत्मसात केले होते. त्यासाठी ते अनेकदा विधिमंडळाच्या प्रेसरूममध्ये, प्रसंगी प्रेस गॅलरीत आवर्जून येत असत. पत्रकारांना हवी असलेली माहिती देण्यासाठी तत्पर असत.

१९७२च्या निवडणुकीत विजयी झाल्यानंतर पवारांना गृहराज्यमंत्रिपद मिळाले. मुख्यमंत्र्यांनी स्वतःकडे ठेवलेल्या इतर काही खात्यांचेही राज्यमंत्रिपद पवारांना दिले. या वेळी मंत्रिपद आल्यामुळे शरद पवार यांच्या वागणुकीत कोणताही बदल झाला नाही. पत्रकार आणि प्रशासनासोबतचे त्यांचे संबंध आणखी दृढ झाले. पवारांनी अभ्यासू व तयारी करून सभागृहात येणारा मंत्री ही प्रतिमा अल्पावधीत प्रस्थापित केली. त्याचाच परिणाम म्हणून १९७४ साली पवारांना कॅबिनेट मंत्रिपद आणि शिक्षण खाते मिळाले. त्यानंतर १९७५ साली शंकरराव चव्हाण मुख्यमंत्री झाले. त्यांनी पवारांचे कॅबिनेट मंत्रिपद कायम ठेवताना खाते मात्र बदलले. शिक्षणऐवजी त्यांच्याकडे शेती खाते आले. आणीबाणी संपल्यावर झालेल्या लोकसभेच्या सार्वत्रिक निवडणुकीत काँग्रेसचा दारुण पराभव झाला. त्या पराभवाचे राजकीय पडसाद राज्यातील काँग्रेसच्या अंतर्गत राजकारणात उमटले. वसंतदादा पाटील यांनी मोर्चेबांधणी करून मुख्यमंत्रिपदावरून शंकरराव चव्हाणांना हटवले आणि स्वतः मुख्यमंत्री झाले. या वेळी वसंतदादांनी पवारांचे मंत्रिपद तर कायम ठेवलेच; शिवाय गृहखात्याचा पूर्ण कारभार सोपवला.

आणीबाणीनंतर महाराष्ट्रात काँग्रेसचे वर्चस्व टिकवून ठेवण्याचे काम यशवंतराव चव्हाण, वसंतदादा पाटील यांनी केले. ज्यामुळे सुरुवातीच्या

काळामध्ये महाराष्ट्राच्या राजकारणावर काँग्रेसचे एकहाती वर्चस्व होते. या काँग्रेस वर्चस्वाच्या कालखंडाचा विचार केल्यास इंदिरा गांधीच्या व्यूहरचनेत राज्य पातळीवरील मजबूत नेतृत्वाला स्थान नव्हते. फक्त आपणच श्रेष्ठ आहे, अशा पद्धतीची भावना होती. त्यांनी महाराष्ट्रात मराठा समाजाला दूर ठेवण्याची रणनीती अवलंबली. त्यामुळे १९७८मध्ये काँग्रेस (आय) व काँग्रेस (रेड्डी) असे काँग्रेसचे विभाजन विधानसभेच्या निवडणुकीच्या तोंडावर झाल्याने त्याचा परिणाम काँग्रेसच्या वर्चस्वावर झाला. त्यामुळे १९७८ पासून महाराष्ट्राच्या राजकारणात परिवर्तनाला चालना मिळाली. त्यामुळे काँग्रेसचे राष्ट्रीय व राज्याच्या राजकारणावर वर्चस्व हळूहळू कमी होण्यास सुरुवात झाली.

१९७८ला विधानसभा निवडणुका झाल्या. यात कोणत्याही पक्षाला बहुमत मिळाले नाही. त्या वेळी निवडणुकीनंतर काँग्रेस (आय) आणि काँग्रेस (रेड्डी) एकत्र येऊन सरकार झाले. वसंतदादा मुख्यमंत्री, तर काँग्रेसचे नासिकराव तिरपुडे उपमुख्यमंत्री अशी राजकीय तडजोड झाली. त्या वेळी मात्र वसंतदादांनी पवारांना उद्योग व कामगार खाते दिले. या सरकारच्या वेळी अनेक मतभेद होऊ लागले. काँग्रेसचे नासिकराव तिरपुडे हे यशवंतराव चव्हाण, वसंतदादा पाटील, शरद पवार यांच्याबाबत बेताल वक्तव्य करत असत. ज्याचा परिणाम महाराष्ट्रात राजकीय नेतृत्वामध्ये आणि राजकीय सत्तेत परिवर्तन घडून आले.

सुशीलकुमार शिंदे, प्रतापराव भोसले, गोविंदराव आदिक, विनायकराव पाटील, मराठवाड्यातील सुंदरराव सोळंके आदी निष्ठावंतांच्या मदतीने पवारांनी वसंतदादांच्या मुख्यमंत्रिपदाच्या पदाला धोका निर्माण केला आणि वसंतदादा-तिरपुडे यांचे संयुक्त सरकार शरद पवारांनी पाडले. राजकीय खेळीमध्ये पवारांची भूमिका केवळ सरदाराचा नव्हे, तर सेनापतीचा असण्यावर मोहोर उमटली. त्या वेळी सत्ता संपादनासाठी पवारांनी डाव्या उजव्या अशा भिन्न विचारांच्या नऊ पक्षांची एकत्रित मोट बांधली. त्यात जनसंघपासून समाजवाद्यांपर्यंत साऱ्यांना एकत्र आणले. वास्तविक, त्यापैकी संख्याबळाने सर्वांत छोटा गट पवारांचा होता; पण ही नऊ पक्षांची मोट पवारच नीट सांभाळू शकतील, याबद्दल ज्येष्ठ समाजवादी नेते एस. एम. जोशी यांचा कौल निर्णायक ठरला व शरद पवार पहिल्यांदा मुख्यमंत्री झाले. हे धाडस करताना पवारांनी काँग्रेसच्या हायकमांडची पर्वा केली नाही. किंबहुना, इंदिरा गांधी यांचा रोष पत्करून पवारांनी हे धाडस केले होते. यातील सर्वांत लक्षणीय मुद्दा होता, पवारांच्या तरुण वयाचा. अवघ्या

३७ वर्षीय पवारांच्या नेतृत्वाखाली उत्तमराव पाटील, हशू आडवाणी, सदानंद तथा अनु वर्दे असे दिग्गज काम करण्यास तयार झाले व शरद पवार यांचे शासन महाराष्ट्रात सत्तेवर आले.

शरद पवारांचे हे सरकार 'पुरोगामी लोकशाही दल' (पुलोद) म्हणून ओळखले गेले. तोपर्यंत महाराष्ट्राने कधीही आघाडी सरकारचा प्रयोग अनुभवला नव्हता. आजच्या घडीला अपरिहार्य बनलेल्या आघाडी सरकारच्या प्रयोगाची कोनशिला पवारांनी किती तरी अगोदर रचली होती. याच सरकारमध्ये एन. डी. पाटील, गणपतराव देशमुख यांच्यासारखे दिग्गज नेतेही सहभागी होते. त्याच वेळी मोरारजी देसाई यांच्या नेतृत्वाखालील जनता पार्टी आणि त्यात विलीन झालेल्या जनसंघीयांचे अप्रत्यक्ष आघाडी सरकार मात्र एकात्मभाव टिकवून ठेवण्यात केंद्रात अपयशी ठरत होते. बेदिलीने केंद्रातील सरकारला पुरते प्रासले. दुहेरी सदस्यत्वाच्या मुद्द्यावरून लक्ष्य केले गेलेले मूळचे जनसंघीय पुरते विथरले. व्हायचा तो परिणाम झालाच. १९८० साली देश पुन्हा सार्वत्रिक निवडणुकीला सामोरा गेला. इंदिरा गांधी पुन्हा सत्तेत आल्या. जनता पार्टी नामक बिगर काँग्रेसी सरकारचा जयप्रकाश नारायणप्रणित प्रयोग धुळीला मिळाला. निर्विवाद बहुमताच्या आधारे पुन्हा केंद्रात सत्तेत आलेल्या इंदिरा गांधी यांनी पवारांवरील रोष कृतीतून व्यक्त केला. वास्तविक, पवारांचे 'पुलोद'सरकार नीट चालले होते. पवारांनी सभागृहात बहुमत सिद्ध केल्यानंतरही इंदिरा गांधींनी हे सरकार बरखास्त करून टाकले. 'पुलोद'च्या निमित्ताने महाराष्ट्राने जसा आघाडी सरकारचा प्रयोग पहिल्यांदा पाहिला, तसाच सरकार बरखास्तीचा प्रयोगही प्रथमच अनुभवला आहे. अशा प्रकारे 'पुलोद'शासनाचा शेवट झाला.

असे असले, तरीही शरद पवारांच्या नेतृत्वाखाली पुलोद सरकारच्या कार्यकाळात अनेक महत्त्वाचे धोरणात्मक निर्णय घेतले, की जे आधुनिक महाराष्ट्राचे राजकारण, समाजकारण व अर्थकारण यांना नवीन दिशा देणारे ठरले. यावरून असे म्हणता येईल, की त्यांनी यशवंतराव चव्हाण, वसंतदादा पाटील, शंकरराव चव्हाण आणि वसंतराव नाईक इत्यादींच्या विचारांचा वारसा पुढे सुरू ठेवला. शाहू, फुले आंबेडकरांचा वैचारिक वारसा जतन केला. मुख्यमंत्री झाल्यानंतर शरद पवार यांनी कृषी विकास, पशुपालन, उद्योगधंदे आदींच्या वाढीसाठी अनेक पोषक असे धोरणात्मक निर्णय घेतले म्हणून लोकांनी या 'पुलोद' सरकारच्या धोरणांना व त्यांच्या भूमिकेस पाठिंबा दिला. एकंदरीत

शरद पवारांच्या नेतृत्वातील 'पुलोद' सरकारने त्यांच्या कार्यकाळात अनेक लोकाभिमुख निर्णय घेतले. प्रत्यक्षात अंमलात आणण्याचा प्रयत्नही केला. मात्र, त्यांच्या या कार्याचा सखोल अभ्यास आजपर्यंत झालेला नाही. म्हणून शरद पवारांच्या नेतृत्वाखाली पुलोद सरकारच्या कार्यकाळातील लोकाभिमुख निर्णय व धोरणांचा सखोल व चिकित्सक अभ्यास व्हायला हवा, असे वाटले. हा अभ्यास करताना पुढील काही संकल्पनांचा वापर केला आहे. त्याचा तपशीलही विस्तृतपणे देत आहे.

संयुक्त सरकार

संसदीय लोकशाही शासनव्यवस्थेतील एकापेक्षा अधिक राजकीय पक्षांचे संमिश्र मंत्रिमंडल किंवा संमिश्र कार्यकारी मंडळ. सार्वत्रिक निवडणुकीत जेव्हा कोणत्याही एका राजकीय पक्षास बहुमत प्राप्त होत नाही, तेव्हा अन्य समविचारी पक्ष समान धोरणाच्या तत्त्वावर एकत्र येऊन बहुमत प्रस्थापित करतात आणि त्या पक्षांतील सर्वांत मोठ्या पक्षातील नेत्याची पंतप्रधानपदी निवड करतात. कधी कधी एखाद्या लहान पक्षाच्या नेत्याचीही राष्ट्रीय हिताच्या दृष्टीने निवड केली जाते. देशांमध्ये बहुपक्ष पद्धती असल्यामुळे बऱ्याच वेळा एका राजकीय पक्षाला मिळवणे शक्य होत नाही. अशा वेळेस दोन किंवा अधिक राजकीय पक्ष आपल्यातील मतभेद बाजूस ठेवून राष्ट्रीय हितासाठी एकत्र येतात. आपले स्वतंत्र अस्तित्व कायम ठेवून परस्पर सहकायनि समान धोरणाच्या तत्त्वावर सरकार स्थापन करतात, याला संमिश्र शासन म्हणतात. इंग्रजीतील 'कोअलिशन'या शब्दाचा मूळ लॅटिन शब्द 'कोअलिटस'आहे. त्याचा शब्दार्थ राज्ये किंवा राजकीय पक्षांनी स्वतःचे अस्तित्व कायम ठेवून विशिष्ट उद्दिष्टासाठी संयुक्तपणे कृती करण्यासाठी केलेली आघाडी किंवा युती असा आहे.

नेतृत्व

समूहाचे उद्दिष्ट प्राप्त करण्यासाठी अनुयायी म्हणवल्या जाणाऱ्या लोकांना एकात्मतेने वागण्यास उत्तेजन देणारी ही एक वागण्याची पद्धत आहे. नेतृत्वावर व्यक्तीचे गुणदोष, तिचे स्थान व त्यानुरूप घेतलेली भूमिका यांचा परिणाम होत असला, तरी ते सामान्यतः परिस्थितीनिर्मित असते. नेतृत्वाच्या परंपरागत विचारात शूरत्व किंवा मर्दुमकी हे व यांसारखे सार्वत्रिक गुणविशेष महत्त्वाचे

ठरतात; पण नेतृत्वाचा विचार करताना परिस्थितीचाही विचार महत्त्वाचा असतो. सुप्त, कृतक; तसेच वास्तविक अशा नेतृत्वातील फरकांचा विचार करावा लागतो. त्याचप्रमाणे नेतृत्वाचे तंत्र व भूमिका यांतील भेद, नेतृत्वाची प्रक्षेपित प्रतिमा व अनुयायांचे स्वभाव आणि प्रतिसाद यांचाही अभ्यास आवश्यक ठरतो. समान हितसंबंध किंवा ध्येय असणाऱ्या समूहाचे व व्यक्तीचे परस्परसंबंध नेतृत्वाद्वारे दिग्दर्शित होतात, असे काही लोक मानतात. नेतृत्वाच्या समाजशास्त्रीय व्याख्येतून सामान्यतः अनुवंशिक हक्क, रूढी व साहित्य कला इत्यादी क्षेत्रांतील यश यांच्या आधारे अग्रेसर स्थान मिळवणाऱ्या लोकांना वगळण्यात येते. मॅकियाव्हेली, कार्लाइल यांसारख्या विद्वानांनी एकोणिसाव्या शतकात लिहिलेल्या नेतृत्वावरील प्रबंधात नेतृत्वाच्या कल्पित क्षमतेवर व गुणविशेषांवर भर दिलेला आढळतो. पारंपरिक दृष्टिकोनाचा प्रभाव सैनिकी क्षेत्रात अजूनही टिकून असल्याचे दिसते. तथापि, आधुनिक मानसशास्त्रीय व समाजशास्त्रीय अभ्यासात नेतृत्वातील व्यक्तींच्या व परिस्थितीच्या परस्परसंबंधांवर भर देण्यात येतो. नेतृत्वाच्या अभ्यासात चार गोष्टींचा विचार सामान्यपणे करण्यात येतो.

- नेता त्याची योग्यता, व्यक्तिमत्त्व व अधिकार
- अनुयायी त्यांची योग्यता व अधिकार
- परिस्थिती - जिच्या संदर्भात नेता व अनुयायीसंबंध निर्माण होतात आणि
- गटाचे उद्दिष्ट किंवा कार्य.

राजकीय पक्ष

राजकीय पक्ष म्हणजे राष्ट्राची राजकीय सत्ता प्राप्त करून घेऊन ती वापरण्याच्या उद्देशाने संघटित झालेल्या राष्ट्रातील नागरिकांचा समुदाय होय. राजकीय पक्ष सतराव्या शतकाच्या प्रारंभी उदयास येऊ लागले. प्रजेला मतदान करून बहुमताच्या सामर्थ्यानुसार प्रातिनिधिक राजकीय सत्ता उदयास आल्यानंतरच निर्माण होऊ लागले. नागरिकांच्या अस्पष्ट, सर्वसामान्य इच्छाआकांक्षांना जास्तीतजास्त सुसंवादी रूप देण्याचे काम कार्य सत्तेच्या द्वारे किंवा सत्तारूढ गटाला विरोध करून राजकीय पक्ष करत असतात. संसदीय पद्धती राजकीय पक्षांमध्ये प्रतिबिंबित होत असते. बहुमत मिळवून वा बंड करून म्हणजे सशस्त्र क्रांती करून वा गुप्तकट, फंदफितुरी इ. उपाय वापरून सत्तासंपादनाचा प्रयत्न राजकीय पक्ष करीत असतात, असे राजकीय पक्षाचा इतिहास सांगतो. राजकीय

पक्षांचे दोन प्रकारांत वर्गीकरण करतात. पहिला म्हणजे विशिष्ट, कार्यवाहांचा पक्ष (केडर पार्टी) आणि दुसरा म्हणजे जनसामान्यांचा पक्ष (मास बेस्ड पार्टी) दोन्ही प्रकारचे पक्ष व त्यांची संमिश्र स्वरूपे काम करताना अनेक देशांमध्ये आढळतात.

दृष्टिकोन

दृष्टिकोन ही एक विश्लेषणात्मक पद्धती असून, राजकीय तत्त्वे आणि संकल्पनांचा अभ्यास करण्यासाठी एक बौद्धिक साधन म्हणून दृष्टिकोनाकडे पाहिले जाते. याद्वारे माहिती मिळवणे, माहितीची जुळवणी करणे, माहितीचा अर्थ काढणे व त्यातील एका घटकाचा दुसऱ्या घटकाशी काय संबंध आहे ते तपासणे आणि त्याद्वारे मूल्यमापन करणे, यासाठी दृष्टिकोन उपयुक्त ठरतात. दुसऱ्या महायुद्धानंतर सामाजिक शास्त्रांच्या अभ्यासाचे नवजीवन दृष्टिकोन निर्माण झाले, त्याद्वारे राजकीय व्यवस्थेच्या विविध अंगांचा शास्त्रशुद्ध, सखोल व पद्धतशीर अभ्यास करणे सोयीचे होत आहे.

सामूहिक जबाबदारी

संसदीय शासनव्यवस्थेत मंत्रिमंडळ सामूहिकरीत्या कायदेमंडळास जबाबदार असते. मंत्रिमंडळाच्या बैठकीत निर्णय होताना आपसात मतभेद असतात. ते मंत्रिमंडळ बैठकीत व्यक्त करता येतात; परंतु एकदा मंत्रिमंडळाने घेतलेला निर्णय हा संपूर्ण मंत्रिमंडळाचा एकमुखी निर्णय म्हणून स्वीकारून त्याचे समर्थन करावयाचे असते. त्यासाठी मंत्रिमंडळातील एखाद्या मंत्र्यास जबाबदार धरले जात नाही. या तत्त्वास 'सामूहिक जवाबदारीचे तत्त्व' मानले जाते. संसदीय शासनव्यवस्थेत या तत्त्वाचे फारच महत्त्व आहे.

राज्याच्या धोरणाची मार्गदर्शक तत्त्वे

भारतीय राज्यघटनेच्या चौथ्या विभागातील ३६ ते ५१ या अनुच्छेदांमध्ये या तत्त्वांचा समावेश करण्यात आला असून, राज्यसंस्थेने भविष्यात राज्याची धोरणे ठरवताना ज्या तत्त्वांच्या आधारे ती धोरणे निश्चिती करावयाची त्या तत्त्वांचा समावेश या विभागात करण्यात आला आहे. ही तत्त्वे वेळोवेळी धोरण ठरवताना मार्गदर्शक ठरणारी आहेत. स्वातंत्र्यप्राप्तीनंतर स्वातंत्र्यवीरांची स्वप्ने

साकार करता यावीत, म्हणून उदारमतवादी, गांधीवादी, समाजवादी मूल्यांवर आधारित तत्त्वे यात समाविष्ट असून, त्याद्वारे, स्त्री-पुरुषसमता, लोकांचे राहणीमान उंचावणे, समान नागरी कायदे, सत्तेचे विकेंद्रीकरण, सामाजिक न्यायाचे वातावरण शिक्षणाचा प्रसार, दारूबंदी, आंतरराष्ट्रीय शांतता इ. विषयांचा त्यात समावेश आहे. राजकीय लोकशाहीबरोबर आर्थिक व सामाजिक लोकशाही स्थापण्यासाठी ही मार्गदर्शक तत्त्वे महत्त्वाची आहेत. मात्र, त्यांना कायदेशीर अधिष्ठान म्हणजेच त्यांची अंमलबजावणी झाली नाही, तर त्याविषयी न्यायालयात दाद मागता येत नाही. त्यामुळे त्यांचे स्वरूप नीतितत्त्वांसारखे राहते; परंतु शासनसंस्थेने धोरणे ठरवताना या तत्त्वांची अंमलबजावणी काही प्रमाणात केल्याचे दिसून येते.

धोरणनिश्चिती

ॲपलवीच्या मते, शासनाची एक मध्यवर्ती प्रक्रिया धोरण ठरवणे असून, लोकप्रशासनाचा एक मूलभूत व आवश्यक भाग आहे. शासनाची एखादी कृती ठरवण्यासाठी धोरणाची आखणी करावी लागते. धोरणांच्या साह्याने व्यवस्थापक आपल्या कार्याची आखणी करतात. कायद्याच्या चौकटीत राहून आपली ध्येये गाठण्याचा प्रयत्न करतात. धोरणांमुळे उद्दिष्टांना अर्थ प्राप्त होतो व व्यावहारिक रूप प्राप्त होते. नियम, परंपरा, निर्णय हा शब्द धोरणाच्या बाबतीत समानार्थी वापरला जातो. नियम व धोरण या वेगळ्या बाबी आहेत. शासनास नियम मार्गदर्शन करतात. धोरणांमध्येही हा अर्थ अभिप्रेत असतो; परंतु धोरणापेक्षा नियम अधिक निश्चिती आणि परिदृढ असतात; तसेच कृतीचा स्वीकृत मार्ग म्हणजे रुढी, रुढी विकास पावतात, तर धोरण म्हणजे जाणीवपूर्वक कृतीचा परिणाम असतो. धोरण म्हणजे अनेक संबंधित निर्णयांची एक साखळी होय; तसेच धोरण व कार्यपद्धतीतही भेद आहे. कारण धोरण मूलभूत प्रश्नांशी निगडित असते, तर धोरण प्रत्यक्षात कसे उतरावयाचे याचा मार्ग म्हणजे कार्यपद्धती होय, टेरीच्या मते, व्यवस्थापकाने स्वीकारलेल्या आणि अनुसरलेल्या कृतीचा तोंडी, लेखी अथवा अभिप्रेत मूलभूत मार्गदर्शक म्हणजे धोरण होय. धोरणनिश्चिती एक गतिमान प्रक्रिया असून, बदलती उद्दिष्टे, बदलती परिस्थिती यांच्या संदर्भात बदलणारी क्रिया आहे. अनुभवाच्या आधारे धोरणात बदल करणे हे मूळ धोरण ठरवण्याइतकेच महत्त्वाचे असते.

राजकीय प्रक्रिया

समाजव्यवस्थेतील राजकीय व्यवहारांचा अभ्यास करताना आधुनिक राज्यशास्त्रांत 'राजकीय प्रक्रिया' हा शब्दप्रयोग वापरला जातो. समाजातील व्यक्तींनी केलेल्या राजकीय कृती आणि व्यवहार या राजकीय प्रक्रियेद्वारे स्पष्ट केले जातात. समाजातील राजकीय वर्तन व व्यवहार यांचे परस्परांशी संबंध असतात. त्याचबरोबर या राजकीय संबंधावर समाजातील इतर घटकांचादेखील प्रभाव पडत असतो. म्हणजेच राजकीय कृतीतील परस्परसंबंध, त्यांच्यावरील वाहा घटकांचा प्रभाव ही सातत्याने चालणारी प्रक्रिया असते. राजकीय प्रक्रियेमुळे राजकारणातील कृतींचे निश्चितीकरण करता येते. या राजकीय प्रक्रियेच्या आधारे एकूणच राजकारणाचा शास्त्रीय पद्धतीने अभ्यास करता येऊ शकतो.

सार्वजनिक हित

समाजात व्यक्ती आणि समाज यांचे हितसंबंध वेगवेगळे असतात. समाजाचे हित किंवा सार्वजनिक हित, म्हणजे समाजातील सर्व व्यक्तींचे हित होय. सार्वजनिक हिताचा विचार करताना व्यक्तीची संपत्ती, स्थान प्रतिष्ठा, सत्ता यावाचत भेदभाव किंवा फरक केला जात नाही. सार्वजनिक हितामध्ये समाजातील प्रत्येक घटकाला समान लेखले जाते. व्यक्तिगत हित हे मर्यादित स्वरूपाचे असते. व्यक्तिगत हितामुळे सार्वजनिक हितास बाधा येत असेल, तर सार्वजनिक हिताला प्राधान्य दिले जाते व व्यक्तिगत हित मर्यादित केले जाते.

बऱ्याचदा सार्वजनिक हित व राष्ट्राचे हित एकच मानले जाते; परंतु सार्वजनिक हित कशाला म्हणायचे या बाबतीत, वेगवेगळ्या घटकांत वेगवेगळे प्रवाह असू शकतात. उदा. प्रकल्प सार्वजनिक हितासाठी उभा करणे आवश्यक आहे, असे सत्ताधारी गट मानतो. तर त्यामुळे प्रदूषण निर्माण होईल. पर्यावरणास धोका निर्माण होईल. सार्वजनिक हितास बाधा येईल, असे दुसरा गट मानतो. अशा प्रसंगी सार्वजनिक हित कशात आहे हे ठरवणे अवघड जाते.

सार्वजनिक धोरण

जी धोरणे, नियम कार्यक्रम, शासनाने जनतेच्या दृष्टीने केलेली असतात त्यास

'सार्वजनिक धोरण'असे म्हणता येईल. शासनाने वेळोवेळी केलेले कायदे, अध्यादेश, न्यायालयीन निर्णय, कार्यकारी निर्णय, प्रशासकीय निर्णय इत्यादींचा या धोरणात अंतर्भाव होत असतो. ही धोरणे सर्व जनतेसाठी असतात. या धोरणांच्या पाठीशी व्यापक दृष्टिकोन असतो. या धोरणासंबंधी निर्णय घेताना समाजाचे व देशाचे हित लक्षात घेतले जाते.

या पुस्तकासाठी अभ्यास करताना पुढील संदर्भग्रंथांचा वापर करण्यात आला. या पुस्तकांचा थोडक्यात परिचय आपण पाहू.

महाराष्ट्राचा राजकीय इतिहास / नीता बोकिल

या पुस्तकात महाराष्ट्राचा राजकीय इतिहास मांडताना महाराष्ट्र राज्याच्या राजकीय पार्श्वभूमीविषयक विवेचन केले आहे. १९६० ते १९७२ दरम्यानच्या कालखंडात विविध राजकीय पक्ष, त्यांची भूमिका व निवडणुकीतील कामगिरी याची विश्लेषणात्मक मांडणी केली आहे.

लेखिकेने महाराष्ट्रातील निवडणुकीचे विश्लेषण करताना नेतृत्त्वाचा विकास व राज्यातील मुख्यमंत्री यांच्या कार्याची मांडणी केली आहे. याचबरोबर महाराष्ट्रातील सामाजिक राजकीय चळवळी, त्याचा विकास व त्याची भूमिका; तसेच राजकीय अर्थव्यवस्था, राजकीय विचारप्रणाली व नेतृत्व याचे विवेचन प्रस्तुत संदर्भ ग्रंथामध्ये करण्यात आले आहे.

महाराष्ट्र विधानसभा निवडणुका (१९७८, १९८०,१९८५, १९९०) एक दृष्टिकोन / य. ग. शिंदे

या पुस्तकात लेखक य. ग. शिंदे यांनी दोन भागांमध्ये अभ्यास केला आहे. पहिल्या भागामध्ये महाराष्ट्राच्या राजकीय इतिहासाची विभागवार व जिल्हानिहाय थोडक्यात मांडणी केलेली आहे. १९७८, १९८०,१९८५, १९९० साली झालेल्या विधानसभा निवडणुकीतील मतदारसंघांची विभागनिहाय व जिल्हानिहाय निवडणूक आकडेवारी दिलेली आहे.

महाराष्ट्राच्या विधानसभा निवडणुकीमध्ये काँग्रेस, जनता दल, शिवसेना, भारतीय जनता पार्टी, शेतकरी कामगार पक्ष इत्यादी राजकीय पक्षांचा व अपक्षांची निवडणुकीतील कामगिरी; तसेच त्यांची निवडणुकीनंतर सत्तास्थापनेतील भूमिका याचा विश्लेषणात्मक आढावा घेतला आहे.

आधुनिक महाराष्ट्राचे राजकारण / व. स. सिरसीकर

या पुस्तकात १९६०-२०००पर्यंतच्या महाराष्ट्रातील राजकारणाचे स्वरूप आणि महाराष्ट्राच्या राजकारणाचे बदलते स्वरूप याचे विश्लेषण केले आहे. महाराष्ट्रातील काँग्रेसचे राजकारण कशा प्रकारे शहरी व उच्चशिक्षित मध्यम वर्गाकडे फिरत होते, महाराष्ट्रातील सामाजिक व आर्थिक घटकांचा महाराष्ट्राच्या राजकारणावर कसा प्रभाव पडला, महाराष्ट्राची राजकीय संस्कृती कशी आहे, राजकीय सामाजिकरण आणि राजकीय भरतीचे स्रोत कोणते आहेत; तसेच महाराष्ट्राच्या राजकारणावर मराठा जातीचा कसा प्रभाव पडला आहे व पुढील काळामध्ये कशा प्रकारचे राजकारण असेल याविषयी भाकीत केलेले आहे. महाराष्ट्रातील राजकीय घडामोडी व त्याचे परिणाम याचे सटीक विश्लेषण करण्यात आले आहे.

लोकनेते शरद पवार / राम कांडगे

उपरोक्त संदर्भग्रंथात शरद पवार यांचा जन्म व बालपणापासून ते त्यांच्या आतापर्यंतचा जीवनप्रवास मांडला आहे. लेखकाने शरद पवार यांची नेतृत्वक्षमता याबद्दल व त्यांचा राजकारणातील प्रवास याविषयी विश्लेषण केले आहे; तसेच शरद पवार यांनी राजकारणात घेतलेले निर्णय, त्या निर्णयाचे परिणाम; तसेच त्यांच्या नेतृत्वाखाली स्थापन केलेले पुरोगामी लोकशाही दलाचे शासन, त्याची गरज याचे विवेचन केले आहे. त्याचप्रमाणे राजकारणात घेतलेल्या निर्णयामागील कारणांचा शोध यात मांडला आहे. एकूणच शरद पवार यांच्या राजकीय कारकिर्दीचा व त्यांनी केलेल्या कार्याचा आढावा या ग्रंथात घेतला आहे.

महाराष्ट्रातील शिवसेना: वाढ आणि तिचा महाराष्ट्रातील राजकारणावरील प्रभाव (१९६६-१९९९) / रवींद्र रवींद्र /पीएचडी शोधप्रबंध, शिवाजी विद्यापीठ, कोल्हापूर, डिसेंबर २००२ (अप्रकाशित) या शोधप्रबंधामध्ये भारतातील राजकीय पक्षांचा विकास, प्रादेशिक पक्ष व शिवसेनेचा उदय, शिवसेनेचा पश्चिम महाराष्ट्र, विदर्भ, मराठवाडा व कोकणात झालेला प्रसार, हिंदुत्ववादी आघाडी आणि तिचे निवडणुकीतील यश १९८७-१९९१, शिवसेना-भाजप युतीचे यशापयश, विरोधी पक्षापासून ते सत्ताधारी पक्षापर्यंत शिवसेनेची झालेली वाटचाल, १९६६ ते १९९६ या काळात लोकसभा,

विधानसभा व महानगरपालिका निवडणूकीतील शिवसेनेचे यशापयश व शिवसेनेचा महाराष्ट्राच्या राजकारणावरील प्रभाव यांचे विस्तृत विवेचन प्रस्तुत शोधप्रबंधामध्ये संशोधकाने केलेले आहे.

भारतातील राज्याचे राजकारण / दिवाण मोहन, देवधर जयंत, दिवाण विवेक

या ग्रंथात भारतातील राज्याच्या राजकारणाचे स्वरूप व बदलते दृष्टिकोन, जात संस्कृती, धर्म व दारिद्र्य या घटकांवर राज्याचे राजकारण कशा प्रकारे आधारलेले आहे, याचे विस्तृत विवेचन केले आहे. प्रादेशिक पक्षांचा वाढता प्रभाव, विकासाच्या प्रक्रियेवर त्याचा होणारा चांगला वाईट परिणाम, प्रादेशिक अस्मितेचे राजकारण, राष्ट्रीय राजकारणाचा राज्यातील राजकारणावर होणारा परिणाम, प्रादेशिक असमतोल, सीमावाद, पूर्वोत्तर राज्यांचे राजकारण, पंचायतराज व्यवस्था, पंचायतराज व्यवस्थेचा राज्याच्या राजकारणावर झालेला परिणाम आणि ७३ व्या, ७४व्या घटनादुरुस्तीचा लोकशाहीच्या विकेंद्रीकरणाच्या प्रक्रियेवर झालेला परिणाम या सर्व घटकांचे विस्तृत विवेचन या ग्रंथात केले आहे.

समकालीन भारतीय राजकारण (काँग्रेस वर्चस्व ते हिंदू जमातवाद) सुहास पळशीकर

या ग्रंथात भारताच्या राजकारणात काँग्रेस पक्ष एक महत्त्वाचा राजकीय पक्ष म्हणून कसा राहिला, नव्वदीच्या दशकानंतर भारताच्या राजकारणात काँग्रेसचा प्रभाव कसा कमी होत गेला, नव्वदीच्या दशकानंतर पक्षीय स्पर्धेचे स्वरूप बदलून कोणकोणत्या नवीन राजकीय शक्ती उदयास आल्या याचे विस्तृत विवेचन केले आहे. जागतिकीकरणानंतर राजकारणात कशा प्रकारे परिणाम होऊ लागले व त्याचे लोकशाही व्यवस्थेवर कशा प्रकारे परिणाम होऊ लागले, याचा विस्तृत आढावा घेण्यात आलेला आहे. भारतीय राज्यघटनेचा विकास होत गेला, भारतीय राजकारण हे काँग्रेस व्यवस्था ते जमातवाद यामध्ये कसे फिरते आहे, गेल्या अर्धशतकातील लोकशाहीच्या जनवादी अविष्काराचे क्षण कोणते आणि लोकशाहीचे अपहरण क्षण कोणते किती आहेत, याचे विस्तृत विवेचन केले आहे. प्रादेशिकता व जात या दोन घटकांभोवती असणाऱ्या

भारतीय राजकारणाची कोणती वैशिष्ट्ये आहेत, समकालीन जातीव्यवस्था कशा प्रकारची आहे, तिचे स्वरूप कशा प्रकारचे आहे, नवीन आर्थिक धोरणामुळे जुनीच आव्हाने कशा प्रकारे नव्याने समोर आलेली आहे,भांडवलशाही वर्ग व कामगार वर्ग यांच्यातील स्पर्धा कशा प्रकारची आहे; तसेच जमातवाद, धर्मनिरपेक्षता आणि लोकशाही पुढील आव्हाने कशा प्रकारची आहेत. बहुजन समाज आणि त्याच्याभोवती फिरणारे राजकारण, भारतीय राजकारणाची नवी मध्यभूमी बहुसंख्यावाद, धार्मिकता आणि जमातवाद यावर कशी अवलंबून आहे याबाबत विस्तृत विवेचन केलेले आहे.

महाराष्ट्राचे राजकारण व राजकीय प्रक्रियेचे स्थानिक संदर्भ / सुहास पळशीकर, नितीन बिरमल

या संदर्भग्रंथामध्ये महाराष्ट्रातील स्थानिक राजकारणाचा अभ्यास करण्यात आलेला आहे. यामध्ये १९९०च्या राजकारणात महाराष्ट्रातील काँग्रेसची घसरण आणि भाजप-शिवसेनेचा वाढता प्रभाव याचे विवेचन केलेले आहे. या ग्रंथात प्रामुख्याने १९९०नंतरच्या राजकारणाचा ऊहापोह करण्यात आलेला आहे. त्याचबरोबर १९६०नंतरच्या लोकसभा निवडणुकांचा अभ्यास करण्यात आलेला आहे; तसेच स्थानिक राजकारणाचा लोकसभा निवडणुकांवर झालेला परिणाम स्पष्ट करण्यात आलेला आहे. एकंदरीत लोकसभा निवडणुका व राजकीय पक्षांची भूमिका यांचे विवेचन करण्यात आलेले आहे.

महाराष्ट्रातील सत्तासंघर्ष, राजकीय पक्षांची वाटचाल / सुहास पळशीकर, सुहास कुलकर्णी

यात महाराष्ट्रातील राजकीय पक्षांच्या वाटचालीचा ऊहापोह केलेला आहे. राजेश्वरी देशपांडे, नितीन बिरमल, सुहास पळशीकर, प्रकाश पवार, सुहास कुलकर्णी, विवेक घोटाळे, अभय दातार यांनी महाराष्ट्रातील राजकीय पक्षांचे विवेचन केलेले आहे. या संशोधनामध्ये स्थानिक राजकारणाचा राष्ट्रीय राजकारणावर कशा प्रकारे प्रभाव पडलेला आहे, हे लोकसभा निवडणुकांच्या माध्यमातून स्पष्ट केलेले आहे. या संशोधनामध्ये महाराष्ट्रातील लोकसभा निवडणुका व राजकीय पक्षांची वाटचाल याचे विवेचन करण्यात आलेले आहे.

महाराष्ट्राचे राजकारण (राजकारण प्रक्रियेचे स्थानिक संदर्भ) सुहास पळशीकर, नितीन बिरमल

राज्यपातळी, विभागीय पातळी व स्थानिक पातळी अशा तीन स्तरांवर १९९७ पूर्वीच्या महाराष्ट्राच्या राजकारणाचे विश्लेषण या संदर्भग्रंथात केले आहे. त्याचबरोबर १९९५-९६नंतरचे नवीन राजकीय प्रवाह, २००१-२००२मध्ये झालेल्या स्थानिक शासनाच्या निवडणुका, विभाग, जिल्हा व स्थानिक पातळीवरच्या आर्थिक हितसंबंधाची साखळी कशा प्रकारे आहे, यांची मांडणी केलेली आहे. दोन्ही काँग्रेसमधील संघर्ष व महाराष्ट्राचे राजकारण यांचेही विस्तृत विवेचन केले आहे. कोकण, विदर्भ, मराठवाडा, उत्तर महाराष्ट्र, पश्चिम महाराष्ट्र अशा सर्व राजकीय विभागांतील निवडणुकांचे व निवडणुकांच्या राजकारणाची विस्तृत मांडणी केलेली आहे.

महाराष्ट्राचे शासन व राजकारण / रविकिरण साने, नीलिमा साने

या ग्रंथामध्ये लेखकांनी गेल्या ५० वर्षांतील राष्ट्रीय पातळीवर घडलेल्या घटना, राष्ट्रीय पक्षाची मोडतोड व पुनर्गठन, समाजवादाकडून जागतिकीकरणाकडे झालेला भारतीय अर्थराजकारणांचा प्रवास, मंडळ आयोग या बाबीचा महाराष्ट्राच्या राजकारणावर कशा प्रकारे परिणाम झाला; तसेच स्वातंत्र्यपूर्वी काँग्रेस पक्षाचे वर्चस्व व महाराष्ट्राच्या निर्मितीनंतर १९७६पर्यंत काँग्रेस पक्षाचे वर्चस्व का टिकून होते व नंतर काँग्रेसचा प्रभाव कशा प्रकारे कमी होत गेला, इतर पक्षांनी दिलेला शह व निवडणुकीतील यश अपयश आणि १९६०मध्ये असलेले छोटे पक्ष आज काळहीन का झाले व शिवसेना भाजपसारखा नवा हिंदुत्ववादी विचार सत्तेवर येण्यास प्रवळ कसा झाला, एक पक्षीय राजवटीकडून बहुपक्षीय आघाड्यांचा महाराष्ट्रात राजकारणाचा प्रवास कसा सुरू झाला, याबाबत ग्रंथात विस्तृतपणे मांडणी केलेली आहे.

संयुक्त महाराष्ट्राचे महामंथन / लालजी पेंडसे

या पुस्तकामध्ये १९५२, १९५७, १९६२च्या सार्वत्रिक लोकसभा निवडणुकांचे विवेचन करण्यात आलेले आहे. यामध्ये सातारा जिल्ह्यातील राजकीय परिस्थितीचा थोडक्यात उल्लेख करण्यात आलेला आहे. महाराष्ट्रातील राजकीय परिस्थितीचा आढावा घेत असताना पश्चिम महाराष्ट्राचा व पश्चिम महाराष्ट्रातील

राजकीय परिस्थितीचा उल्लेख केलेला आहे. १९५२, १९५७च्या लोकसभा निवडणुकांचे विवेचन केलेले आहे; तसेच १९६०मध्ये संयुक्त महाराष्ट्राची निर्मिती झाली. १९६२मध्ये संयुक्त महाराष्ट्रातील पहिली लोकसभा निवडणूक झाली. १९५२ ते १९६२पर्यंतच्या लोकसभा निवडणुका व राजकीय स्थितीचा अभ्यास केलेला आहे.

भारतीय राजकारण आणि नेतृत्वाची वाटचाल / प्रकाश पवार

या संदर्भग्रंथामध्ये लेखक प्रकाश पवार यांनी भारतामध्ये सामाजिक आणि आर्थिक परिस्थितीतून नेतृत्व घडत जाते, त्यामुळे नेतृत्वाला सामाजिक अर्थ असतो. येथे जात, धर्म, भाषा, वंश हे मुद्दे नेतृत्व निश्चित करतात; तसेच त्याच्या नेतृत्वाला अधिमान्यता मिळत असते, याबाबतीत सविस्तर मांडणी केली आहे. भारतातील काळानुसार नेतृत्वाच्या विविध प्रारूपांची चर्चा करण्यात आलेली आहे. पंडित नेहरू, न्या. रानडे, डॉ. आंबेडकर, महात्मा गांधी, वि. दा. सावरकर यांच्या नेतृत्वाची मांडणी केली आहे. न्या. रानडे, महात्मा गांधी, पंडित नेहरू आणि कुमारस्वामी कामराज यांच्या नेतृत्वामधून सामूहिक नेतृत्व संकल्पना, लालूप्रसाद आणि नितीश कुमार, सिद्धरामय्या, यशवंतराव चव्हाण यांच्या नेतृत्वामध्ये सामूहिक हिताची जाणीव व समूहाच्या हिताची मांडणी याबाबत विवेचन केले आहे. या संदर्भग्रंथाच्या माध्यामातून सामूहिक नेतृत्व आपण हुकूमशहा नाही, अशी भूमिका मांडत असते, तर सामूहिक नेतृत्वाची संकल्पना मांडणारे नेतृत्व लोकशाही विचारांशी सुसंगत अशी भूमिका घेत असते. भारतामध्ये सर्वसाधारणपणे सामूहिक नेतृत्व ही संकल्पना लागू होणारी आहे, तर हुकूमशाही नेतृत्व ही संकल्पना सातत्याने नाकारली गेली आहे, याचाही आढावा घेतला आहे.

The Role of Congress party an Assessment: A study Based on Manifestos (1952-1991)/

Shivaji Patil / M.Phil, Shivaji University, Kolhapur, 1994 या शोधप्रबंधात राष्ट्रीय काँग्रेस पक्षाच्या जाहीरनाम्याचा अभ्यास केला आहे; तसेच १९५२ ते १९९१ दरम्यान राष्ट्रीय काँग्रेस पक्षात होणारे बदल, निवडणुकीतील कामगिरी याबद्दल मांडणी केली आहे. राष्ट्रीय काँग्रेस पक्षाच्या

जाहीरनाम्यात वेळोवेळी होणारे बदल व त्याची भूमिका यांचे विश्लेषण केले आहे. या पक्षाच्या जाहीरनाम्याचा निवडणुकीवर पडणारा प्रभाव व त्यातून निर्माण होणारे सत्ताकारण याचा चिकित्सक अभ्यास केला आहे.

Party Competition in Indian Seats / PalshikarSuhas, K. C. Suri, Yogendra Yadav

या संदर्भग्रंथात लेखकांनी भारतातील पक्षीय स्पर्धा कशा पद्धतीची आहे, याचे विस्तृत विवेचन केले आहे; तसेच पक्षीय नेतृत्व कशा पद्धतीचे आहे, त्यात होणारे बदल; तसेच या नेतृत्वाबाबतची जनमानसात प्रतिमा आणि नेतृत्वाचा निवडणुकीतील प्रभाव याचे विश्लेषण केले आहे. भारतीय राजकारणात राष्ट्रीय काँग्रेस पक्ष सर्वांत मोठा पक्ष असून, त्याचा प्रभाव सुरुवातीच्या काळात भारतात होता. या पक्षाच्या वर्चस्वालाभाजप, शिवसेना व इतर पक्ष कशा पद्धतीने आव्हान देतात; तसेच यातून निर्माण झालेली सत्ता स्पर्धा कशा पद्धतीने राजकीय घडामोडीचे स्वरूप धारण करते याबाबत विस्तृत विवेचन केले आहे.

'पुलोद' सरकारची स्थापना ही महाराष्ट्राच्या राजकारणाला कलाटणी देणारी घटना आहे. या सरकारच्या स्थापनेत शरद पवार यांची भूमिका, त्या काळातील राजकारण व 'पुलोद' शासनाच्या काळात शरद पवार मुख्यमंत्री असताना केलेल्या कार्याची सकारात्मक व नकारात्मक पैलूंचा अभ्यास झाला नाही; तसेच पुरोगामी लोकशाही दलाच्या स्थापनेत शरद पवारांचे नेतृत्व किती प्रभावी होते, महाराष्ट्राच्या राजकारणात पुलोद शासनाची निर्मिती व त्यांची कार्यप्रणाली व भूमिका या विषयावर सखोल संशोधन न झाल्याने आणि हा विषय या पद्धतीने कोणी हाताळण्याचा प्रयत्न केला नाही. यामुळे 'शरद पवार आणि 'पुलोद'चा प्रयोग' या विषयाच्या अनुषंगाने केलेला हा अभ्यास हीच उणीव दूर करण्याचा प्रयत्न आहे.

या सरकारच्या स्थापनेत शरद पवार यांची असलेली महत्त्वपूर्ण भूमिका, 'पुलोद' शासनाच्या काळात शरद पवार मुख्यमंत्री असताना त्यांनी महाराष्ट्राच्या राजकारणाला दिलेली वेगळी दिशा, या घटनेची सकारात्मक आणि नकारात्मक बाजू, 'पुलोद' सरकारच्या काळामध्ये घेतले गेलेले महत्त्वपूर्ण, विधायक आणि विकासात्मक निर्णय, पुरोगामी लोकशाही दल शासनाच्या काळात महाराष्ट्राच्या राजकीय, सामाजिक, आर्थिक, सांस्कृतिक, कृषी आणि शिक्षण क्षेत्रासाठी शरद

पवार यांचे नेतृत्व किती प्रभावी ठरले अशा महत्त्वाच्या बाबींवर या पुस्तकात प्रकाश टाकण्यात आला आहे. संबंधित विषयावर सखोल संशोधन न झाल्यानं त्यावर प्रकाश टाकणे, हाही या पुस्तकाचा हेतू आहे.

शरद पवार यांच्या नेतृत्वाचा विचार करताना त्यांची कौटुंबिकता, त्यातला सहभाग, बालपण, शालेय व महाविद्यालय जीवन, पक्षीय राजकारण याचाही आढावा यात घेतला गेला आहे; तसेच पक्ष संघटना व त्यातील विविध जबाबदारी यातून नेतृत्व विकास कसा झाला, याही बाबी ठळकपणे नोंदवल्या गेल्या आहेत. महाराष्ट्राच्या राजकारणात पुरोगामी लोकशाही दलाच्या निर्मितीमागच्या पार्श्वभूमीचेही चिकित्सक वर्णन यात केलेले आहे. त्याचा दूरगामी परिणाम महाराष्ट्राच्या राजकारणावर काय झाले याचाही धांडोळा घेण्यात आला आहे.

हा अभ्यास करताना वैचारिक ग्रंथ, शासकीय व निमशासकीय प्रकारची वृत्तपत्रे, प्रकाशित व अप्रकाशित पत्रके, शोधप्रबंध, शोधनिबंध, भाषणे, मुलाखती इत्यादींचा उपयोग केला आहे.

अनुक्रम

प्रकरण १

शरद पवार यांच्या नेतृत्वाचा उदय

आधुनिक महाराष्ट्राचे राजकारण आणि समाजकारण ज्यांच्या नावाशिवाय पूर्ण होऊ शकणार नाही असे पद्मविभूषण शरद पवार यांनी लोकसभा, राज्यसभा, विधानसभा आणि विधान परिषद अशा चारही सभागृहांचे सदस्यपद भूषवलेले आहे. शरद पवार हे सर्व प्रकारच्या खेळपट्ट्यांवरील अष्टपैलू व्यक्तिमत्त्व आहेत. त्याचबरोबर शेती, कष्टकरी समाज, पाणी अशा ग्रामीण भागांतील मूलभूत समस्यांची मुद्देसूद मांडणी करून त्या सोडवण्यासाठी शरद पवार यांनी सातत्याने प्रयत्न केले आहेत.

ध्येयनिष्ठा, तत्त्वनिष्ठा, साधेपणा जपून जनतेशी बांधिलकी जपणारे शरद पवार हे नवीन पिढीला मार्गदर्शक ठरणारे दीपस्तंभआहेत. शरद पवारांची वाटचाल पूर्वार्धात अनुकूल आणि उत्तरार्धात काहीशी प्रतिकूल परिस्थिती अशी राहिली होती. हर्ष-खेद व अनेक प्रकारची संकटे बाजूला ठेवून हा नेता आजतागायत खंबीरपणे उभा असलेला दिसतो. बेछूट आरोपांना तोंड देण्याचे अनेक प्रसंग आले, तरी ना त्यांचे संघटन कौशल्य ढळले, ना द्रष्टेपण. त्यांच्या राजकीय कारकिर्दीच्या परमोच्च बिंदूवर त्यांच्या नावामागे अनेक विशेषणे लागली. 'जाणता

राजा'हे त्यापैकीच एक विशेषण आहे. हे बिरुद लागण्यापूर्वीचा आणि तेव्हापासून आजवरचा त्यांचा राजकीय प्रवास विलक्षण आहे. त्यात संघर्ष, वाद, वादळेही आहेत. अभिमानाचे असंख्य क्षण आहेत. अपमानाचे अपवादात्मक का होईना, प्रसंग आहेत. उदारमतवादी अंतःकरणाचे दाखले आहेत. कलासक्त मनाची साक्ष देणाऱ्या, विशाल सहिष्णूतेचा परिचय देणाऱ्या घटनाही आहेत. प्रशासकीय कठोरतेचे अनुभव आहेत. जागतिक नेटवर्किंगचा वस्तुपाठ आहे, तितकाच इथल्या मातीशी असलेल्या घट्ट नात्याचा गंध आहे. स्वाभिमानाचा अहंकार आहे आणि राजकीय लवचिकतेचे परिमाण ही शरद पवारांच्या नेतृत्वाच्या विकासात दिसून येतो.

शरद पवार यांच्या नेतृत्वाचा उदय हा विषय मांडताना नेतृत्व ही संकल्पना नेमकी काय आहे, याचा विचार करणे क्रमप्राप्त ठरते.'नेतृत्व'व'राजकीय'या दोन्ही संकल्पनांचा वेगवेगळा विचार केला. तरी राजकीय या व्यापक संज्ञेमुळे नेतृत्व या संकल्पनेला एक वेगळी दिशा प्राप्त झाली आहे. नेतृत्व हे राजकीय आहे अथवा गैरराजकीय आहे असा स्पष्टपणे फरक करणे सोपे नाही. कित्येक वेळा आर्थिक, धार्मिक, शैक्षणिक तथा सांस्कृतिक अशा अनेक क्षेत्रांतील व्यक्तींना निवडणुकीसाठी उभे राहण्यास राजकीय पक्षांची तिकिटे (उमेदवारी) मिळतात. त्यांच्या क्षेत्रातील लोकप्रियतेमुळे ते निवडून येतात व ते राजकीय नेतृत्व (पुढारी) बनतात. यावरून नेता अथवा पुढारी हा शब्द सर्वसामान्य अर्थाने'राजकीय नेतृत्वासाठी'वापरला जातो.'नेतृत्व'ही संज्ञा देखील अपरिमित आहे. कारण प्राचीन काळामधल्या राजापासून ते वर्तमान काळातील राजनेत्यापर्यंत सर्वांचा यामध्ये समावेश होतो.

समूहाचे उद्दिष्ट प्राप्त करण्यासाठी अनुयायी म्हणवल्या जाणाऱ्या लोकांना एकात्मतेने वागण्यास उत्तेजन देणारी ही एक वागण्याची पद्धत आहे. नेतृत्वावर व्यक्तीचे गुणदोष, तिचे स्थान व त्यानुरूप घेतलेली भूमिका यांचा परिणाम होत असला, तरी ते सामान्यतः परिस्थितीनिर्मित असते. नेतृत्वाच्या परंपरागत विचारात शूरत्व किंवा मर्दुमकी हे व यांसारखे सार्वत्रिक गुणविशेष महत्त्वाचे ठरतात; पण नेतृत्वाचा विचार करताना परिस्थितीचाही विचार महत्त्वाचा असतो. सुप्त, कृतक; तसेच वास्तविक अशा नेतृत्वातील फरकांचा विचार करावा लागतो. त्याचप्रमाणे नेतृत्वाचे तंत्र व भूमिका यांतील भेद, नेतृत्वाची प्रक्षेपित प्रतिमा व अनुयायांचे स्वभाव आणि प्रतिसाद यांचाही अभ्यास आवश्यक ठरतो. समान

हितसंबंध किंवा ध्येय असणाऱ्या समूहाचे व व्यक्तीचे परस्परसंबंध नेतृत्वाद्वारे दिग्दर्शित होतात, असे काही लोक मानतात. नेतृत्वाच्या संदर्भात लाओ त्सु, माओवादाचे प्रवर्तक यांच्या मते, खरा नेता कोणता? तर ज्याचे अस्तित्व लोकांना जाणवतही नाही, तरीही त्याने हातात घेतलेले काम पूर्ण होते. त्याचे ध्येय पूर्ण होते अन् लोक म्हणतात, हे काम तर'आम्ही'केले; तसेच मॅक्स डी. प्री. या ख्यातनाम अमेरिकी व्यावसायिक व लेखकाच्या मते कोणत्याही नेत्याची पहिली जबाबदारी म्हणजे वस्तुस्थितीची जाणीव करून देणे अन् शेवटची जबाबदारी म्हणजे आभार मानणे. या दोन गोष्टींच्या मधल्या काळात नेत्याचे वर्तन एखाद्या सेवकासारखेच हवे.

ख्यातनाम लेखक व द लीडरशिप इन्स्टिट्यूट ऑफ युनिव्हर्सिटी ऑफ सदर्न कॅलिफोर्नियाचे संस्थापक-अध्यक्ष वॉरन बेनिस यांच्या मते एखादे स्वप्न प्रत्यक्षात उतरवण्याची क्षमता म्हणजे नेतृत्व. नेतृत्वासंदर्भातली सर्वांत भयंकर दंतकथा म्हणजे नेता जन्मजात असतो. जणू काही नेता होणे ही काही तरी आनुवंशिक बाब असते. हे झूठ आहे. प्रत्यक्षात नेता जन्मजात नसून, तो घडवला जातो-घडतो. महात्मा गांधींच्या मते नेतृत्व शारीरिक सामर्थ्यावर अवलंबून असते, असे मला वाटायचे; पण प्रत्यक्षात नेतृत्व अनेक लोकांना तुम्ही सांभाळून कसे घेता यावर अवलंबून असते.

प्रत्येक क्षेत्रात नेतृत्व हा मूलभूत स्वरूपाचा महत्त्वपूर्ण घटक असून, त्याचे सर्वदूर व्यापक संबंध दिसून येतात. प्रत्येक क्षेत्रात प्रभावी व्यक्तिमत्त्व (नेता) व त्यांना मानणारी दुय्यम व्यक्तिमत्त्वे (अनुयायी) यांच्या परस्पर संबंधांवर विविध संस्था विकसित होताना दिसतात. विविध सामाजिक शास्त्रांच्या आणि विशेषतः राजकीय मानसशास्त्राच्या विकासाबरोबर नेतृत्व या विषयावर सर्वांगीण प्रकाश पडत असून, त्यामधून राजकीय नेतृत्वाच्या अध्ययनाचे विशाल दालन खुले झाले आहे. म्हणूनच सेलिंगमन या विचारवंताने,'नेतृत्वाद्वारे राजकारण हे आधुनिक काळाचे ठळक वैशिष्ट्य होय,'असे म्हटले आहे. जॉर्ज एच. सेबाईनच्या मताप्रमाणे, कलाकार ज्याप्रमाणे मातीला वळण देतो. तसे नेते लोकांना वळवतात. याप्रकारे नेतृत्व या संकल्पनेबद्दल एकमत नाही. नेतृत्व महान मानव किंवा अवतारधारी नसते, नेतृत्वामध्ये मैत्रीपूर्ण वाटाघाटी, तीव्र राजकीय संघर्ष, हितसंबंधाचे दावे, अस्मितांचे विविध रंग, सत्तावाटपाच्या निःपक्षपाती वाटाघाटी, अनुयायांच्या संघटनासाठी लक्षवेधक कार्यक्रम, सत्तेचा तीव्र संघर्ष असतो. नेतृत्वाच्या

पुढीलप्रमाणे व्याख्या दिसून येतात. या व्याख्यांमध्ये देखील भिन्नता आढळते. जितके विचारवंत, तितक्या व्याख्या आहेत. जेम्स मॅक ग्रागर बन्सने अशा १३० व्याख्यांचा उल्लेख केला आहे. त्यातल्या प्रमुख व्याख्या अशा,

नेतृत्व म्हणजे अशी व्यक्ती, जी समूहाला निर्देश देते, आज्ञांकित करते अथवा प्रमुख म्हणून मार्गदर्शन करते.

– **वेबस्टर (Webster's)**

स्वतःच्या व्यक्तिगत गुणांच्याद्वारे तथा त्याला प्राप्त होणाऱ्या साधन स्रोत यांच्यावरील नियंत्रणामुळे जो समूहातील लोकांना प्रायोजित तथा प्रोत्साहित करून त्यांच्या वर्तनाला प्रभावित करू शकतो त्याला ढोबळमानाने'नेता'म्हणता येते. तर'नेतृत्व'म्हणजे अशी पद्धती, की जिच्यामध्ये पुढारी विशिष्ट संदर्भात आपल्या शैलीद्वारे प्रभाव तथा शक्तीचा उपयोग करतात.

– **मॅक्स वेबर**

समूहाचे उद्दिष्ट प्राप्त करण्यासाठी अनुयायी म्हणवल्या जाणाऱ्या लोकांना एकात्मतेने वागण्यास उत्तेजन देणारी ही एक वागण्याची पद्धती आहे.

– **लॉर्ड (मराठी विश्वकोश)**

कार्यवादाच्या आधारावर सार्वजनिक धोरण ठरवणाऱ्या व्यक्ती (Public policy) म्हणजे नेतृत्व व पुढे समस्या सोडवतात ते नेतृत्व अशी व्याख्या केली आहे.

– **ॲबिएल आल्मंड**

निर्णय घेण्याच्या प्रक्रियेला नेतृत्व म्हणतात. अर्थात राजकीय नेतृत्वात योग्यता, संसुचन व उद्देश या तीन घटकांना महत्त्व असून, त्यांच्या परस्परावरील क्रिया प्रतिक्रियातून नेतृत्व साकार होते.

– **रिचर्ड सी स्नीडर व पेग**

अनुयायामध्ये आत्मविश्वासाची भावना निर्माण करण्याची क्षमता, आपले उद्दिष्ट योग्य असल्याची जाणीव सहकाऱ्यांच्या मनात निर्माण करण्याचे सामर्थ्य, सामुदायिकरीत्या व उद्दिष्टांच्या दिशेने कार्य करण्याची धडाडी या सर्वांचा अर्थ म्हणजे नेतृत्व.

– गर्गे, भारतीय समाजविज्ञान कोश

नेतृत्व हा व्यवसाय आहे. यशस्वी नेता अधिकाधिक सत्तेची साधने पैसा बळ, संस्था, प्रसार माध्यमे वगैरे जमा करतो व त्याचा कुशलतेने वापर करतो; तसेच विरोधकांची साधने प्रभावहीन करतो.

– बेले एफ. जी.

राजकारणी व्यक्ती अपघाताने नेते होत नसतात, तर त्यांच्याकडे काही दुर्मिळ व असामान्य गुण असतात. विविध क्षेत्रांत आणि विभिन्न स्तरांवर बदल घडवून आणण्याचे नेतृत्व एक साधन आहे. लोकशाही व्यवस्थेत नेतृत्वाची सक्षमता त्यांच्या अनुयायाकडून मिळणारा प्रतिसाद व सहकार्य यावर अवलंबून असते. नेता अनुयायी व तत्कालीन परिस्थिती यांत घडलेल्या प्रतिक्रियेमधून नेतृत्व निर्माण होते. म्हणून नेतृत्व ही व्यक्ती नसून, प्रक्रिया आहे.

– बी. एन. पांडे

रॉबर्ट डहालने आपल्या'Modern Political Analysis'या ग्रंथातील Political Man या प्रकरणात राजकीय नेतृत्वाचा खालीलप्रमाणे आकृतीबंध दर्शवला आहे. रॉबर्ट डहाल म्हणतो, की सत्ताधीश, सत्ताकांक्षी, राजकीय स्तर व अराजकीय स्तर असे चार समूह सांगितले आहेत. या वर्गीकरणातील सत्ताधीश व सत्ताकांक्षी हे राजकीय नेते आहेत. याचा राजकीय निर्णयावर प्रभाव पडतो. कारण त्यांच्या जवळ राजकीय स्रोत व कौशल्य अधिक प्रमाणात असते.

– ना. रा. खेकाले

नेतृत्वाच्या या विविध व्याख्यांवरून असे स्पष्ट होते, की राजकीय नेतृत्व म्हणजे राजकीय सत्ताधारी व्यक्ती, त्यांचे प्रतिस्पर्धी, देश-विदेशातील त्यांना मानणारे व न मानणारे अशा विविध घटकांचे भूतकाळ, वर्तमानकाळ तथा भविष्यकाळातील परस्परावलंबी सामूहिक वर्तन होय. तद्वतच नेतृत्वाचे पुढारी, अनुयायी व विशिष्ट परिस्थिती हे महत्त्वाचे तीन घटक असतात. पुढारी व अनुयायी यांच्या परस्पर वर्तनाचा उल्लेख केलाच आहे. त्यांचे वर्तन ज्या विशिष्ट परिस्थितीत घडते, ती परिस्थिती कायमस्वरूपाची नसते. म्हणून परिस्थिती बदलल्यास नेतृत्वही बदलते.

नेता या पदाची व्याख्या अनेक प्रकारे करण्यात येते.'नेता म्हणजे जिचा इतरांवर प्रभाव पडतो ती व्यक्ती,'अशी एक व्याख्या करण्यात आली आहे; परंतु नेता व अनुयायी यांच्यामध्ये एकतर्फी अन्योन्यक्रिया चालत नसून, अनुयायांचाही प्रभाव नेत्यावर पडत असतो. हे लक्षात घेता, वरील व्याख्या असमाधानकारक ठरते.'समूहातील लोकप्रिय व्यक्ती म्हणजे त्या समूहाचा नेता'ही व्याख्या देखील समर्पक म्हणता येत नाही. कारण केवळ लोकप्रियता हे नेतृत्वाचे व्यवच्छेदक लक्षण म्हणून पुरेसे नाही. लोकप्रिय असलेली व्यक्ती लोकमान्य असतेच असे नाही.'समूहावर जिचे वर्चस्व असते ती व्यक्ती म्हणजे नेता,'ही व्याख्याही समर्पक म्हणता येत नाही. कारण एखाद्या व्यक्तीचे समूहावरील वर्चस्व त्यांच्यावर लादलेले असू शकते किंवा समूहातील व्यक्तींच्या भीतीवर व लाचारीवर अधिष्ठित असू शकते. नेत्याचे वर्चस्व हे लोकांनी स्वेच्छेने स्वीकारलेले असते व त्याचे आदेश स्वीकार्य मानले जात असतात.

नेतृत्वाची व्याख्या अशा रीतीने केली पाहिजे, की तिच्या आधारे विवक्षित समूहाचा (वा समाजाचा) खराखुरा नेता कोण आहे, ते निश्चित करता येईल. अशा प्रकारची व्याख्या करावयाची झाल्यास प्रत्येक समूहाच्या मुळाशी काही एक प्रयोजन व प्रयोजने असतात त्यांवर समूहाचे विविधांगी कार्य चालू असते, या गोष्टींवर भर दिला पाहिजे. समूहाकडे पाहण्याचा हा गतिप्रक्रियात्मक दृष्टिकोन स्वीकारून आर.बी. कॅटेल याने नेत्याची जी व्याख्या सुचवली आहे, ती कोणत्याही समूहाच्या; तसेच सामाजिक जीवनाच्या कोणत्याही क्षेत्रातील नेत्याला लागू पडेल, त्यांच्या मते'एकूण समूहाचा कार्यावर ज्या व्यक्तीचा निर्विवाद प्रभाव असतो, जी समूहामध्ये परिवर्तन घडवून आणू शकते, जिच्यामुळे समूहाचे मनोबल व एकंदर समूहशक्ती टिकून राहते आणि जी समूहाच्या अभिवृत्तीमध्ये (व परिणामी वर्तनात) बदल घडवून आणू शकते, ती व्यक्ती म्हणजे त्या समूहाचा नेता होय.'या

व्याख्येशी पुढील व्याख्याही जुळती आहे. 'नेता म्हणजे समूहास त्यांच्या उद्दिष्टांप्रत व उत्कर्षाप्रत नेणारी, त्यासाठी मार्गदर्शन करणारी, मार्गातील अडचणींचे निराकरण करू शकणारी व समूहाकडून योग्य ते कार्य करून घेऊ शकणारी श्रेष्ठ दर्जाची व्यक्ती होय.'

नेतृत्वाच्या समाजशास्त्रीय व्याख्येतून सामान्यतः आनुवांशिक हक्क, रुढी व साहित्य-कलादी क्षेत्रांतील यश यांच्या आधारे अग्रेसर स्थान मिळवणाऱ्या लोकांना वगळण्यात येते. मॅकिआव्हेली, कार्लाइल यासारख्या विद्वानांनी एकोणिसाव्या शतकात लिहिलेल्या नेतृत्वावरील प्रबंधात नेतृत्वाच्या कल्पित क्षमतेवर व गुणविशेषांवर भर दिलेला आढळतो. पारंपरिक दृष्टिकोनाचा प्रभाव सैनिकी क्षेत्रात अजूनही टिकून असल्याचे दिसते. तथापि, आधुनिक मानसशास्त्रीय व समाजशास्त्रीय अभ्यासात नेतृत्वातील व्यक्तींच्या व परिस्थितीच्या परस्पर संबंधांवर भर देण्यात येतो. नेतृत्वाच्या अभ्यासात चार गोष्टींचा विचार सामान्यपणे करण्यात येतो. (१) नेता - त्याची योग्यता, व्यक्तिमत्त्व व अधिकार (२) अनुयायी - त्यांची योग्यता व अधिकार (३) परिस्थिती - जिच्या संदर्भात नेता व अनुयायीसंबंध निर्माण होतात आणि (४) गटाचे उद्दिष्ट किंवा कार्य.

सामूहिक उद्दिष्ट व सामूहिक जीवनाच्या दृष्टीने नेतृत्वाची भूमिका महत्त्वाची आहे. समूहात एकजूट राखणे, तो सुस्थिर ठेवणे, समूहाच्या प्रयोजनास पोषक अशी कार्यविभागणी करणे, सर्व व्यक्तींमध्ये सुसंवाद साधणे व सर्वांचे समाधान करणे यांची जबाबदारी नेतृत्वावर असते. समूहावर बिकट प्रसंग आला असता, त्यातून निभावून जाण्यासाठी आवश्यक ती उपाययोजना आखणे, व्यक्तींना मार्गदर्शन करणे, त्यांच्या शक्ती कार्यान्वित करणे, व्यक्तींच्या आकांक्षांचा समूहाच्या मूलभूत प्रयोजनांशी मेळ घालून समूहाच्या रचनाबंधामध्ये समायोजनात्मक परिवर्तन घडवून आणण्यास हातभार लावणे इत्यादींसाठीही नेतृत्वाची आवश्यकता असते. हीच गोष्ट व्यापक समाजांनाही लागू आहे. रुढी व परंपरा यांमुळे काही समाजाची रचना सुबद्ध व सुस्थिर असते. अशा समाजांमध्ये व्यवसाय, धार्मिक श्रद्धा व समजुती; तसेच आचार, नैतिक मूल्ये, भाषा इ. बाबतींत एकसमानता असते. त्यांचे संबंध सलोख्याचे, परस्परांना हितकारक व एकंदर समाजाच्या एकात्मतेस पोषक राहतील, हे पाहण्याचे कार्य समाजात मान्यता पावलेला वर्ग किंवा त्या वर्गाचे प्रतिनिधी करीत असतात. ज्या वेळी परिस्थितीजन्य कारणांमुळे; तसेच समाजातील घटक वा वर्गाच्या बदलत्या आकांक्षा आणि वर्तन यांमुळे समाजाची

पूर्वापार रचना असमाधानकारक ठरू पाहते, त्या वेळी तर लोकांच्या अभिवृत्तीत व वर्तनात बदलत्या परिस्थितीस अनुरूप असे परिवर्तन घडवून समाज अभंग राखण्यासाठी नेतृत्वाची आवश्यकता असते.

सुप्रसिद्ध जर्मन समाजशास्त्रज्ञ मॅक्स वेबर यांनी नेतृत्वाचे तीन प्रकार वर्णन केले आहेत.

- पारंपरिक नेतृत्व
- विभूतिरूप वा दैवी गुणमूलक नेतृत्व
- कायद्यावर अधिष्ठित असलेले नेतृत्व

अखंड व अबाधित अशी परंपरा असलेल्या समाजात वय, लिंग, वर्ग किंवा जात, व्यवसाय, सामाजिक वा राजकीय स्थान इत्यादींनुसार काही व्यक्तींकडे नेतृत्व सोपवले जात असते. अशा व्यक्तींच्या ठिकाणी नेतृत्वास आवश्यक असलेले गुण मूलतः नसले, तरी नेतृत्व करता करता काही गुण ते संपादन करू शकतात. या परंपरासिद्ध नेतृत्वास लोक मान तुकवतात खरे; परंतु हे नेतृत्व पूर्णपणे सक्षम असतेच असे नाही. बदलत्या परिस्थितीत तर त्याची अकार्यक्षमता विशेषच उघड होते. जेव्हा समाजजीवन अस्थिर होत असते किंवा अत्यंत कठीण प्रसंग निर्माण झालेले असतात, अशा वेळी जे नेतृत्व उदयास येते, ते समाजाची स्थिती सावरत असताना. अशा नेतृत्वाच्या ठिकाणी सामान्यजनांना अलौकिकत्व व दिव्यत्वाचे दर्शन होते व त्यांची गणना ईश्वरी अवतार किंवा प्रेषित म्हणून होऊ लागते. या प्रकारच्या नेतृत्वास वेबरने'दैवी नेतृत्व'ही संज्ञा दिली. हे नेतृत्व चिरकाल नसते व सातत्याने टिकणारे नसते. याउलट लोकांनी सुबुद्धपणे स्वीकारलेले व व्यक्तीच्या गुणांवर; तसेच कायद्यावर आधारलेले नेतृत्व समाजास सातत्याने उपलब्ध होऊ शकते.

सक्रिय समाजसुधारणा करणाऱ्या रीतीस नेतृत्वाचे मुख्यत्वे दोन प्रकार करता येतात.

- **हुकूमशाही नेतृत्व :** हुकूमशाही नेतृत्वाचे विशेष म्हणजे नेत्याकडे सर्वकष सत्ता असते व ती स्वतःकडेच ठेवण्याचा व स्वतःचे सर्वश्रेष्ठ स्थान टिकवण्याचा प्रयत्न तो हरतऱ्हेने करीत असतो. हुकूमशहाच धोरणे ठरवतो, योजना आखतो, समूहासाठी त्याने ठरवलेला संपूर्ण कार्यक्रम तो सर्वस्वी उघड करीत नाही व स्वतःच्या निर्णयाची कल्पना इतरांना देत नाही. त्यांच्याकडून व्यक्तिपूजेस प्रच्छन्नपणे व उघडपणे प्रोत्साहन मिळते.

समूहातील महत्त्वाच्या व्यक्तींशी तो स्वतंत्रपणे संबंध ठेवतो आणि त्यांचे एकमेकांशी असलेले संबंध स्वतःच्या स्थानास धोकादायक ठरणार नाहीत, याविषयी तो दक्ष असतो. स्वतःचे महत्त्व अबाधित राहावे म्हणून तो अन्य कुणालाही फार काळापर्यंत महत्त्व लाभू देत नाही. अनुयायांमध्ये मोकळेपणाने मिसळत नाही. धर्म, पक्ष, पंथ, राष्ट्र इ. विषयींच्या लोकांच्या भावनांना आवाहन करून स्वतःचे नेतृत्व टिकवण्याचे प्रयत्नही त्यांच्याकडून होतात.

- **लोकशाही नेतृत्व :** लोकशाही नेतृत्वाची शैली निरनिराळ्या प्रकारची असते. नेता स्वतःच्या हाती सर्व सत्ता केंद्रित करून न ठेवता सत्तेचे वितरण करतो. अधिकाधिक लोकाभिमुख होऊन तो स्वतःचे नेतृत्व टिकवतो. लोकांचे प्रेम व आदर हे लोकशाही नेत्यांच्या प्रतिष्ठेचे अधिष्ठान असते. लोकशाही वृत्तीचा नेता समूहाशी वा त्यातील महत्त्वाच्या व्यक्तींशी विचारविनिमय करून व समूहाच्या इच्छा-आकांक्षांचा आदर करून उद्दिष्टे, धोरणे व कार्यक्रम ठरवतो; तसेच एकंदर कार्यक्रमाची स्पष्ट व पूर्ण कल्पना लोकांना देतो. धाक व भीती या तंत्रास लोकशाही नेतृत्वात स्थान नसते. व्यक्तिमत्त्वालाही प्रोत्साहन दिले जात नाही. समूहातील विविध घटकांत सहकार्याची भावना वाढीला लावली जाते व प्रत्येकाच्या कर्तृत्वास अवसर दिला जातो. समूहातील व्यक्तींना स्वतःचे विचार व भावना व्यक्त करण्यास मुभा असते.

समूहाचे प्रयोजन व स्वरूप, समूहातील लोकांचे व्यक्तिमत्त्व आणि त्या त्या वेळचा प्रसंग या तीन गोष्टींवर नेतृत्वाला कराव्या लागणाऱ्या विशिष्ट भूमिका अवलंबून असतात. तरीपण सर्वसाधारण परिस्थितीत नेतृत्वाला जे कार्य करावे लागते, त्याचे स्वरूप पुढीलप्रमाणे असते.

- संयोजन : समूहाच्या तत्कालीन गरजा व उपलब्ध साधने, दूरवरची उद्दिष्टे व त्यांची साधने, या सर्वांचा विचार करून योजना आखणे.
- धोरणे ठरवणे.
- धोरणांची अंमलबजावणी व त्यासाठी कार्यविभागणी करणे,
- विशेष प्रावीण्य या नात्याने साह्य करणे.
- समूहाचे प्रतिनिधित्व करणे.
- समूहातील व्यक्ति-व्यक्तींतील किंवा समूहांतर्गत गटागटांतील संबंधांवर व

त्यांच्या वर्तनावर आवश्यक त्या उपायांचा अवलंब करून नियंत्रण ठेवणे.

- स्वतःचे वर्तन नमुनेदार ठेवून समूहापुढे आदर्श ठेवणे.

समूहाचा रक्षणकर्ता म्हणून एक प्रकारे पित्याची भूमिका सांभाळणे. कधी कधी लोकांच्या वैफल्याचे आणि असंतोषाचे खापर नेतृत्वाच्या माथी फोडले जाते व त्यासाठी नेत्यास बळी दिले जाते. अशा वेळी मानसिक समतोल राखून समूहाचे फाटाफुटीपासून संरक्षण करण्याचे काम नेतृत्वाला करावे लागते.

यशस्वी नेतृत्वाबाबत जी अनेक संशोधने झाली आहेत, त्यातून पुढील काही निष्कर्षही सांगता येतात.

- समूहाला असे वाटले पाहिजे, की नेता हा आपल्यापैकीच एक आहे, बाहेरचा नाही. त्यासाठी नेत्याची मूल्ये व अभिवृत्ती आणि समूहाची मूल्ये व अभिवृत्ती यांमध्ये फार तफावत मिसळतात व नसावी. असल्यास नेतृत्वास ओहोटी लागते. म्हणूनच यशस्वी नेते समूह त्यांच्या जीवनात सहभागी होत असल्याचे दाखवत असतात.
- पण त्याबरोबरच अनुयायांना असेही वाटले पाहिजे, की आपल्याला इष्ट वाटणारे गुण नेतृत्व करणाऱ्याच्या ठिकाणी अधिक प्रमाणात आहेत.
- आपल्यापैकीच एक; पण बुद्धी, ज्ञान, कर्तबगारी इ. बाबतींत आपल्यापैकी उत्तम व्यक्ती, असे नेत्याविषयी अनुयायांना वाटले पाहिजे. त्याबरोबरच त्याचे गुण व चारित्र्य आपल्या अनुकरणाच्या आवाक्यातील आहे, असेही त्यांना वाटले पाहिजे; अन्यथा त्यांच्या अतिश्रेष्ठत्वामुळे त्याला देव्हाऱ्यात बसवून अनुयायी मोकळे होतात व नावापुरतेच अनुयायी राहतात.
- नेतृत्वाने समूहाच्या गरजा व अपेक्षा लक्षात घेऊन वागले पाहिजे. नेत्याकडून, अपेक्षित असलेली कार्ये, कार्यपद्धती; तसेच व्यक्तिमत्त्वगुण व चारित्र्यगुण यांच्या बाबतीत समूहाचा अपेक्षाभंग झाल्यास त्याचे नेतृत्व ओहोटीस लागते.'मी त्यांचा नेता आहे ना, मग मला त्यांना अनुसरून चालले पाहिजे,'हे एका राजकीय नेत्याचे उद्गार या दृष्टीने मार्मिक होत. या पद्धतीने नेतृत्वाची मीमांसा दिसून येते.

अनेक विचारवंतांच्या राजकीय नेतृत्वासंबंधीच्या अनेक व्याख्या व त्यांचे विचार पाहिल्यानंतर नेतृत्वाचे काही प्रमुख घटक दिसून येतात. त्यात नेता, अनुयायांचे समर्थन, विशिष्ट परिस्थिती, समूहाची उद्दिष्टे, संसूचनांची साधने, नेतृत्वाचे सामाजिक स्रोत या घटकांच्या परस्पर क्रिया-प्रतिक्रियांवरच नेतृत्वाची

व्यापक प्रक्रिया साकार होते. राजकीय नेता व त्याचे अनुयायी मूलतः समाजाचे घटक असतात. त्यामुळे त्यांच्या नेतृत्वाची उगमस्थाने किंवा स्रोत समाजाच्या विविध संस्थांमध्ये आढळतात, त्याचाही विचार केला पाहिजे, तो का केला पाहिजे, याचे विश्लेषण पुढे थोडक्यात दिले आहे.

ऑरिस्टॉटलच्या मते, 'कुटुंब ही सामाजिक जीवनाची पाठशाळा होय.' कुटुंबाद्वारे राजकीय निष्ठा व सामाजिक श्रद्धा यांचा पाया तीन प्रकारे घातला जातो. एक म्हणजे उघड किंवा सुप्त शिक्षणातून घरात आई वडील, मोठी भावंडे यांची राजकीय घडामोडीवर जी चर्चा चालते, त्याचा मुलांवर प्रभाव पडतो. साधारणतः वडिलांच्या राजकीय मताशी मुले सुसंगत असतात. दुसरे म्हणजे, व्यक्तिमत्त्वाला वळण लावणे, व्यायाम, अभ्यास, शिष्टाचार यासंबंधी सुसंस्कारित कुटुंब प्रयत्नपूर्वक वळण लावले जाते. तिसरे म्हणजे, जात, वर्ण, वर्ग या सामाजिक संदर्भाचा प्रभाव देखील याच काळात दृढ होतो.

शिक्षणसंस्था या राजकीय सामाजिकीकरणाची आणि नेतृत्व निर्मितीची प्रभावी साधने मानली जातात. काही वर्षांपूर्वी आठ पाश्चात्त्य देशांच्या केलेल्या सर्वेक्षणाच्या आधारे प्रा. चार्लस मेरियमने शाळा म्हणजे नागरी शिक्षणाचे प्रभावी साधन असे म्हटले आहे. आल्मंड, व्हर्वा या विचारवंतांनी पाच देशांच्या सर्वेक्षणावरून असा निष्कर्ष काढला, की शाळा, कॉलेजेसव्यतिरिक्त राजकीयकरणाचे इतके प्रभावी दुसरे साधन नाही.

समाजाच्या वरिष्ठ वर्गातून व जातीतून नेतृत्वाची भरती मोठ्या प्रमाणात होते. उदा. गावातील पाटील, देशमुख, जमीनदार, उच्च जातीमधील प्रतिष्ठित नागरिक यांची मुले राजकारणात येतात. समाजाचे पुढारीपण स्वाभाविकपणे त्यांच्याकडे येते. कारण श्रेष्ठत्वाची भावना त्यांच्यामध्ये असते. मात्र, सर्वच राजकीय नेते सामाजिकदृष्ट्या प्रतिष्ठित वर्गांतून येतात असे नाही. सामान्यतः युवकांमध्ये श्रेष्ठत्वाची किंवा आत्मसन्मानाची भावना निर्माण होण्यासाठी घराण्याची सामाजिक प्रतिष्ठा, श्रीमंती, बुद्धीची गुणवत्ता, बुद्धीची चलाखी, शारीरिक सामर्थ्य, खेळ किंवा कलेतील नैपुण्य, अभिनय कुशलता हे घटक महत्त्वपूर्ण आहेत. वरीलपैकी कोणत्याही बाबतीत संपन्न असलेल्या व्यक्तिमध्येच श्रेष्ठत्वाची किंवा आत्मसन्मानाची भावना असते व ते नेतृत्वास पोषक असते.

निरनिराळ्या राजकीय नेत्यांची चरित्रे तपासून पाहिली, तर त्यांच्या बालवयातच महत्त्वाकांक्षेचे बीजारोपण झालेले दिसते. उदा. छत्रपती शिवाजी महाराजांमध्ये

सरदार शहाजी राजांचा मुलगा म्हणून श्रेष्ठत्वाची भावना, बालपणापासून जिजामातेचे शूरत्वाचे संस्कार, शिवाय रामायण, महाभारतातील कथांची शिकवण, शस्त्र तथा शास्त्राचे प्रात झालेले शिक्षण यामुळे त्यांच्यातील महत्त्वाकांक्षा विकसित झाली. प्रखर महत्त्वाकांक्षेखेरीज नेतृत्वाची उभारणी होऊ शकत नाही.

श्रेष्ठत्वाची भावना व महत्त्वाकांक्षेशिवाय आणखी एक भावना असू शकते. ती म्हणजे देश व समाजाबद्दल आत्यंतिक प्रेम, अभिजात राष्ट्रभक्तीमुळे लोकमान्य टिळक, महात्मा गांधी आणि सुभाषचंद्र बोस यांचे नेतृत्व विकसित झाले; तसेच सामाजिक समतेच्या तीव्र आकांक्षेमुळे महात्मा जोतिराव फुले, डॉ. बाबासाहेब आंबेडकर आणि काशिराम यांचे नेतृत्व प्रस्थापित झाले.

व्यक्तिगत नेतृत्व, विशिष्ट गटलक्ष्यी नेतृत्व, बहुसंख्याकांचे नेतृत्व आणि सामूहिक सत्संकल्प किवा सकलजनवादी नेतृत्व अशा चार गटांमध्ये इथे नेतृत्व संकल्पनेचे वर्गीकरण केले आहे.

'व्यक्तिगत हितसंबंधांचे नेतृत्व'हा नेतृत्वाचा पहिला टप्पा आहे. या प्रकारात लोकानुरंजनवाद, राजकारणाचे भणंगीकरण, राजकारणाचे क्षुल्लकीकरण, राजकारणाचे निर्रजकीयीकरण घडून येते. येथे नागरिकांमध्ये राजकीय नेतृत्वाविषयी तिरस्कारयुक्त'भावना असतात. राजकारण हे स्वार्थपूर्ण आणि लबाडीचे असते, असे नागरिकांना वाटते.'व्यक्तिवाद'हा या प्रकारच्या नेतृत्वाचा आधार असतो. व् यक्तिवादाबरोबरच'सुखवाद'आणि'हितसंबंध'या नेतृत्वामध्ये मध्यवर्ती असतात. क्षुल्लकीकरण झालेले नेतृत्व म्हणजे नेतृत्वाचा दर्जा घसरणे होय. येथे राजकीय नेतृत्वाची पत कमी झालेली असते. नागरिकांमध्ये नेतत्वाबद्दल क्षुल्लकपणाची भावना गतिशील झालेली असते. नेतृत्व म्हणजे असेच असते. नेतृत्वाला काय विद्वत्ता लागते. नेतृत्व काय असे तसेच असते. असे नेतृत्वाचे क्षुल्लकीकरण सातत्याने घडते.

नेतृत्वाने वादाच्या क्षेत्रात प्रवेश करून निर्णय निश्चिती करणे, याला'राजकीयीकरण'म्हणतात; परंतु अशी प्रक्रिया घडत नाही, तेव्हा निरंजकीयीकरण प्रक्रिया सुरू होते आणि राजकारण म्हणजे गुन्हेगारी, राजकारण म्हणजे कुटील कारस्थाने असा साधन पद्धतीचा अर्थबोध राजकारणास प्राप्त होतो. व्यक्तिगत हितसंबंधांच्या पुढे सकलजनांच्या हितसंबंधाची धोरणनिश्चिती केली जात नाही. व्यक्तिगत हितसंबंधांमध्ये नेतृत्वाचा पोट सकस नसतो, तेव्हा नेतृत्व निरंजकीयी स्वरूप धारण करते. राजकीय निर्णयासाठी सल्लागार

असतात. सल्लागारांच्या चौकटीमध्ये नेतृत्वाची निर्णयनिश्चिती बंदिस्त असते. राजकीय नेतृत्व आणि सल्लागार यांचे मिळून'नेतृत्व'तयार होते. अशा नेतृत्वामध्ये स्वार्थ आणि लबाडी असते; तसेच खानदानीपणाचे प्रदर्शन असते. प्रत्यक्ष नागरिकांबरोबरचा संबंध कमी असतो. त्यामुळे राजकीय नेतृत्व राजकीय कृतीप्रवणतेलादेखील राजकीय नेतृत्व चालना देत नाही. राजकीय वारसा मात्र नागरिकांच्या पुढे मांडला जातो.

राजकीय नेतृत्वाची दुसरी पायरी गटलक्ष्यी नेतृत्व असते. त्या नेतृत्त्वामध्ये गटाच्या हितसंबंधाचा दावा केला जातो. गटांचे हितसंबंध परस्परविरोधी असतात. त्यामुळे गटांमध्ये तीव्र राजकीय स्पर्धा असते. गटांमधून राजकीय प्रतिनिधित्व मिळवले जाते.'कोण''कोणत्या'गटाचा आहे, कोणत्या नेत्यांच्या गटामधून उमेदवारी मिळते अशा गोष्टी प्रत्यक्ष राजकारणात घडतात. जातींचे गट असतात. जातींचे गट राखीव जागांचा दावा करतात. जातीसाठी सत्तेचा दावा केला जातो. यामध्येदेखील नेतृत्वाचे क्षुल्लकीकरण, भणंगीकरण आणि निरंजकीयीकरण होत असते. कारण येथे गटाच्या हितसंबंधाचा आणि सुखवादाचा दावा प्रबळ असतो. याबरोबरच गटांच्या हितसंबंधामध्ये प्रस्थापित गट आणि प्रस्थापित विरोधी गट असतात. प्रस्थापित गट आणि प्रस्थापितविरोधी गटांमध्ये सातत्याने सामाजिक-आर्थिक संघर्ष होत असतो. त्यामुळे राजकारण प्रस्थापित नेतृत्वाकडून विस्थापित नेतृत्वाकडे स्थलबदल करत असले, तरी त्यामध्ये भणंगीकरण आणि क्षुल्लकीकरण या प्रक्रिया घडत असतात. बिहारमधील नेतृत्वाच्या संदर्भात प्रस्थापित आणि प्रस्थापितविरोधी नेतृत्वामध्ये भणंगीकरण आणि क्षुल्लकीकरण अशा दोन प्रक्रिया घडल्याचे स्पष्टपणे दिसते.

'बहुसंख्याकवादी राजकीय नेतृत्व'हा नेतृत्वाचा तिसरा टप्पा आहे. इथे गटांच्या वर जाण्याची प्रक्रिया घडते. नेतृत्वाकडून जात, धर्म, वंश बहुसंख्याक असल्याचा दावा केला जातो. बहुसंख्याकांचे नेतृत्व आणि अल्पसंख्याकांचे नेतृत्व असा फरक होतो. बहुसंख्याकांचे नेतृत्व अल्पसंख्यांकाचे प्रतिनिधित्व करण्याची शाश्वती नसते. त्यामुळे नेतृत्वाच्या संकल्पनेमधून अल्पसंख्याकांच्या संदर्भात वर्जनवाद स्वीकारलेला असतो. या संदर्भात जॉन मिलने प्रातिनिधित्वाच्या संकल्पनेची मर्यादा नोंदवली आहे. ती मर्यादा नोंदवताना त्याने बहुमतवादाचा धोका सांगितला आहे. बहुमतवाद म्हणजे संख्यात्मक बहुमत होय व जिथे निव्वळ संख्यात्मक बहुमत असते, तिथे विवेकवादाचा अभाव असतो. त्यामुळे

अल्पसंख्याकांना प्रतिनिधित्व देण्यासाठी प्रमाणशीर प्रतिनिधित्वाचा उपाय मिलने सुचवला होता. मथितार्थ बहुसंख्याकवादी राजकारणातून'बहुसंख्याकांच्या नेतृत्वाचे वर्चस्व'असे प्रारूप तयार होते. त्यामध्ये अल्पसंख्याकाच्या संदर्भातील वर्जनवाद मध्यवर्ती असतो. त्यामुळे या पातळीवरील नेतृत्वामध्येदेखील भणंगीकरण आणि क्षुल्लकीकरण प्रक्रिया घडते.

सकलजनांचे हितसंबंध जपण्यास नेतृत्वास मर्यादा असल्यामुळे बहुसंख्याकांचे नेतृत्व जनतेची अधिमान्यता मिळवण्यास अपुरे ठरते. एका एका घटक राज्यातदेखील बहुसंख्याकवादी नेतृत्व अधिमान्य होत नाही. त्यामुळे भारतातील विविध घटक राज्यांत नेतृत्वाच्या अधिमान्यतेचा पेचप्रसंग निर्माण होतो.

सामूहिक सत्संकल्प किंवा सकलजनवादी नेतृत्व याचा अर्थ सर्व लोकांच्या हितसंबंधाचा दावा केलेले नेतृत्व होय. हा नेतृत्वाचा चौथा टप्पा आहे. अशा प्रकारच्या नेतत्वामध्ये धुरीणत्व असते; तसेच जनसमूहांची नेतृत्वास अधिमान्यता असते. येथे नेतृत्वाने राजकारणाचे चळवळीकरण केलेले असते. राजकारणामध्ये बळकटीकरणाची प्रक्रिया गतिमान केलेली असते. बळकटीकरण म्हणजे राजकारणाला चळवळीचा आधार प्राप्त करून देणे; तसेच व्यक्तिपूजेऐवजी नियम आणि संस्था यांच्या पद्धतीने राजकारण घडणे, म्हणजेच लोकशाही मूल्यांचा आदर करणे. यातून राजकीय वादाच्या क्षेत्रात निर्णय निश्चिती केली जाते. त्यामुळे येथे राजकारणविषयक तुच्छतादर्शक दृष्टिकोन नसतो. राजकारणाचे राजकीयीकरण केलेले असते. येथे समाजातील विशिष्ट गटांचे हितसंबंध आणि बहुसंख्याकांचे हितसंबंध यांचा प्रभाव कमी असतो. गटाच्या नेत्याप्रमाणे लोकमत घडवले जात नाही. सकलजनांच्या मताप्रमाणे लोकमत नेतृत्व घडवते. सकलजनवादी नेतृत्व सर्व जनता आणि राज्यसंस्था किंवा पक्ष यांच्यामधील दुवा असते. अशा प्रकारच्या नेतृत्वाची उदाहरणे भारतात आहेत. पंडित नेहरू यांचे नेतृत्व भारतीय पातळीवर सकलजनवादी होते. यशवंतराव चव्हाण, कुमारस्वामी कामराज, ज्योती बसू, माणिक सरकार आणि अरविंद केजरीवालांचे नेतृत्व सकलजनवादी स्वरूपाचे आहे. या नेतृत्वांस राज्यातील सर्वांच्या हितसंबंधाची अधिमान्यता होती. म्हणून त्यांस धुरीणत्व करता आले. सकलजनवादी नेतृत्व गटाच्या हितसंबंधाचा लघुत्तम सामाईक विभाजक काढून तयार होते. त्यासाठी विशेष प्रयत्न करावे लागतात. अशा संकल्पना राज्य पातळीवर घडतात. भारतीय पातळीवर या प्रकारची संकल्पना घडण्यास मर्यादा पडल्या आहेत. कारण भारताचा भौगोलिक विस्तार खूप मोठा

आहे. त्यामुळे येथे विविध अंतर्गत संरचना आहेत. परिणामी, बहुविविधता आहे.

सकलजनवादी नेतृत्व घडण्यास मर्यादा पड़ते. विशिष्ट ध्येय प्राप्त करण्याच्या हेतूने प्रेरित झालेले एखाद्या गटाच्या प्रयत्नांचे संघटन व त्यानुसारी वर्तन आणि उद्दिष्ट राजकीय असेल, तर ते नेतृत्व राजकीय नेतृत्व ठरते. विशिष्ट गटाच्या ऐवजी'सकलजन'किंवा'सार्वत्रिक कल्याणाचा दावा'यास नेतृत्व संबोधिले नाही. ही आजपर्यंत'नेतृत्व'संकल्पना समजून घेण्यासाठी मर्यादा होती. नेतृवाचे स्वरूप नेता, अनुयायी उद्दिष्ट गाठण्याची साधने यावर अवलंबून असते. अनुयायी नेतृत्व स्वीकारतील की नाही, हे नेत्यांच्या क्षमतेवर व अधिमान्यतेवर अवलंबून असते. म्हणून येथे नेत्यांच्या अधिमान्यतेचा आधार मांडला आहे. कारण नेत्याची अधिमान्यता ते अधिकारपदावर आहे की नाही यावर किंवा त्यांच्या व्यक्तिगत गुणांवर व वैशिष्ट्यावर अवलंबून असते. नेत्याची सामाजिक पार्श्वभूमी (वर्ग, जात, शिक्षण), समाजाची राजकीय संस्कृती, विशिष्ट कालावधीमधील राजकीय परिस्थिती, राजकीय व्यवस्थेचा प्रकार आणि राजकीय विकासाची पातळी इ. घटकांनुरूप नेतृत्वाचा प्रकार, यशापायश व वैशिष्ट्ये ठरतात. (व्होरा, पळशीकर, १९८७ : १४०).

या राजकीय प्रक्रियेमध्ये नेतृत्व सकलजनवादी स्वरूप धारण करते, तेव्हा ते अधिमान्य असते; तसेच समाजांचे व नागरिकांचे धुरीणदेखील असते. शिवाय नेतृत्वाकडून राजकारणाचे बळकटीकरण घडते. राजकारणाचे चळवळी करण नेतृत्वाकडून केले जाते. मात्र, नेतृत्व सकलजनवादी नसल्यास निर्रजकीयीकरण, क्षुल्लकीकरण, भणंगीकरण आणि विशेषीकरण अशा प्रक्रिया घडतात. नेतृत्व पोकळ होत जाते. राजकीय नेतृत्व वादाच्या क्षेत्रात निर्णय निश्चिती करत असते.

त्यामुळे नेतृत्वाविषयी वाद असतो. असे असूनही नेतृत्वामध्ये व्यक्तिगत हितसंबंध, विशिष्ट गटांचे हितसंबंध, बहुसंख्याकांचे हितसंबंध आणि सकलजनांचे हितसंबंध असा दावा करणारे राजकारण असते. व्यक्तिगत राजकारण आणि विशिष्ट गटाचा दावा करणारे राजकारण हे राजकारण असूनही त्या राजकारणामध्ये बहुसंख्याकांचे हित आणि सकलजनांचे हित नसते. त्यामुळे व्यक्तिगत राजकारण आणि विशिष्ट गटाचे राजकारण हे वर्जनवादी राजकारण असते. त्यामुळे अनुयायी वर्गाचे संघटन करण्यासाठी या प्रकारच्या नेतृत्वाला बिगरराजकीय मार्ग वापरावे लागतात. अशा प्रकारचे राजकीय नेतृत्व हिंसा, पैसे, गुन्हेगारी या मार्गांचा वापर करते. कारण त्या नेतृत्वाला बहुसंख्याकांचा आणि सकलजनांचा पाठिंबा नसतो.

त्यामुळे व्यक्तिगत राजकारण आणि विशिष्ट गटांचे राजकारण करणारे नेतृत्व राजकारणाचे निर्राजकीयीकरण करते; तसेच राजकारणाचे भणंगीकरण या दोन टप्प्यांमध्ये जादा होत जाते.

बहुसंख्याकवादी नेतृत्व बहुसंख्याकांच्या प्रतिनिधित्वाचा दावा करते. म्हणजेच बहुसंख्याक वगळून उरलेल्या गटाला वगळलेले असते. येथे बहुसंख्याकांचे हितसंबंध जपलेले असतात. म्हणून येथे'जास्तीत जास्त लोकांचे हित'हा दावा असतो. त्यामुळे हे नेतृत्व सुखवादीदेखील असते.

सकलजनवादी नेतृत्व हे बहुविधता असलेल्या समाजातील सर्व गटांचे हितसंबंध जपण्याचा प्रयत्न करते. त्यांच्यामध्ये समावेशकता असते, वगळण्यास सक्त विरोध असतो. सर्व समाजाच्या हिताचा लघुत्तम सामाईक विभाजक शोधून त्या आधार निर्णय घेतले जातात. त्यास राज्यशास्त्रात वेगवेगळी नावे आहेत. हॉब्ज, लॉक, खस त्यास'सत्संकल्प'असे म्हणतात, तर'सार्वत्रिक कल्याण','सार्वत्रिक हित'असेही शब्दप्रयोग त्यासाठी वापरले जातात. या संकल्पना सकलजनवादी नेतृत्वामध्ये समाविष्ट करता येतात. या प्रकारचे नेतृत्व भारतात न्यायमूर्ती रानडे, महात्मा गांधी, पंडित जवाहरलाल नेहरू, यशवंतराव चव्हाण, ज्योती बसू, कुमारस्वामी कामराज, माणिक सरकार या नेत्यांमध्ये दिसते. त्यामुळे या नेतृत्वांना त्यांच्या राज्यांमध्ये अधिमान्यता होती. त्या अधिमान्यतेचे स्वरूप धुरीणत्वामध्ये रूपांतरित झाले होते. यशवंतराव चव्हाणांचे नेतृत्व साठीच्या दशकात धुरीणत्व या स्वरूपात होते, तर कुमारस्वामी कामराजांचे नेतृत्व पन्नाशीच्या दशकाच्या उत्तरार्धात आणि साठीच्या दशकाच्या पूर्वार्धात धुरीणत्व स्वरूपात अस्तित्वात होते.

सत्तरीच्या दशकापासून पश्चिम बंगालमध्ये ज्योती वसूंचे नेतृत्व धुरीणत्वाचे प्रतिनिधित्व करत होते. सध्या त्रिपुरामध्ये माणिक सरकार यांचे नेतृत्व धुरीणत्व या स्वरूपाचे आहे. मात्र, सकलजनवादाचा दावा नेतृत्व आणि अनुयायांकडून नाकारल्यामुळे त्यांचे रूपांतर वर्चस्वात होते. उदा. यशवंतराव चव्हाणांचे अनुयायी धुरीणत्वाकडून वर्चस्वाकडे वळलेले दिसतात. पश्चिम बंगालमध्ये ज्योती बसूंचे अनुयायीदेखील धुरीणत्वाकडून वर्चस्वाकडे वळलेले दिसतात. नेतृत्व धुरीणत्वाकडून वर्चस्वाकडे का वळते? अशा प्रकारच्या स्थलबदलामुळे नेतृत्वाची अधिमान्यताही निघून जाते. याचे कारण सकलजन कोणास म्हणायचे, हे नेतृत्व समजावून घेऊ शकत नाही; तसेच सकलजनाच्या हिताऐवजी श्रेष्ठीजनांच्या

हितांच्या दाव्यामध्ये नेतृत्व अडकलेले असते. त्यामुळे धुरीणत्वाचे रूपांतर वर्चस्वामध्ये होते. धुरीणत्वाचा यापेक्षा भिन्न प्रकार भाजपच्या नेतृत्वामध्येदेखील घडला आहे. गुजरातमध्ये मोदींचे नेतृत्व धुरीणत्व या स्वरूपाचे आहे. मात्र, गुजरातमधील मोदींच्या धुरीणत्वाला'साधनाम् अनेकता'असा अर्थ आहे. त्यामध्ये कोणतेही साधन वापरण्यास मान्यता आहे. त्यामुळे'भाषणबाजी'गुजरातमधील धुरीणत्वाचे एक व्यवच्छेदक लक्षण आहे; तसेच बळजबरीचा मार्गदेखील वापरला जातो. त्यामुळे गुजरातमधील धुरीणत्वाचे प्रारूप हे विशिष्ट गटांचे हितसंबंध आणि'व्यक्तिगत हितसंबंध'या चौकटीत राजकारण करत असल्याचे दिसते, नेतृत्वाचे मोजमाप करण्याच्या या प्रारूपावर आधारित भारतातील निवडक नेतृत्वाची मीमांसा केली आहे. सद्यपरिस्थितीत नेतृत्वाचा पेचप्रसंग निर्माण झालेला असल्यामुळे अशा प्रकारची चर्चा उपयुक्त ठरावी.

१९व्या शतकामध्ये महाराष्ट्रातील समाजप्रबोधन चळवळीने अल्पसंख्याक व बहुजन वर्गात एक आत्मभान निर्माण केले. महात्मा फुले यांची सत्यशोधक चळवळ, राजर्षी शाहू महाराज प्रणित ब्राम्हणेत्तर चळवळ व डॉ. बाबासाहेब आंबेडकर यांच्या दलित चळवळीमुळे सामाजिक बदलाची प्रक्रिया गतिमान झाली. या चळवळीच्या जोडीला ब्राम्होसमाज, आर्यसमाज, परमहंस सभा या संस्थांनी सामाजिक सुधारणा, शेती सुधारणा इत्यादी क्षेत्रामध्ये नेतृत्वाप्रमाणे कार्य केले, तर सामाजिक व शैक्षणिक चळवळीतून महात्मा फुले, सावित्रीबाई फुले, राजा शाहू महाराज, कर्मवीर भाऊराव पाटील, डॉ. बाबासाहेब आंबेडकर, पंजाबराव देशमुख यांनी समाजाला आत्मभान मिळवून दिले. स्वातंत्र्यपूर्व काळामध्ये महाराष्ट्रातील काँग्रेसची सत्ता ब्राम्हणांकडे होती. टिळकयुगात ब्राह्मणेत्तर बहुजनवादी नेतृत्व स्वातंत्र्यलढ्यात सहभागी झाले होते; परंतु टिळकांच्या अनुयायांशी त्यांचे मतभेद झाल्याने हे ब्राह्मणेत्तर बहुजनवादी नेतृत्व स्वातंत्र्य लढ्यापासून दूर गेले. नंतर महात्मा गांधीकडे स्वातंत्र्यलढ्याची सूत्रे आली. गांधींजींच्या बदलत्या सामाजिक धोरणांचा परिणाम म्हणून महाराष्ट्रातील ब्राह्मणेतर मराठा नेतृत्व व बहुजन समाज काँग्रेसकडे आकर्षित झाला. पुढे काकासाहेब गाडगीळ व केशवराव जेधे यांनी सर्व समाज एकत्र बांधण्याचे कार्य केले. यांच्यापाठोपाठ दिनकरराव जवळकर, माधवराव बागल यांच्यासारखे तरुण मराठा नेतृत्व काँग्रेसमध्ये दाखल झाले. काँग्रेसमध्ये मराठा नेतृत्व क्रियाशिल राहिले; परंतु धुरीणत्व प्रस्थापित करू शकले नाही. काँग्रेसची वैचारिक; परंतु दुय्यम भूमिका ब्राह्मणी नेतृत्वाने स्वीकारली.

त्यामुळे सन १९४७नंतर मराठवाडा, प. महाराष्ट्र, कोकण, विदर्भ, खान्देश अशा विभागांतून संयुक्त महाराष्ट्र चळवळीने आकार घेतला. यातूनच राजकीय नेतृत्त्व उदयास आले. यात यशवंतराव चव्हाण, वसंतराव नाईक, वसंतदादा पाटील इत्यादी नेतृत्त्वाने महाराष्ट्र राजकारणात आपले स्थान निर्माण केले. याच काळात महाराष्ट्रासह देशाच्या राजकारणात आपला ठसा उमटवणारे व्यक्तिमत्त्व म्हणून देशाचे माजी कृषी आणि संरक्षणमंत्री शरद पवार यांचा उल्लेख करावा लागेल. आपल्या कर्तृत्वाने देशासह आंतरराष्ट्रीय पातळीवर बारामती तालुक्यात शेतकरी कुटुंबात जन्म झालेल्या पवारांनी आपल्या नावाचा दवदवा निर्माण केला.

शरद पवार आणि नेतृत्व

शरद पवारांचा जन्म १२ डिसेंबर १९४०ला बारामती तालुक्यातील काटेवाडी येथे झाला. त्यांच्या वडिलांचे नाव गोविंदराव पवार व आईचे नाव शारदाबाई होते. शरद पवारांचे वडील हे सहकारी खरेदी विक्री संघामध्ये काम करत होते. त्यांचे विचार सामाजिक सुधारणावादी व पुरोगामी असल्यामुळे मानवी जीवनातील शिक्षणाचे महत्त्व त्यांना चांगलेच पटले होते. बहुजन समाजामध्ये शिक्षणाचा प्रसार व्हावा, अशी तळमळ त्यांना होती यासाठी त्यांनी बहुजन समाजात शिक्षण प्रसाराचे कार्य जोमाने सुरू केले होते. त्यासाठी कर्मवीर भाऊराव पाटील ज्या वेळी शिक्षण प्रसाराच्या कार्यासाठी बारामती येथे आले, तेव्हा बारामती येथे श्री शाहू हायस्कूलची स्थापना करण्याची विनंती कर्मवीर भाऊराव पाटील यांना केली. गोंविदरावांच्या प्रेमापोटी त्यांनी ती मान्य केली व श्री शाहू हायस्कूलची स्थापना झाली. यामुळेच बारामती परिसरातील शिक्षण प्रसारकार्याचे श्रेय श्री शाहू हायस्कूल या शाळेस व ते सुरू करण्याचा प्रयत्न करणारे गोंविदराव पवार यांनाच जाते. शिक्षणाबद्दल आस्था असल्याने गोंविदराव व शारदाबाई या उभयतांनी काबाडकष्ट करून आपल्या सर्व मुलामुलींना चांगले शिक्षण देऊन खऱ्या अथनि त्यांना माणूस म्हणून घडवले. बालपणापासून शरद पवारांच्या वडील व आईच्या कडूनच त्यांच्यावर चांगले संस्कार झाले, ज्यातून त्यांना जीवनात समर्थपणे उभे राहता आले.

शरदरावांचे बालपण इतर शेतकरी कुटुंबातील मुलांसारखेच गेले. शारदाबाईंच्या कडक शिस्तीने, चांगल्या संस्कारांनी आणि पुरोगामी विचारांनी त्यांचे जीवन घडले. शरदऋतुमध्ये शारदाबाईच्या पोटी जन्मलेल्या मुलाचे नाव'शरद'असे ठेवले गेले.

हाही एकयोगायोगच. लहानपणी ते सर्व जाती-धर्मांच्च्या बालसवंगड्यांबरोबर समरस होत त्यांच्या सुखदुःखात ते सर्वाबरोबर असत. शरद पवार बालपणापासूनच धाडसी व हट्टी स्वभावाचे. वागणेही अवखळपणाचे. शरद पवार यांना आपल्या वडिलांचा फार धाक वाटे.

आई-वडिलांच्या संस्कारामुळे शरद पवार सुसंस्कृत बनले. घरातील सुधारकी वातावरणामुळे त्यांच्या घरी महार, मांग, चांभार, मुसलमान, धनगर, सणगर, माळी, लोणारी, वडार या समाजातील लोकांची ये-जा असायची. त्यामुळे ती मुले शरद पवारांचे मित्र झाली. गोंविदराव शेतकरी कामगार पक्षाचे व डाव्या चळवळीचे पुरस्कर्ते होते. समाजाच्या भल्यासाठी राजकारण करावे, अशी त्यांची धारणा होती. गोंविदरावांनी मोठ्या मनाने व उदात्त विचाराने शारदाबाईंना राजकीय क्षेत्रामध्ये काम करण्यास प्रोत्साहित केले. पुणे जिल्हा लोकल बोर्डाच्या निवडणुकीत शारदाबाई या लोकल बोर्डाच्या प्रथम महिला सदस्य बनल्या. शारदाबाईंच्या रूपाने पुणे जिल्ह्यातील सर्व समाजातील महिलांना त्यांचे प्रश्न मांडण्यासाठी एक सुजाण व संवेदनशील असे नेतृत्व मिळाले. पुणे जिल्हा लोकल बोर्डाच्या सदस्य म्हणून मिळालेल्या संधीचे शारदाबाईनी सोने केले. त्यांनी महिलांचे अनेक प्रश्न हिरिरीने व निर्भिडपणे सभागृहात मांडून ते सोडवण्याचे प्रयत्नही केले. पुणे जिल्ह्यातील शेतकरी शेतमजूर व महिला यांना न्याय मिळवून देताना त्यांची भावना कर्तव्याची होती. कोणत्याही प्रकारचा अहंकार त्यांच्या मनात निर्माण झाला नाही. त्या सतत १४ वर्षे पुणे जिल्हा लोकल बोर्डाच्या सदस्या होत्या. आई जिल्हा लोकल बोर्डाच्या सदस्य असल्यामुळे बऱ्याच राजकीय नेत्यांचे घरी येणे-जाणे सुरू असल्यामुळे त्यांच्यात होत असलेल्या सामाजिक व राजकीय विषयावरील चर्चा त्यांच्या कानावर पडल्यामुळे राजकारणाचा ठसा बालपणीच शरद पवारांच्या मनावर पडला. शरद पवार यांचे रयत शिक्षण संस्थेच्या शाहू हायस्कूलमध्ये आठवीपर्यंतचे शिक्षण झाले. बारामती येथे हायस्कूलमध्ये शिक्षण घेत असताना शरद पवार इतर अनेक उपक्रमात भाग घेत असल्याने शालेय अभ्यासात त्यांचे दुर्लक्ष होत होते. ही बाव त्यांच्या आईंना आवडत नव्हती. शरदरावांनी चांगला अभ्यास करावा, या हेतूने शरद पवार यांना प्रवरानगर येथे नोकरी करत असलेले अप्पासाहेब पवार यांच्या ठिकाणी शाळेत घालावे असा निर्णय त्यांनी घेतला. त्याप्रमाणे अप्पासाहेबांच्या प्रेमळ देखरेखीखाली त्यांचे शिक्षण सुरू झाले त्यांचा प्रभाव शरद पवारांच्या व्यक्तिमत्त्वावर पडलेला दिसून येतो.

महाविद्यालयीन काळात विकसित झालेले नेतृत्व

शरद पवारांचे महाविद्यालयीन शिक्षण हा त्यांच्या नेतृत्व क्षमतेच्या विकासाला पूरक असा ठरला, गणित, हिशोब व बँक व्यवहार यांची शरद पवार यांना पहिल्यापासून आवड असल्यामुळे त्यांनी वाणिज्य शाखेतील पदवीधर होण्याचा निर्णय घेतला. त्यामुळे ते १९५८ साली बारामतीसारख्या ग्रामीण'भागातून पुण्यासारख्या विद्येच्या माहेरी शिक्षणास आले व पुण्यातील वृहन महाराष्ट्र कॉलेज ऑफ कॉमर्सच्या (बी. एम. सी. सी.) पहिल्या वर्गात प्रवेश घेतला. या महाविद्यालयात शिकणारे महाराष्ट्राच्या भारताच्या कानाकोपऱ्यातून आलेले हरहुन्नरी विद्यार्थी, तेथील उत्साही वातावरण या सर्वांचा चांगला परिणाम शरद पवार यांच्या व्यक्तिमत्त्वावर झाला. शरद पवार ग्रामीण भागातून आल्याने त्यांच्या ठिकाणी असलेला बुजरेपणा हळूहळू नाहीसा झाला; तसेच त्या परिस्थितीशी सामावून जाण्याच्या त्यांच्या प्रवृत्तीमुळे व अंगच्या मूळच्याच असणाऱ्या धाडसामुळे ते हळूहळू महाविद्यालयाच्या वातावरणात समरस होऊ लागले, येथेच त्यांच्या व्यक्तिमत्त्वाच्या सर्वांगीण विकासाला नवी दिशा मिळाली. पुण्यासारख्या शहरात शरद पवार यांना आपले व्यक्तिमत्त्व सर्व क्षेत्रांत व्यापक करण्यास फार मोठी संधी मिळाली. या संधीचाही त्यांनी चांगलाच फायदा घेतला. आपल्या लाघवी व निरागस स्वभावामुळे त्यांनी या महाविद्यालयातील प्राचार्य मावळणकरांपासून ते प्रा. शेजवलकर, प्रा. मोतीवाले, प्रा. पटवर्धन या सर्वांची मने जिंकली; तसेच महाविद्यालयातील विद्यार्थीचेही त्यांनी मने जिंकली. यातूनच त्यांना विद्यार्थांचे नेते म्हणून मान्यता मिळू लागली.

महाविद्यालयातील वर्गप्रतिनिधीच्या निवडणुकीत पहिल्याच वर्षी शरद पवारांनी ती निवडणूक लढवण्याचा धाडसी निर्णय घेतला. याबद्दल शहरी भागातील विद्यार्थी शरद पवार यांची टिंगल टवाळी करीत व हा ग्रामीण भागातून आलेला खेडवळ विद्यार्थी निवडणुकीत आपणापुढे कसा टिकाव धरणार, असा अहंकार त्यांच्या मनात निर्माण झाला; पण या निवडणुकीत शरद पवार यांनी विक्रमी ८० टक्के मते मिळवून विजय संपादन केला. महाविद्यालयातील वर्गप्रतिनिधीच्या निवडणुकीत विजय झाल्यानंतर शरद पवार यांनी इतरांसारखे हुरळून न जाता आपल्या विरोधी असलेल्या विद्यार्थ्यांकडे सहकार्यासाठी, मैत्रीसाठी हात पुढे केला. त्यांच्या या नम्रतेने त्यांनी आपल्या विरोधकांनाही आपल्यात सामावून घेतले व त्यांची मने जिंकली. शरद पवार यांच्या जीवनातील ही पहिलीच निवडणूक. यानंतर त्यांनी याच पद्धतीने जीवनात अनेक निवडणुका लढवल्या व त्या जिंकल्याही; पण

कोणत्याही निवडणुकीत त्यांनी प्रतिस्पर्धीला कधीही आपला शत्रू मानले नव्हते; तसेच विरोधकांच्या मनात कधीही कटूता निर्माण झाली नाही.

सार्वजनिक जीवनातील अनेक विरोधक त्यांचे जीवाभावाचे मित्र आहेत, याचे इंगीत या निवडणुकीपासून सुरू झाले. निवडणुकीतील या यशामुळे शरद पवार त्यांच्या वर्गातच नव्हे, तर महाविद्यालयात विद्यार्थीप्रिय झाले. शरद पवारांच्या जीवनातील या पहिल्या निवडणुकीतील यशामुळे ते नव्या उमेदीने, उत्साहाने महाविद्यालयाच्या निरनिराळ्या उपक्रमांमध्ये अधिक जोमाने भाग घेऊ लागले. या महाविद्यालयात त्या काळी ग्रामीण भागाबरोबर काही गरीब व मध्यमवर्गीय घरातील मुलेही शिक्षण घेत होती. त्यांचेही काही विशेष प्रश्न निर्माण झाले होते. त्या प्रश्नांची सोडवणूक शरद पवार यांनी शुद्ध भावनेने केली. वेळप्रसंगी हे प्रश्न सोडवण्यासाठी सर्व विद्यार्थ्यांना एकत्र आणून शांततेने आंदोलन करीत व मुलांचे प्रश्न सोडवण्यासाठी यशस्वी प्रयत्न करत होते. त्यामुळे थोड्याच अवधीत ते महाविद्यालयातील विद्यार्थाचे विश्वासार्ह नेते बनले. महाविद्यालयात शिक्षण घेत असतानाच'पवार'पॅनेल ही संकल्पना निर्माण झाली. पहिल्या वर्षानंतरच्या सर्व निवडणुकीत सर्व जागांसाठी शरद पवार आपले स्वतंत्र'पवार पॅनल'उभे केले व पॅनेललाही जिंकून आणले. शरद पवार निवडणुकीत सर्व शक्तीने भाग घ्यायचे व त्यात जिंकायची जिद्द मनात ठेवत. हीच जिद्द शरद पवार यांचे स्वभाववैशिष्ट्य म्हणावे लागेल. ते आजही टिकून आहे.

बी.एम.सी.सी. प्रमाणेच शरद पवारांनी पुणे शहरातील इतर महाविद्यालयांत शिक्षण घेत असलेल्या विद्याथांशीही मैत्री प्रस्थापित केली होती; तसेच इतर विद्यार्थाच्या कामात मदत करण्याच्या स्वभावामुळे पुणे शहरातील सर्व महाविद्यालयांत त्यांची'उमदा विद्यार्थी नेता'अशी ख्याती निर्माण झाली होती. त्यांनी पुणे शहरातील आपले स्वतःचे एक कॉलेजविश्व निर्माण केले. यामुळे पुणे शहरातील सर्व महाविद्यालयांच्या निवडणुकीत'पवार पॅनल'च्या नावाने निवडणुका होऊ लागल्या व पवार पॅनेलचाच विजय होऊ लागल्याचे दिसून येते.

यशवंतराव चव्हाण यांचा प्रभाव आणि काँग्रेसमध्ये प्रवेश

न्त्री. एम. सी. सी.मध्ये शिक्षण घेत असताना शरद पवार महाराष्ट्राचे भाग्यविधाते मा. यशवंतरावजी चव्हाण साहेब यांच्या व्यक्तिमत्त्वाकडे व कार्यकर्तृत्वाकडे आकर्षित झालेले होते. चव्हाण साहेबांचे बहुजन समाजाच्या कल्याणाचे व

विकासाचे विचार ते वर्तमानपत्रांतून मोठ्या आस्थेने वाचत असत. योगायोगाने त्यांच्याच महाविद्यालयाचे ते जनरल सेक्रेटरी झाले. त्या वेळी वादविवाद मंडळाच्या उदघाटनास चव्हाण साहेबांना निमंत्रित करण्याची कल्पना शरद पवारांनी महाविद्यालयाचे प्राचार्य मावळणकर यांच्यासमोर मांडली. त्यांनी ती आनंदाने मान्य करून शरदरावांवरच चव्हाण साहेबांना निमंत्रण देण्याची व कार्यक्रम यशस्वी करण्याची जबाबदारी सोपवली. या कार्यक्रमात शरद पवारांनी चव्हाण साहेबांचे स्वागत करताना मोठ्या उत्साहाने'भाषण केले. हे भाषण अत्यंत मुद्देसूद, आवेशपूर्ण, ओघवते व मनास भावणारे असे होते. त्यांच्या या भाषणाने व विचारांनी चव्हाण साहेव अत्यंत प्रभावित झाले. कार्यक्रम संपल्यावर त्यांनी शरदरावांची मोठ्या आस्थेने चौकशी केली. यशवंतराव चव्हाण साहेबांच्या संस्काराचा, सहर्तनाचा, कर्तृत्वाचा, आचार-विचारांचा, उमद्या व्यक्तिमत्त्वाचा परिसस्पर्श शरद पवार यांच्या जीवनास झाला व खऱ्या अर्थाने शरद पवार यांच्या भावी आयुष्याचे सोने झाले. कार्यक्रमानंतर यशवंतराव व शरद पवार यांचे संबंध दिवसेंदिवस दृढ होत गेले. ते भावनेने एकमेकात गुंतत गेले. शरद पवार या कार्यक्रमानंतर चव्हाण साहेबांच्या पुणे शहरातील सर्व कार्यक्रमांना आवर्जून उपस्थितीत राहत असत. १ मे १९६० रोजी महाराष्ट्र राज्याच्या स्थापनेवरोबर चव्हाण साहेब महाराष्ट्र राज्याचे पहिले मुख्यमंत्री झाले, कॉंग्रेस पक्षाने महाराष्ट्र राज्य स्थापनेच्या निमित्ताने पुण्यातील शनिवारवाड्याच्या पटांगणात चव्हाण साहेबांची राज्य विजयोत्सवाची जाहीर सभा आयोजित केली होती. या सभेस शरद पवार न चुकता हजर होते. त्या सभेतील चव्हाण साहेवांच्या भाषणाने व विचाराने शरद पवार भारावून गेले व त्याच वेळी त्यांनी मनात यशवंतराव चव्हाण साहेबांच्या नेतृत्वाखाली कॉंग्रेस पक्षाचे काम करण्याचा निर्णय घेतला. सभा संपल्यावर त्यांनी त्यांचा निर्णय चव्हाण साहेबांना बोलून दाखवला. यशवंतराव चव्हाण साहेबांचीही मनोमन तीच इच्छा असल्याने शरद पवार या निर्णयाने सुखावले व त्यांनी शरद पवार यांनी पहिल्यांदा राजकारणात कार्यरत होण्यास सांगितले. या घटनेने शरद पवारांच्या जीवनात कलाटणी मिळालेली दिसते.

समस्या स्वीकारण्याचे धाडस

शरद पवार बी. एम. सी. सी. मध्ये शेवटच्या वर्षाला होते. त्या वेळी बी. कॉमची परीक्षा जवळ आली. याच काळात त्यांच्या जीवनात एक सुवर्णसंधी आली.

त्यांची'वर्ल्ड युथ फोरम'च्या परिषदेसाठी भारताचे प्रतिनिधी म्हणून परदेशी जाण्यासाठी निवड झाली. ही परिषद इजिप्त देशाच्या'कैरो'या राजधानीच्या ठिकाणी भरणार होती. या परिषदेस त्यांची निवड म्हणजे त्यांच्या महाविद्यालयीन जीवनात केलेल्या कामाची पावतीच होती. त्यांच्या गतिमान व कर्तृत्वपरायण नेतृत्वास ही चालना होती. या निवडीमागे यशवंतरावजींचे पाठबळ होते. या परिषदेत त्यांनी चांगलेच यश मिळवून मोठ्या समर्थपणे आपल्या देशाचे, भारताचे प्रतिनिधित्व केले. याच माध्यमातून परिषदेच्या मंचावरील ते सर्वांत लोकप्रिय असे युवक बनले आणि सर्व युवकांच्या प्रतिनिधींची मर्जी संपादन केली. या परिषदेमुळे शरद पवार यांना नवे जग दिसले, नवा आत्मविश्वास मिळाला व नवे धाडस त्यांच्यात निर्माण झाले. अशा पद्धतीने शरद पवार यांच्या महाविद्यालयीन शिक्षणात व राजकीय नेतृत्वाच्या विविध क्षमतांमध्ये विकास झाला. ज्यातून त्यांनी महाराष्ट्राच्या राजकारणात प्रवेश केलेला दिसतो.

पक्षीय राजकारण आणि नेतृत्व

महाविद्यालयात शिक्षणात राजकारणाचे नवे धडे गिरवलेले होते; पण त्या वेळी ते विद्यार्थीदशेत होते. महाविद्यालयात शिक्षण झाल्यानंतर त्यांनी राजकारणात प्रवेश केला. राजकारणाच्या माध्यमातून समाजाचा सर्वांगीण विकास करणे हेही समाजकारणाचे अंग आहे व यासाठी कोणता तरी राजकीय मार्ग निवडणे आवश्यक आहे; तसेच त्या मार्गाने जाऊन कल्याणकारी समाजव्यवस्था निर्माण करणे हे राजकारणाचे प्रमुख उद्दिष्ट असल्याने शरद पवारांनी राष्ट्रीय व सर्वसमावेशक असा काँग्रेस पक्षाच्या प्रवेशाचा मार्ग निवडला. शरद पवार हे लहानपणापासूनच काँग्रेस पक्षाच्या विचारसरणीकडे आकर्षित झाले होते. १९५६ साली ते शाळेत असताना त्यांनी गोवा मुक्ती सत्याग्रहाला पाठिंबा दर्शवण्यासाठी विद्यार्थ्यांचा मेळावा आयोजित केला होता; तसेच विद्यार्थी संघटनेच्च्या एका समारंभासाठी त्यांनी महाराष्ट्राचे मुख्यमंत्री यशवंतराव चव्हाण यांना आमंत्रित केले. त्या कार्यक्रमात पवारांनी त्या प्रसंगी केलेल्या भाषणामुळे यशवंतराव चव्हाण अतिशय प्रभावित झाले. त्या वेळी राजकारणात शरद पवारांनी कार्य करण्याची इच्छा प्रकट केली, तेव्हा चव्हाणांनी त्यांना काँग्रेसमध्ये प्रवेश करण्यास सांगितले. या वेळी चव्हाणांनी पवारांच्यातील सुप्त नेता हे गुण हेरले होते. येथून त्यांच्या राजकीय मार्गाची यशस्वी वाटचाल युवक काँग्रेसपासून झाली. देशाच्या एकतेच्या, लोकशाहीच्या,

समाजवादाच्या, समतेच्या वाटेने कल्याणकारी मानवसमाज निर्माण करणे हा काँग्रेस पक्षाचा मूलभूत विचार शरद पवार यांना मनापासून भावला व त्याच निर्मळ वाटेने जाऊन राजकीय क्षेत्रात पूर्ण वेळ काम करण्याचा निर्णय घेतला व खऱ्या अर्थाने राजकारणात त्यांचे कार्य सुरू झाले.

महाराष्ट्र युवक काँग्रेसच्या संघटनेचे अध्यक्ष

सुरुवातीला शरद पवार पुणे शहरातील सोमवार पेठ ब्लॉक काँग्रेसच्या कार्यक्षेत्रातील काँग्रेस पक्षाचे क्रियाशील सभासद झाले व त्यानंतर लगेच याच पेठेतील काँग्रेस पक्षाच्या कार्यकर्त्यांच्या आग्रहामुळे ते सोमवार पेठ ब्लॉक काँग्रेस पक्षाचे अध्यक्ष झाले. यानंतर शरदरावांची पश्चिम महाराष्ट्रातील युवक काँग्रेसच्या कामातील कामगिरी लक्षात घेऊन त्यांच्यावर महाराष्ट्र युवक काँग्रेसची संघटना वाढवण्याची जबाबदारी देण्यात आली व युवक काँग्रेसची संघटना महाराष्ट्रभर खेड्यापाड्यात नेण्यासाठी प्रयत्नांची पराकाष्ठा करण्याचे कार्य शरद पवार यांनी केले. १९६३ साली बॅ. ए. आर. अंतुले हे महाराष्ट्र प्रदेश काँग्रेसचे सरचिटणीस झाले; तसेच श्री. अंतुले यांची विधानसभा सदस्य म्हणून निवड झाल्याने प्रदेश युवक काँग्रेसच्या अध्यक्षपदाची जागा रिक्त झाली. या जागेसाठी कष्टाची क्षमता व सार्वजनिक कार्याची धमक असलेल्या शरद पवारांची निवड व्हावी, अशी इच्छा महाराष्ट्रातील युवक काँग्रेसच्या कार्यकर्त्यांची व पक्ष संघटनेतल्या अनेक नेत्यांची होती. त्या वेळी निवडणुका झाल्या आणि शरद पवार यांच्या विरोधात या पदासाठी फलटणचे वॅ. राजाभाऊ भोसले उभे राहिले. अतिशय चुरशीच्या निवडणुकीत शरद पवार विजयी झाले व ते प्रदेश युवक काँग्रेस कमिटीचे अध्यक्ष झाले.

वयाच्या तरुणपणी, म्हणजे २३व्या वर्षीच प्रदेश युवक काँग्रेस अध्यक्ष झाले. युवक काँग्रेसचे अध्यक्ष झाल्यावर त्यांच्या राजकीय जीवनात व्यापक कार्यक्षेत्र मिळाले व त्याबरोबर नवे आव्हान त्यांनी स्वीकारले. त्यानंतर महाराष्ट्र प्रदेश युवक काँग्रेस अध्यक्ष या नात्याने त्यांची अखिल भारतीय युवक काँग्रेसच्या कार्यकारिणीवर सन १९६४मध्ये निवड झाली. त्या वेळी श्रीमती इंदिराजी गांधी या राष्ट्रीय युवक काँग्रेसच्या सल्लागार समितीच्या अध्यक्षा होत्या. सर्व राज्यांच्या युवक काँग्रेसच्या प्रमुखांची पहिली बैठक त्या काळचे पंतप्रधान पंडित जवाहरलाल नेहरू यांच्या अध्यक्षतेखाली नवी दिल्ली येथील'तीन मूर्ती'निवासस्थानी १७ मे १९६४ रोजी झाली. या वेळी पंडित नेहरूंना अगदी जवळून पाहण्याचा पहिलाच

प्रसंग शरद पवारांच्या राजकीय जीवनात घडला होता. या वेळी शरद पवार पंडितजींच्या व्यक्तिमत्त्वाने व विचारांनी भारावून गेले. त्यांचा प्रभाव शरद पवार यांच्या नेतृत्व विकासात झाला.

पक्ष संघटनेची जबाबदारी आणि कार्य

महाराष्ट्र प्रदेश काँग्रेस कमिटीचे अध्यक्ष विनायकराव पाटील यांनी शरद पवार यांना १९६४ साली अखिल भारतीय कमिटीवर (ए, आय. सी. सी.) जाण्याची संधी दिली. त्यामुळे त्यांना पहिल्यांदा काँग्रेस पक्षाच्या भुवनेश्वर येथील राष्ट्रीय अधिवेशनाला जाण्याची संधी मिळाली. याचा फायदा शरद पवारांना संघटना बांधणीसाठी झाला. ते महाराष्ट्र युवक काँग्रेसची संघटना बांधण्यासाठी महाराष्ट्राच्या कानाकोपऱ्यात फिरले. त्यांनी या काळात घेतलेल्या कष्टांचा व संघटनेसाठी केलेल्या भटकंतीचा फार मोठा फायदा झाला. महाराष्ट्रातील समाजजीवन, निरनिराळ्या भागातील भौगोलिक चित्र, तेथील शेती, उद्योग, नैसर्गिक परिस्थिती यांचा जवळून अभ्यास करण्याची संधी या दौऱ्यामुळे शरद पवार यांना मिळाली. महाराष्ट्रातील शेतकरी, शेतमजूर, कष्टकरी यांचे जीवनमान सुधारण्यासाठी करावयाच्या प्रयत्नांची दिशा त्यांना मिळाली. आदिवासी, मागासवर्गीय, भटके-विमुक्त यांचा सामाजिक स्तर उंचाविण्यासाठी कराव्या लागणाऱ्या प्रयत्नांची नवी सामाजिक दृष्टी त्यांना मिळाली.. महाराष्ट्रातील उद्योगाचा मुख्य कणा असणाऱ्या शेती उद्योगाला उर्जितावस्था प्राप्त करून देण्यासाठी राज्यातील नैसर्गिक साधन संपत्ती व तिच्या नियोजनाविषयी लांब पल्ल्याचे धोरण आखण्याची प्रेरणा त्यांना मिळाली; तसेच राज्यातील तरुणांशी संपर्क आल्याने त्यांचे प्रश्न व ते सोडवण्यासाठी करावयास लागणारे प्रयत्न या गोष्टी समजावून घेण्याची संधी त्यांना मिळाली. राज्यातील निरनिराळ्या भागातील काँग्रेस पक्षाच्या नेत्यांचा व कार्यकत्यांना चांगला परिचय या दौऱ्याच्या निमित्ताने झाला. हा दौरा म्हणजे शरद पवारांना समाजकारण व राजकारणाची नस ओळखून घेणारा ठरला; तसेच त्यांच्या नेतृत्व गुणांच्या विकासात जनसंपर्क या गुणाचा विकास झालेला दिसतो.

काँग्रेस पक्ष संघटनेतील विविध जबाबदारी पार पाडताना व पक्ष संघटना चालवताना शरद पवार यांना यशवंतराव चव्हाण यांचे मार्गदर्शन वारंवार मिळू लागले. विदर्भ, मराठवाडा, कोकण, मुंबई, खान्देश, पश्चिम महाराष्ट्र यांमधील लोकसंस्कृती व लोकजीवनाचे चांगले आकलन त्यांना झाले. शहरी भागातील

लोकजीवनाच्या विशेषतः झोपडपट्टीत राहणाऱ्या लोकांच्या प्रश्नांची जाणीव त्यांना झाली; तसेच मध्यमवर्गीयांच्या समस्याही नेमक्या उमगल्या. गांधीवादाचा व काँग्रेस पक्षाच्या पुरोगामी विचारांचा त्यांना सखोल परिचय झाला. या विचाराने बहुजन समाजाचे जीवनमान सुधारण्याची तळमळ त्यांच्या मनात निर्माण झाली. याच काळात परिस्थितीच्या वास्तवाचा अचूक वेध घेऊन त्यानुसार निर्णय घेणारा व त्याप्रमाणे पावले टाकणारा राजकीय दृष्टिकोन त्यांच्यामध्ये तयार झाला. समाज परिवर्तनासाठी कराव्या लागणाऱ्या अग्निदिव्याचीही पार्श्वभूमी याच काळात त्यांच्या संवेदनशील मनात व गतिमान नेतृत्वात निर्माण झाली.

शरद पवार महाराष्ट्र प्रदेश युवक काँग्रेसचे अध्यक्ष या नात्याने महाराष्ट्रभर तरुणांमध्ये दौरे करत असताना त्यांच्या लक्षात आले, की राज्यातील तरुणांचे वैचारिक प्रबोधन होणे व प्रबोधनाबरोबरच त्यांना विधायक कृतिशील कार्यक्रम देणे गरजेचे आहे. स्वातंत्र्य म्हणजे सर्वांच्या विकासाला संधी, स्वातंत्र्य म्हणजे कल्याणकारी समाजनिर्मितीचे साधन हा विचार सर्व तरुणांकडे गेला पाहिजे; तसेच त्यांच्या वैचारिक जीवनात संयम व नैतिकतेची भावना निर्माण होण्यासाठी चांगल्या प्रबोधनाची गरज आहे. या विचाराने प्रेरित होऊन शरद पवारांनी कार्यकर्ता प्रशिक्षणासाठी व प्रबोधनासाठी 'नक्युवक' या नावाचे वैचारिक पार्श्वभूमी असणारे मासिक काढले. या मासिकाचे संपादकही तेच होते. 'नवयुवक' या मासिकात शरद पवार आपल्या अनुभवाच्या जोरावर अनेक वैचारिक लेख लिहीत. थोड्याच अवधित हे मासिक महाराष्ट्रातील तरुणांमध्ये लोकप्रिय झाले व या मासिकाचा गवगवा महाराष्ट्रात व देशात चांगल्या प्रकारे झाला. या मासिकाच्या विचारांतून युवक काँग्रेस व काँग्रेस पक्षाच्या कार्यकर्त्यांचे चांगले प्रबोधन झाले व त्यांना नवी दृष्टी मिळाली.

शरद पवारांनी पक्ष संघटनेचे कार्य करत असताना बारामती येथे शेतकरी मेळावा घेतला या शेतकऱ्याच्या विराट मेळाव्याला यशवंतराव चव्हाण, वसंतराव नाईक यांनी उत्सहवर्धक मार्गदर्शन करून शरद पवार यांच्या नेतृत्वाची, कतृत्वाची, संघटन कौशल्याची व सामाजिक बांधिलकीची तोंड भरून स्तुती केली.

सामाजिक कार्यातून नेतृत्वाचा विकास

शरद पवारांच्या राजकीय नेतृत्व क्षमतेत सामाजिकतेची जाणीव दिसून येते. ज्या वेळी १९६३ला महाराष्ट्रात दुष्काळ पडला, त्या दुष्काळी तालुक्यांपैकीच

बारामती हा एक दुष्काळी तालुका होता. या तालुक्यात नदी, नाले, विहिरी आटून गेल्या होत्या. पिण्याच्या पाण्यासाठीही नागरिकांना अनेक अडचणींना तोंड द्यावे लागत होते. या वेळी शरद पवारांनी मानवतेच्या भावनेतून या तालुक्यात अनेक कार्ये केली. सुरुवातीला त्यांनी मित्राकडून सहकार्य घेतले. त्यांच्या सहकार्यातून दुष्काळग्रस्तांना अन्नधान्य, कपडे पुरवले. काही ठिकाणी अर्थसाह्यातून दुष्काळी कामावरील, विशेषतः पाझर तलाव, नाला बंडिंग, छोटे बंधारे यावरील मजुरांना पैशांऐवजी गव्हाच्या स्वरूपात मजुरी देण्याचा प्रयोग राबवला. हा अभिनव प्रयोग महाराष्ट्रामध्ये पहिल्यांदाच सुरू केला. या उपक्रमामुळे'कामासाठी धान्य व अन्न'या योजनेच्या माध्यमातून दुष्काळग्रस्त लोकांना अन्नाचे दोन घास मिळू लागले; तसेच दुष्काळी कामामुळे शिवारे फुलू लागली. बारामती तालुक्यातील तांदुळवाडी येथे पहिला पाझर तलाव करण्याचा निर्णय घेतला आणि तो पूर्णही केला.

१९६४ ते १९६६ दरम्यान शरद पवारांनी जिवाचे रान करून, दऱ्याखोऱ्यातून फिरून, चांगल्या जागा शोधून तीनशे पाझर तलावांची कामे केली. या कामांचे चांगले परिणाम पाहून युनेस्कोने'फूड फॉर हंगर'ऐवजी या योजनेचे रूपांतर'फूड फॉर वर्क'मध्ये केले, तत्कालीन केंद्रीय कृषीमंत्री ना. अण्णासाहेब शिंदे यांचीही मदत शरद पवार यांना झाली. युनेस्को व गावकरी यांच्या साह्याने तलाव बांधून झाले; पण तलावातील ज्यादा पाणी वाहून नेण्यासाठी वेस्ट वे करण्यासाठी पैसे नव्हते. त्या वेळी शरद पवारांनी त्या काळचे मुख्यमंत्री वसंतराव नाईक यांना ही कामे पाहण्याचा फार आग्रह केला व त्यातून मदतही मिळवली. शरद पवार यांच्या आग्रहाखातर वसंतराव नाईकांनी ही सर्व कामे स्वतः फिरून पाहिली. बारामतीहून पुण्याला आल्यानंतर मुख्यमंत्री नाईक यांनी स्वयंस्फूर्तीने या कामासंबंधी आकाशवाणीवर भाषण केले. आपल्या भाषणात ते म्हणाले,'पाणी आडवा पाणी जिरवा. ते संवर्धन करा. असे काम कसे करावे हे बघायचे असेल, तर बारामतीत शरदसारख्या तरुण मुलाने केलेले काम बघा. असे आदर्श काम सर्व महाराष्ट्रभर उभे करण्याचा प्रयत्न करा,'असे सांगून त्यांनी शरद पवार यांना फार मोठी शाबासकी दिली. बारामतीच्या दुष्काळातील या कामांचे अनुकरण शेजारील इंदापूर, खंडाळा, पुरंदर, शिरूर, फलटण, लोणंद, दौंड या भागांतील दुष्काळी पट्ट्यात झाले. त्याही भागांत अशा प्रकारची कामे कमी-अधिक प्रमाणात सुरू झाली. याचेही श्रेय शरद पवार यांना जाते. यातून त्यांच्या नेतृत्वात सामाजिक जाणीव दिसून येते.

शरद पवारांनी कृषी कार्याची सुरुवात या दुष्काळापासून केली. त्यांनी व त्यांचे

थोरले बंधू अप्पासाहेब यांनी दुष्काळ एक आव्हान मानले, एक वरदान मानले व या दुष्काळाला कायम हद्दपार करण्यासाठी दीर्घ काळ स्वरूपाची उपाययोजना कण्याचा विधायक व उत्पादक स्वरूपाचा कार्यक्रम हाती घेतला. बारामती परिसरातील हजारो अल्पभूधारक शेतकरी व शेतमजूर यांच्यामध्ये नवी ऊर्मी जागृत करून त्यांना संघटित करून शरद पवार व अप्पासाहेबांनी पाझर तलाव व छोटे बंधारे ही जलसंधारण व त्याचबरोबर मृदसंधारणाची कामे हातात घेऊन'पाणी अडवा, पाणी जिरवा'हा महात्मा फुले यांचा द्रष्टेपणाचा विचार प्रत्यक्ष कृतीत आणला.'क्रियेविना वाचाळता व्यर्थ'या न्यायाने काम करण्याची परंपरा त्यांनी या कामापासून निर्माण केली. या दुष्काळाच्या खडतर दिवसांत बारामती तालुक्यात महाराष्ट्रातील सर्वांत जास्त जलसंधारण व मृदसंधारणाची कामे करण्याचा विक्रम शरद पवारांनी केला.

शेतकरी कुटुंबात जन्म झाल्याने पूर्वापार शेती व्यवसायाची व शेतकरी समाजजीवनाची छाप त्यांच्यावर पडली. शरद पवार हे बोलके पुढारी नाहीत, तर ते कर्ते पुढारी आहेत.'आधी केले मग सांगितले'ही त्यांची जीवनप्रणालीतील आधुनिक पद्धतीने आदर्श शेती करण्यासाठी शास्त्रीय शेतीचा आदर्श सर्वसामान्य शेतकऱ्यापुढे ठेवण्यासाठी त्यांनी त्यांचे थोरले बंधू कृषीतज्ज्ञ अप्पासाहेब यांना बरोबर घेऊन'बारामती कृषी प्रतिष्ठान'ची स्थापना सन १९७१ साली केली. याच्या माध्यमातून संपूर्ण बारामती तालुक्यात त्यांनी एक अभिनव चळवळ उभारली.'घर तेथे संकरित गाय'हा नवा विधायक व आर्थिक विकासाचा कार्यक्रम राबवला. अशा विधायक कार्यातून शरद पवार यांच्या नेतृत्वात सामाजिक जाणीव व जबाबदारी या गुणाचा विकास झाला आहे.

निवडणुकीच्या माध्यामातून नेतृत्वास जनअधिमान्यता

शरद पवारांचा बारामती तालुक्यातील सर्व गावांमध्ये व वाड्या-वस्त्यांमधील सामान्य जनतेशी चांगलाच संपर्क आलेला होता. त्यांनी आपल्या कृतिशील विधायक कार्यांनि विकासाच्या कामांना गती देऊन तालुक्यातील जनतेमध्ये एक नवा विश्वास निर्माण केलेला होता. तालुक्यात विकास कामांना गती देत असताना त्यांनी जाणीवपूर्वक व फार मोठ्या आस्थेने प्रत्येक गावातील दुर्बल, दुर्लक्षित अशा पददलित समाजाकडे विशेष लक्ष दिले. त्यांचे प्रश्न सोडवण्यासाठी प्रयत्न केले. यामुळे तालुक्यातील सर्व स्तरांतील लोकांनी शरद पवार यांना मनोमनी आपला

नेता मानले होते व मनापासून लोक प्रेम करू लागली; तसेच जनतेच्या विकासाचे ते खऱ्या अर्थाने'तारणहार'झाले होते; पण या वेळी शरद पवार यांची लोकप्रियता व कर्तृत्वामुळे या तालुक्यातील केवळ घराण्याचा बडेजाव सांगणारी व कर्तृत्वहीन अशी काही मोजकी प्रस्थापित मंडळी अस्वस्थ झाली व त्यांचा द्वेष करू लागली.

जानेवारी १९६७मध्ये निवडणूक आयोगाने महाराष्ट्र राज्य विधानसभेची निवडणूक मार्च १९६७मध्ये घेण्याचे जाहीर केले. या दरम्यान जरी देशात काँग्रेस पक्षाची स्थिती फारशी समाधानकारक नसली, तरीही यशवंतराव चव्हाण, वसंतराव नाईक व वसंतदादा पाटील यांच्या समर्थ नेतृत्वामुळे महाराष्ट्रात काँग्रेस पक्षाची स्थिती मजबूत होती. त्यामुळे काँग्रेस पक्षाची उमेदवारी मिळणे म्हणजे निवडणूक जिंकणे असे समीकरण तयार झालेले होते. ज्या वेळी शरद पवारांना महाराष्ट्र प्रदेश काँग्रेसचे अध्यक्ष विनायकराव पाटील यांनी अखिल भारतीय काँग्रेस महासमितीवर पाठवले; तसेच त्याच दरम्यान'अखिल भारतीय युवक काँग्रेस'च्या कार्यकारिणीवर त्यांची निवड झाली, तेव्हापासूनच विनायकराव पाटलांनी बारामतीमधून पवारांनी निवडणूक लढवावी असे सुचवले; पण त्या काळात स्थानिक संघटनेच्या मताला काँग्रेस पक्षात फार किंमत होती. तालुका संघटना, जिल्हा संघटना यांनी शिफारस केलेल्या नावावर शिक्कामोर्तब करणे एवढेच प्रदेश काँग्रेस आणि दिल्लीत काम असे. तिकीटासाठी दिल्लीवारी ही भानगडच तेव्हा नव्हती, असे पवार म्हणतात. अर्थात या पद्धतीचा पवारांना सुरुवातीला तोटाच झाला आहे. कारण जिल्ह्यातील सगळे स्थानिक नेते त्यांच्या विरोधात होते; पण बारामती तालुक्यातील सर्व समाजातील सर्व घटकांना शरद पवार हेच आपले विधानसभेतील प्रतिनिधी पाहिजेत असे वाटू लागले. काँग्रेस पक्षाने विधानसभेची उमेदवारी शरद पवार यांनाच द्यावी अशी मागणी सर्व स्तरांतून होऊ लागली. यामध्ये बारामती तालुक्यातील तरुण आघाडीवर होते. जनतेला आपल्या सुख-दुःखात समरस होणारा व विकासकामांना गती देणारा प्रतिनिधी पाहिजे होता व तो फक्त शरद पवार यांच्या रूपातून मिळणार आहे, अशीही त्यांची भावना झालेली होती. समाजातील तळागळातील दुर्बल, दुर्लक्षित व उपेक्षित समाजघटकांना त्यांच्या डोळ्यातील अश्रू पुसणारा व मानवतेचा सेवक असणारा समाजसेवक प्रतिनिधी मिळणार होता, अशीही भावना या सर्व अर्थाने पददलित समाजामध्ये दृढ झालेली होती. शरद पवार यांच्या नेतृत्वामुळे बारामती तालुक्यातील तरुण पिढी भारावून गेली असल्याने त्यांना विधानसभेत संधी, म्हणजे आपल्यालाच

संधी अशी आपुलकीची भावना प्रत्येकाच्याच मनात निर्माण झाली होती. यामुळेच यशवंतराव चव्हाणांनी शरद पवार यांच्या उमेदवारीचा आग्रह धरला. या सर्व घटनाक्रमामुळे पुणे जिल्ह्यातील काँग्रेस श्रेष्ठींना तरुण पिढीचा आत्मविश्वास वाढवण्यासाठी, तरुण रक्त काँग्रेसमध्ये येण्यासाठी क्रियाशील, कर्तृत्ववान, काष्ट करणारी तरुण पिढी काँग्रेसकडे आकर्षित होण्यासाठी व समाजातील सर्व स्तरांतील सर्व घटकांच्या अपेक्षा पूर्ण करण्यासाठी शरद पवारांसारख्या तरुण नेतृत्वाला संधी देणे आवश्यक असल्याचा प्रस्ताव मांडला. यावरून शरद पवार यांच्या नेतृत्वाला मान्यता असल्याचे दिसून येते.

यामुळे शरद पवार यांनी बारामती विधानसभा मतदारसंघात काँग्रेस पक्षाचे तिकीट मिळाले. त्यांना ही उमेदवारी मिळाल्याने सर्व बारामती तालुक्यात उत्साहाचे वातावरण निर्माण झाले. तरुणांमध्ये नवा जोश निर्माण झाला होता. या वेळी निवडणुकीतील प्रचाराची सर्व सूत्रे शरद पवारांचे थोरले बंधू अप्पासाहेब यांनी आपल्या हातात घेतली होती. शरद पवार हे विधानसभेच्या निवडणुकीतील महाराष्ट्रातील सर्वांत तरुण उमेदवार होते. त्या वेळी त्यांचे वय २७च्या आसपास होते. या निवडणुकीच्या प्रचारात काँग्रेस कार्यकर्त्यांप्रमाणेच तरुणांची संख्या मोठी होती. शरद पवार स्वतः या मतदारसंघातील सर्व गावांत व वाड्यावस्त्यांत जाऊन मतदारांच्या गाठीभेटी घेत होते. कोणत्याही जातीपातींचा विचार न करता प्रत्येक गावात जाऊन तेथील वडिलधाऱ्या मंडळीच्या ते पाया पडत होते, नम्रपणे त्यांचा आशीर्वाद घेत होते. या निवडणुकीत सामान्य जनतेचा फार मोठा प्रतिसाद शरद पवार यांना मिळाला. तरुण व महाविद्यालयीन विद्यार्थी झपाटल्याप्रमाणे निवडणूक प्रचाराला लागले. शरद पवार यांच्या उमेदवारीमुळे या निवडणुकीतील प्रचारकार्यातील विद्यार्थांच्या गैरहजेरीमुळे महाविद्यालय ओस पडली. बारामती विधानसभा मतदारसंघात बारामती शहर व ग्रामीण भागामध्ये काँग्रेस पक्षाचे वातावरण तयार झाले. या मतदारसंघात मराठा समाजावरोबर माळी, धनगर, लोणारी अनुसूचित जाती व जमाती यांची मतदारसंख्याही मोठी लक्षणीय होती; तसेच शहरात व ग्रामीण भागात मुस्लिम धर्मीय मतदारही संख्येने बऱ्यापैकी होते. काही गावांत भटक्या व विमुक्त जातीचे मतदारही मोठ्या संख्येने होते. अशा सर्वांची मने व मते मिळवण्यात शरद पवारांना यश आले. शरद पवार यांनी या निवडणुकीत काँग्रेस पक्षाची विचारसरणी लोकांसमोर मांडली. त्यांनी जनतेच्या विकासासंबंधीची आपली भूमिका नम्रपणे लोकांसमोर मांडताना विरोधी उमेदवारी

यांच्यावर वैयक्तिक अगर रूचिहीन टीका त्यांनी केली नाही. या निवडणुकीत शरद पवारांना पक्षातल्या प्रस्थापितांनी टोकाचा विरोध केला तरीही ते मोठ्या मताधिक्याने निवडणूक जिंकले. १९६७च्या पुणे जिल्ह्यातील बारामतीतून विधानसभा निवडणुकीतील विजयाने शरद पवारांचा सार्वजनिक जीवनातून राजकीय जीवनात प्रवेश झाला. सार्वजनिक निवडणुकीतील शरद पवार यांचा पहिला विजय हा जनतेचा होता त्यांनी तो अत्यंत नम्रपणे स्वीकारला. यशवंतराव चव्हाण यांच्या सुसंस्कृतपणाची शिकवण शरद पवारांनी पूर्णपणे आत्मसात केल्याने त्यांनी या निवडणुकीत कोणतेही विरोधी कार्यकर्ते व विरोधी उमेदवाराशी व पक्षाशी कधीही वैरभाव ठेवला नाही व कोणाबद्दलही त्यांच्या मनात कटुता निर्माण झाली नाही. या पद्धतीने शरद पवार यांच्या नेतृत्वाला विधानसभा निवडणुकीतून जनेतेची अधिमान्यता प्राप्त झाली; पण यातून ते अहंकारी न होता नम्र झाले. यामुळे राजकारणात त्यांच्या नेतृत्वाची व्याप्ती वाढल्याचे दिसून येते.

पुरोगामी विचारांचा प्रभाव

यशवंतराव चव्हाण यांच्या नेतृत्वाच्या कसोट्यांप्रमाणे शरदरावांचे नेतृत्व घडत गेले आहे. महात्मा फुले, राजर्षी शाहू महाराज, डॉ. बाबासाहेब आंबेडकर यांचा वैचारिक प्रभाव त्यांच्या नेतृत्वावर पडला. संपत्तीची निर्मिती, प्रगती, विकास आणि सुसंस्कृती हा त्यांच्या राजकीय विचारांचा गाभा आहे. त्यांच्या राजकीय विचारात यशवंतराव चव्हाण यांचा विधायक व समाजकल्याणाचा दृष्टिकोन आहे, तर राजकीय विकासातून निर्माण होणाऱ्या घटकांचे समन्यायी वाटप हा म. फुले व डॉ. बाबासाहेब आंबेडकर यांच्या समतेच्या विचारांचा धागाही दिसून येतो. त्यांनी पुरोगामी विचारांचा वारसा आपल्या कृतीतून पुढे सुरू ठेवला. समाजातील सर्व घटकांना समान न्याय, समान विश्वास, विकासाची समान संधी मिळावी हे समतेचे तत्त्व त्यांनी आपले जीवनतत्त्व मानले आहे.

शरद पवारांनी आपल्या कृतीने समाजाला समतेचा, परिवर्तनाचा व मानवतेचा एक आदर्श दाखवून दिला. या सर्व कार्यक्रमांच्या आधारे त्यांनी महात्मा फुले, राजर्षी शाहू महाराज, डॉ. बाबासाहेब आंबेडकर व सानेगुरुजी यांच्या सामाजिक समतेचा, माणुसकीचा व पुरोगामी विचाराचा प्रत्यय आणून दिला. त्यांनी नेहमीच उक्तीपेक्षा कृतीवर भर दिला. परिवर्तनवादी कार्यक्रमांमुळे व कृतीमुळे राजकारणी शरदरावांपेक्षा समाजपरिवर्तनवादी शरद पवार अशी ओळख निर्माण झाली.

शरद पवार यांनी पुरोगामी विचाराने जातीयवादी प्रतीगामी विचारावर मात केली. त्यामुळेच पवारांनी मराठवाडा विद्यापीठास भारतरत्न डॉ. बाबासाहेब आंबेडकरांचे नाव देणारा प्रस्ताव २७ जुलै १९७८ रोजी विधानसभेत एकमताने पारित केला व पुढील काळात त्याची अंमलबजावणी केली; तसेच उपेक्षित वर्गाच्या कल्याणाचा नवा विचार स्वीकारणारे ते नेते असल्याची जाणीव त्यांच्या विचारांतून होते. शरद पवार यांच्या कुशल नेतृत्वाखाली मंडल आयोगाच्या शिफारशी स्वीकारण्याचा सामाजिक न्यायाचा ऐतिहासिक निर्णय घेऊन त्याची अंमलबजावणीही काटेकोरपणाने केली. अशा प्रकारचे मंडल आयोगाच्या शिफारशीसंबंधी निर्णय घेणारे व त्याची अंमलबजावणी करणारे महाराष्ट्र हे देशातील पहिले राज्य ठरले. शरद पवारांनी या देशात सर्वप्रथम महिलाविषयक धोरण जाहीर करून सर्वप्रथम महाराष्ट्रातील महिलांना राजकीय, आर्थिक व सामाजिक प्रतिष्ठा मिळवून दिली. त्यांच्या कृतीतून व कार्यातून विचारातून पुरोगामीत्व दिसते.

कठीण परिस्थितीतही नेतृत्व कौशल्य

शरद पवारांच्या काळात राजकीय बदल झपाट्याने घडत होते. जॉर्ज फर्नांडिस यांनी केलेला स. का. पाटील यांचा पराभव, कामगार चळवळीचा वाढता प्रभाव, लालबहादूर शास्त्रींच्या निधनानंतर काँग्रेसची सूत्रे इंदिरा गांधी यांच्याकडे गेल्यानंतर अल्पावधीतच काँग्रेसची राष्ट्रीय पातळीवर अस्थिरता निर्माण झाली होती. अशा वेळी शरद पवार यांच्या कल्पक व चतुरस्त्र नेतृत्वावर यशवंतराव चव्हाण व वसंतराव नाईक प्रभावित झाले होते. १९६८ साली ठाणे नगरपालिकेची निवडणूक झाली. या निवडणुकीतील नगराध्यक्ष पदाच्या निवडीवेळी काँग्रेस पक्षाला २ नगरसेवक कमी पडत होते. या वेळी वसंतराव नाईक यांना कविश्रेष्ठ पी. सावळाराम यांना नगराध्यक्ष करायचे होते; पण संख्याबळ पुरेसे नसल्याने अडचण होती. त्या वेळी या अवघड कामाची जबाबदारी शरद पवारांच्याकडे दिली. त्यांनी इतर सदस्यांचे मन परिवर्तन करून लागणारी दोन मते काँग्रेस पक्षाकडे वळवण्यात यश मिळवले व यामुळे बऱ्याच वर्षांनंतर कठीण व अवघड परिस्थितीमध्ये ठाणे नगरपालिकेच्या नगराध्यक्ष पदाच्या निवडणुकीत काँग्रेसला यश मिळाले व काँग्रेस पक्षाचे पी. सावळाराम नगराध्यक्ष झाले. शरद पवारांनी डगमगून न जाता आपल्या कुशलतेने, मनमिळाऊ स्वभावाने कठीण परिस्थितीत मार्ग काढला व काँग्रेस पक्षाला यश मिळवून दिले. या वेळी शरद पवार यांच्या पाठीवर वसंतराव

नाईक थाप मारून मोठ्या विनोदबुद्धीने म्हणाले,'शाब्बास शरद बहाद्दरा. तू तर कमाल केलीस. येड्याचा पाटील ठाण्याचा नगराध्यक्ष केलास.'या प्रकारे शरद पवारांचा संघर्ष करून त्यातून मार्ग काढणे व त्यात यशस्वी होणे हा स्वभावधर्मच बनला त्यांच्या या स्वभावधर्मामुळे ते आज निरनिराळ्या क्षेत्रांमध्ये मोठ्या कठीण परिस्थितीतही अत्यंत यशस्वी झालेले आहेत.

सुसंस्कृत संसदीय नेतृत्व

१९६७-६८च्या अंदाजपत्रकावरील चर्चेत शरद पवारांनी अभ्यासपूर्ण भाषण करून आपल्या वैचारिक बैठकीची भूमिका महाराष्ट्रातील जनतेसमोर मांडली. त्यांचे भाषण अत्यंत प्रभावी, मुद्देसूद व अभ्यासूवृत्तीचे, विधायक सूचना देणारे होते. एखाद्या कसदार, अनुभवी, सदस्यासारखेच तोलामोलाचे त्यांचे भाषण ठरले. या भाषणावर डॉ. आंबेडकर व यशवंतराव चव्हाण यांना अभिप्रेत असलेल्या सामाजिक लोकशाहीच्या विचाराची छाप पडलेली दिसून येते. त्यांच्या भाषणात सामाजिक न्यायाबरोबरच आर्थिक न्याय मिळवण्यासाठी करावयाच्या उपाययोजनांचाही आग्रह धरला होता. त्यांनी अंदाजपत्रकावरील चर्चेत भाग घेताना राज्याला दिशा देण्याचा प्रयत्न संसदीय जीवनाच्या अगदी सुरुवातीच्या काळात, म्हणजे पहिल्याच अधिवेशनात केला. शरद पवारांच्या रूपात त्या काळातील तरुण वय व संसदीय कामाचा अनुभव पाहता अशा प्रकारचा प्रयत्न यापूर्वी या सभागृहाने कधीच पाहिला नव्हता.

त्यांच्या अर्थसंकल्पावरील भाषणामुळे आर्थिक न्याय, श्रमाची प्रतिष्ठा, सामाजिक न्याय, शेतकरी कल्याण व समाजवादावर आधारलेली विचारसरणी असल्याचे असा प्रत्यय येतो. शरद पवारांचा पंडित जवाहरलाल नेहरू यांनी सांगितलेल्या समाजवादाच्या विचारसरणीवर विश्वास होता. शरद पवारांचा विधानसभेच्या सभागृहातील एक सुसंस्कृत सदस्य म्हणून प्रभाव पडला, अभ्यासपूर्ण भाषणावरोवरच ते सभागृहाच्या प्रतिष्ठेचे सर्व नियम आपल्या वागण्याने व बोलण्याने आचरणात आणत. संसदीय लोकशाहीत लोकप्रतिनिधींनी सभागृहात व सभागृहाबाहेर कसे वागावे यासाठी काही नियम व आचारसंहिता तयार केली. लोकशाहीत सभागृहाची प्रतिष्ठा व प्रतिमा चांगली राहील, त्याप्रमाणे लोकप्रतिनिधी सदस्यांची वर्तणूक चांगली असावी, या यशवंतराव चव्हाणांच्या संस्कृतीत शरद पवार तयार झाले होते. त्यांच्या विचारात राजकीय व संसदीय पिंड

घडल्याने ते सभागृहाचे सर्व नियम व आचारसंहितेचा काटेकोरपणे पालन करीत असत. आपल्या भाषणात असंसदीय शब्दप्रयोग कधीही करीत नसत. त्यांची भाषा मृदू व सभ्य असे. त्यांच्या वाक्यात कधीही असंसदीय, अपमानकारक, असभ्य, अप्रतिष्ठीत घातक व सभागृहाची प्रतिष्ठा, दर्जा कमी होईल, असे वर्तन नव्हते. शरद पवार हे पहिल्यांदाच विधानसभेत निवडून आलेले विधानसभा सदस्य असूनही व त्यांचा फार मोठा दांडगा संसदीय अनुभव नसतानाही ते विधानसभेत चर्चेच्या दरम्यान विरोधी पक्षातील सदस्यांचे मतांचे खंडन मोठ्या चतुराईने करतात व यासाठी ते आपले जनकल्याणकारी विचार सौम्य, सोज्वळ, अभ्यासपूर्ण संसदीय शब्दात मांडतात. शरद पवार हे सभागृहातील आयुधे यांचा वापर ते जनतेचे प्रश्न सोडवण्याचे प्रभावी अस्त्र म्हणून करतात. शरद पवारांनी विधिमंडळात व संसदेमध्ये मनाचा तोल कधीही जाऊ दिला नाही. सभागृहाची व स्वतःची प्रतिष्ठा राखलेली दिसून येते.

पक्षाच्या संघटनात्मक कार्याचे नेतृत्व

१९७० साली शरद पवार काँग्रेस विधिमंडळ पक्षाचे सरचिटणीस होते. शरद पवारांना पहिल्या टर्ममध्ये लाल दिवा मिळाला नव्हता; पण ऐन तारुण्यात त्यांच्याकडे विधानसभेतील फ्लोअर मॅनेजमेंट, सभागृहात मांडावयाच्या भूमिकेच्या संदर्भातील धोरणनिश्चितीतील सहभाग, विधिमंडळ पक्षाच्या बैठकांचे नियोजन अशा पडद्यामागील महत्त्वाच्या जबाबदाऱ्या सोपवण्यात आल्या होत्या. प्रसारमाध्यमांशी सलोख्याचे संबंध ठेवण्याचे कसब त्या वेळी त्यांनी आत्मसात केले होते. त्यासाठी ते अनेकदा विधिमंडळाच्या प्रेसरूममध्ये, प्रसंगी प्रेस गॅलरीत आवर्जून येत असत. पुढे मंत्री झाल्यावर त्यांनी पत्रकार आणि प्रशासनासोबतचे त्यांचे संबंध आणखी दृढ केले. शरद पवारांनी अभ्यासू व तयारी करून सभागृहात येणारा मंत्री अशी प्रतिमा अल्पावधीत प्रस्थापित केली. त्याचाच परिणाम म्हणून १९७४ साली वसंतराव नाईकांनी गृहराज्यमंत्री म्हणून पवारांकडे जबाबदारी सोपवली होती. एवढेच नव्हे, तर संबंधित विभागात पूर्णपणे काम करण्याचे स्वातंत्र्यही दिले. शरद पवार यांनी जेव्हा महाराष्ट्र समाजवादी काँग्रेस पक्ष स्थापन केला, तेव्हासुद्धा संघटनवाढीसाठी प्रयत्न केले. देशाच्या पातळीवर राष्ट्रीय नेतृत्व करावयाचे असेल, तर महारष्ट्रातील आपल्या नेतृत्वाचा पाया भक्कम हवा, याचे वास्तववादी भान शरद पवार यांना होते. समाजातील सर्व स्तरांतील घटकांच्या

सहभागानेच आपला पक्ष बळकट होईल, म्हणून त्यांनी खास प्रयत्न केले. यासाठी महाराष्ट्रभर दौरे सुरू केले. गावोगावच्या कार्यकर्त्यांबरोबरच समाजातील डॉक्टर, वकील, शिक्षक, प्राध्यापक, पत्रकार अशा समाजातील या विशिष्ट लोकांच्या सभाही ठिकठिकाणी घेतल्या. या सर्वांना त्यांनी आपल्या समाजवादी काँग्रेस पक्षात समावून घेतले. विचारवंत, साहित्यिक, कलावंत यांनाही त्यांनी मोठ्या सन्मानाने आपल्या पक्षात सहभागी करून घेतले. पक्षाला प्रचंड परिश्रमाने व सततच्या धडपडीने वाडी-वस्त्यांपर्यंत दूरवर जाऊन पोहोचवण्याचे कार्य केले. त्यांनी पक्षाच्या प्रवेशापासूनच नेतृत्वाची क्षमता दाखवली. त्यांच्या नेतृत्वाचा प्रभाव काँग्रेस पक्षात व त्यानंतर त्यांनी स्थापन केलेल्या राष्ट्रवादी काँग्रेस पक्षातही दिसून येतो.

राजकीय पटलावरील धाडसी निर्णय

१९७५ साली शंकरराव चव्हाण मुख्यमंत्री झाले. त्यांनी पवारांचे कॅबिनेट मंत्रिपद कायम ठेवताना खाते मात्र बदलले. शिक्षणाऐवजी त्यांच्याकडे शेती खाते देण्यात आले. त्या वेळी देशात आणीबाणी जाहीर झाली. या आणीबाणीविषयी पवार म्हणतात, इंदिरा गांधी यांचा हा निर्णय माझ्या अजिबात पचनी पडलेला नव्हता. यशवंतराव चव्हाणांनी इंदिराजींची भेट घेऊन आणीबाणीविरोधातल्या आपल्या तीव्र भावना व्यक्त केल्या होत्या. मात्र, इंदिराजींनी गुप्तचर संस्थांचे अहवाल दाखवून आपल्या निर्णयाचे समर्थन केले होते, असं पवार म्हणतात. आणीबाणी आली, त्या वेळेस पवार फक्त राज्य पातळीवरचे नेते होते. त्यामुळे त्यांनी इंदिरा गांधीविरोधात बंड करावे, अशी अपेक्षा बाळगण्यात अर्थ नाही. मात्र,यशवंतराव चव्हाणांना ते सहज शक्य होतं. कारण अगदी १९६७ सालीसुद्धा पंतप्रधानपदाचे दावेदार म्हणून त्यांचा विचार झाला होता. मात्र, संयुक्त महाराष्ट्राच्या लढ्यापासून आणीबाणीपर्यंत सातत्याने यशवंतराव व्यवस्थेच्या किंवा सत्तेच्या वाजूने राहिलेले दिसतात. संयुक्त महाराष्ट्राच्या लढ्याच्या वेळेस तर महाराष्ट्र आणि नेहरू यांच्यात निवड करण्याची वेळ आली, तर आपण नेहरूंची निवड करू, असे त्यांनी म्हटले होते. त्यांच्या या निष्ठेचे फळ त्यांना संयुक्त महाराष्ट्राच्या पहिल्या मुख्यमंत्रीपदाच्या रूपाने मिळाले. ठाम भूमिका घेणे आणि त्यासाठी वाट्टेल ती किंमत मोजणे हा यशवंतरावांचा पिंड कधीच नव्हता. त्यामुळे ते अस्वस्थ होते, याला फारसा अर्थ नाही. यशवंतराव व जगजीवनराव यांनी आणीवाणी संपल्यानंतर पक्षांतर केले

आणि इंदिरा गांधींच्या विरोधात बंडाचा झेंडा फडकवला. त्या तुलनेत काँग्रेस पक्षाच्या नेतृत्त्वाशी आणि गांधी घराण्याशी राजकीय महत्त्वाकांक्षेपोटी का होईना पवारांनी अधिक धाडसाने संघर्ष केला, असे म्हणावे लागेल. आणीबाणी संपल्यावर झालेल्या लोकसभेच्या सार्वत्रिक निवडणुकीत काँग्रेसचा दारुण पराभव झाला. त्या पराभवाचे राजकीय पडसाद राज्यातील काँग्रेसच्या अंतर्गत राजकारणात उमटले. वसंतदादा पाटील यांनी मोर्चेबांधणी करून शंकररावांना मुख्यमंत्रिपदावरून बहुमताच्या आधारे हटवले. दादांनी तेव्हा पवारांचे मंत्रिपद तर कायम ठेवलेच; शिवाय गृहखात्याचा पूर्ण कारभार सोपवला. त्यानंतर लागलीच १९७८ साली झालेल्या निवडणुकीनंतर काँग्रेस (आय) आणि काँग्रेस (रेड्डी) एकत्र येऊन सरकार बनले. दादा मुख्यमंत्री, तर काँग्रेसचे नासिकराव तिरपुडे उपमुख्यमंत्री अशी राजकीय तडजोड झाली. त्या वेळी मात्र दादांनी पवारांना उद्योग व कामगार खाते दिले. हा सारा वरकरणी रूक्ष वाढणारा तपशील अशासाठी दिला, की या सरधोपट वाटणाऱ्या प्रवासातच आगामी वादळाचे बीज रोवले गेलेले दिसते.

सुशीलकुमार शिंदे, प्रतापराव भोसले, गोविंदराव आदिक, विनायकराव पाटील, मराठवाड्यातील सुंदरराव सोळंके आदी निष्ठावंतांच्या मदतीने पवारांनी दादांच्या मुख्यमंत्रिपदाच्या खुचर्चीला सुरंग लावला. दादा-तिरपुडे यांचे संयुक्त सरकार पवारांनी पाडले, त्या वेळी सत्ता संपादनासाठी पवारांनी डाव्या-उजव्या अशा भिन्न प्रवृतीच्या नऊ पक्षांची एकत्रित मोट बांधली. त्यात जनसंघीयांपासून समाजवाद्यांपर्यंत साऱ्यांना एकत्र आणले. वास्तविक, त्यापैकी संख्याचळाने सर्वांत छोटा गट पवारांचा होता; पण ही नऊ पक्षांची मोट पवारच नीट सांभाळू शकतील, हा ज्येष्ठ समाजवादी नेते एस. एम. जोशी यांचा कौल निर्णायक ठरला व शरद पवार पहिल्यांदा मुख्यमंत्री झाले. हे धाडस करताना पवारांनी काँग्रेसच्या हायकमांडची पर्वा केली नाही. किंबहुना इंदिरा गांधी यांचा रोष पत्करून पवारांनी हे धाडस केले होते. यातील सर्वांत लक्षणीय मुद्दा होता, पवारांच्या तरुण वयाचा. अवघ्या अडतीस वर्षांच्या पवारांच्या नेतृत्वाखाली उत्तमराव पाटील, हशू आडवाणी, सदानंद तथा अनु वर्दे असे दिग्गज काम करण्यास राजी झाले. पवारांचे हे सरकार पुरोगामी लोकशाही दल तथा'पुलोद'म्हणून ओळखले गेले, तोवर महाराष्ट्राने कधीही आघाडी सरकारचा प्रयोग अनुभवला नव्हता. आजच्या घडीला अपरिहार्य बनलेल्या आघाडी सरकारच्या प्रयोगाची कोनशिला पवारांनी किती तरी अगोदर रचली होती. याच सरकारमध्ये एन. डी. पाटील, गणपतराव देशमुख यांच्यासारखे

दिग्गज नेतेही सहभागी होते. अशा प्रकारे पवारांच्या नेतृत्वात धाडसी निर्णयाची क्षमता दिसते.

मोरारजी देसाई यांच्या नेतृत्वाखालील जनता पार्टी आणि त्यात विलीन झालेल्या जनसंघीयांचे अप्रत्यक्ष आघाडी सरकार मात्र एकात्म भाव टिकवून ठेवण्यात केंद्रात अपयशी ठरत होते. अस्थिरतेने केंद्रातील सरकारला पुरते प्रासले. दुहेरी सदस्यत्वाच्या मुद्द्यावरून लक्ष्य केले गेलेले मूळचे जनसंघीय पुरते बिथरले. व्हायचा तो परिणाम झालाच. १९८० साली देश पुन्हा सार्वत्रिक निवडणुकीला सामोरा गेला. इंदिरा गांधी पुन्हा सत्तेत आल्या. जनता पार्टी नामक बिगर काँग्रेसी सरकारचा जयप्रकाश नारायणप्रणित प्रयोग धुळीला मिळाला. निर्विवाद बहुमताच्या आधारे पुन्हा केंद्रात सत्तेत आलेल्या इंदिरा गांधी यांनी पवारांवरील रोष कृतीतून व्यक्त केला. वास्तविक, पवारांचे'पुलोद'सरकार व्यवस्थित चालले होते. पवारांनी सभागृहात बहुमत सिद्ध केल्यानंतरही इंदिरा गांधींनी हे सरकार बरखास्त करून टाकले.'पुलोद'च्या निमित्ताने महाराष्ट्राने जसा आघाडी सरकारचा प्रयोग पहिल्यांदा पाहिला, तसाच सरकार बरखास्तीचा प्रयोगही प्रथमच पाहिला आहे. १९८० साली इंदिरा गांधी नव्याने सत्तेत आल्या. जनता पक्षाच्या निराशाजनक कामगिरीमुळेच त्यांना हे शक्य झाले होते. अशा वेळी इंदिरा गांधींनी पवारांना'तुमच्यात एक दोष आहे, वरिष्ठांची साथ तुम्ही सोडत नाही,'असे यशवंतरावांचा संदर्भ देऊन

सांगितले. मात्र, पवारांनी चव्हाणांची साथ सोडली नाही. संजय गांधी यांच्यासोबत पवारांनी काम करावे, ही इंदिरा गांधींची सूचना त्यांनी नाकारल्यामुळे पुढच्या अठ्ठेचाळीस तासात त्यांचे सरकार बरखास्त झाले. पद गेल्यानंतर चोवीस ते अठ्ठेचाळीस तासांत आपण आपले सरकारी निवासस्थान सोडले आहे, असे पवारांनी म्हटले आहे. वर्षानुवर्षे सरकारी निवासस्थाने बळकावण्याच्या सध्याच्या काळात पवारांची हि कृती कौतुकास्पद होती. यात त्यांच्या नेतृत्वातील संयमीपणा दिसून येतो.

राजकीय व प्रशासकीय कार्यात नेतृत्वाचा प्रभाव

शरद पवारांनी पुलोद सरकार यशस्वीरीत्या चालवून देशातील राजकीय प्रशासकांमध्ये त्यांचे व्यक्तिमत्त्व व स्थान अत्युच्च कोटीचे आहे हे देशाला दाखवून दिले. देशातील अत्यंत कार्यक्षम मुख्यमंत्री म्हणून त्यांनी या काळात नावलौकिक मिळवला. देशातील काही वर्तमानपत्रांनी त्यांच्या मुख्यमंत्रिपदाच्या

कारकिर्दीबद्दल लिहिताना म्हटले, की १९७८ ते १९८० या कालावधीत असलेल्या सर्व राज्यांच्या मुख्यमंत्र्यांमध्ये सर्वोत्कृष्ट मुख्यमंत्री म्हणून शरद पवार पवार यांनाच मानाचे पहिले सुवर्णपदक द्यावे लागेल.

शरद पवारांनी राज्याचे प्रमुख या नात्याने प्रशासनातील सर्व गुण आत्मसात केले होते. मुख्यमंत्री म्हणून त्यांचे वर्तन पारदर्शी, अदबीचे, सकारात्मक व समोरच्याला समजावून घेण्याचे होते. यामुळेच प्रशासनाचे उत्तम सहकार्य त्यांना मिळाले. ते तरुण वयात मुख्यमंत्री झाल्यावरही त्यांच्या अंगी प्रशासनाची दुर्मिळ अशी परिपक्व जाणीव होती. म्हणूनच त्यांच्या मंत्रिमंडळात अनेक अनुभवी व ज्येष्ठ मंत्री असतानाही या सर्वांवर शरदरावांची छाप चांगल्या प्रकारे पडली. शरद पवार याच काळात राज्यकारभाराचा दांडगा अनुभव व राज्याच्या विविध प्रश्नांची सखोल जाणीव झाली. त्यामुळे त्यांना राज्यातील एखादा विष प्रशासनातील अधिकाऱ्याने सांगितला, की लगेच तो त्यांना समजत असे. उत्तम स्मरणशक्ती आणि तीव्र ग्रहणशक्तीमुळे त्यांच्या निर्णयामध्ये गुंतागुंत झालेली नसे. निर्णयामध्ये स्पष्टता असे. निर्णय घेताना त्याचा बरा-वाईट परिणाम, त्या परिणामांची तीव्रता आणि त्या वरील उपाय हे सारे एकाच वेळी त्यांच्या दृष्टिक्षेपात होते. त्यांच्या अंगी निर्णय घेण्याची क्षमता होती. त्याचबरोबर लोकांचे सहकार्य मिळवून तो निर्णय अंमलात आणण्याची अनोखी हातोटीही होती. पुलोद शासन हे लोककल्याणाचे निर्णय घेणारे व घेतलेल्या निर्णयांची काटेकोरपणाने अंमलबजावणी करणारे शासन असा नावलौकिक त्या काळात या शासनाचा सर्व देशात झालेला होता, म्हणूनच शरद पवार यांना देशातील सर्वांत यशस्वी मुख्यमंत्री म्हणतात, राज्यकर्ता म्हणून काम करणे सोपे नसते व मोठ्या जबाबदारीने निर्णय घेणेही अवघड असते. याची जाणीव शरद पवार यांना होती. त्यांना निर्णय घेताना अनेक परस्परविरोधी गोष्टीचा समन्वय साधावा लागत होता. समतोल बुद्धी व संयमी वृत्ती यामुळे शरद पवार यांना निर्णय घेताना कठीण जात नव्हते. महाराष्ट्रासारख्या देशातील मोठ्या व अव्वल दर्जाच्या राज्याच्या प्रशासनाचा एवढा मोठा व्याप असूनही शरद पवारांनी कष्टाने व प्रयत्नाने हा व्याप आवाक्यात आणला. पु. लो. द. चा राज्यकारभार करताना व जनतेच्या कल्याणाचे निर्णय घेताना ते केवळ ऐकीव व पुस्तकी माहितीवर अवलंबून राहत नसत, तर प्रत्यक्ष त्या ठिकाणी जाऊन त्या प्रश्नाची जाणीव करून घेत असत, लोकांशी चर्चा करून निर्णय घेत असत. निर्णय घेण्याच्या त्यांच्या या पद्धतीमुळे ते महारष्ट्राच्या निरनिराळ्या विभागात मुख्यमंत्री या नात्याने जात

असत. त्या काळात देशातील'सवांत जास्त फिरणारा मुख्यमंत्री'असा त्यांचा नाव लौकिक झालेला होता. त्यांच्या या राज्यव्यापी फिरण्यामुळे राज्यातील प्रशासन यंत्रणाही नेहमी कार्यक्षम व तत्पर राहत असल्याचे दिसते.

मुख्यमंत्रिपदाच्या कारकिर्दीत विधिमंडळाच्या सभागृहाचे संसदीय कामकाजाला जास्त महत्त्व देऊ लागले. महत्त्वाच्या विषयावरील चर्चेच्या वेळी सभागृहात हजर राहणे, सभागृहाच्या कामकाजात जास्तीत जास्त काळ देणे, विरोधकांचे विचार समजावून घेणे त्यांना आदराने वागवणे इत्यादी गोष्टी शरद पवार यांनी कटाक्षपूर्वक केल्या. सभागृहातले त्यांचे वर्तन सहिष्णू व आत्मविश्वसपूर्ण होता. त्यांच्याकडे समतोल व संयम होता. सत्तारूढ असूनही विनम्र ही मुख्यमंत्रीपदाची यशवंतराव चव्हाणांची सुसंस्कृत व आदर्श प्रतिमा शरद पवारांनी त्यांच्या कारकिर्दीत जाणीवपूर्वक जपली. त्यांच्या आजपर्यंतच्या राजकीय यशात या प्रतिमेचा फार मोठा वाटा आहे. वितंडवादापेक्षा त्यांचा भर जनहितावर असायचा. सभागृहात निरनिराळ्या खात्यांची माहिती खरी ठेवण्यास ते आपल्या सहकारी मंत्र्यांना सांगत. एखाद्या गंभीर निर्णयातही सर्व पक्षांना शरद पवार आपल्याच बाजूचे वाटत असत, हे त्यांचे खास कौशल्य आहे. एखाद्या प्रश्नासंबंधी वाटाघाटीसाठी लागणारी बुद्धीची कुशाग्रता, जुळते घेण्याचा उदारपणा हे गुण त्यांच्याकडे होते. प्रसंगी लोकनिंदा व लोकविरोध पत्करूनही आपल्या ध्येयावर अडून राहणारा स्वतःच्या राजकीय कार्यकर्तृत्वाचा आपले शत्रू आणि मित्र दोहोंवरही सारखाच वचक निर्माण करणारा लोकनेता अशी त्यांची प्रतिमा याच काळात समाजात व देशात निर्माण झाली. अशा प्रकारे शरद पवार हे यशस्वी प्रशासक व कुशल असे संघटक आहेत. लोकांचे प्रश्न समजावून घेण्याची क्षमता व ते सोडविण्याची मानसिकता त्यांच्या नेतृत्वामध्ये होती.

शरद पवारांच्या नेतृत्वाची समकालीनता

'नेतृत्व आणि कर्तृत्व'या दोन्ही शब्दांना नवा आयाम शरद पवार यांच्या राजकीय वर्तनाने मिळवून दिला. महाराष्ट्राच्या लोकमानसावर प्रभाव टाकणारे यशवंतरावांच्या नंतर शरद पवार हे प्रभावी नेते आहेत. महाराष्ट्राच्या सर्वांगीण विकासासाठी सहेतूक प्रयत्न आणि सर्व प्रदेशाच्या समतोल विकासाची दृष्टी त्यांनी ठेवली. सर्व समाजघटकांना आपलेसे करून सामाजिक न्यायाची भूमिका त्यांनी घेतली. राजकीय कारकिर्दीचा विचार करता शरद पवार गेली साडेपाच दशके

राजकारणाच्या केंद्रस्थानी आहेत. त्याचे कारण सामान्यातील सामान्य माणसांशी असणारा त्यांचा अतूट सहसंबंध. राजकारणात'मानवी संबंध'कसे ठेवावेत याचे सर्वोत्तम उदाहरण म्हणून पवारांचा उल्लेख केला जातो. आजमितीला देशात काश्मीरपासून ते केरळपर्यंत सर्व राजकीय प्रवाहातील माणसांशी उत्तम सुसंवाद फक्त शरद पवार करू शकतात. म्हणूनच हे'सुसंस्कृत नेतृत्व'राज्यातील सामान्य कष्टकरी, वंचित, कृषक समूहाला कायमच आपले वाटते.'सत्ता'असो नसो, त्यांच्याभोवतीचा गर्दीचा गहिवर कधी कमी झाला नाही. सत्तास्थानी किती काळ राहिले, यापेक्षा सत्तास्थानी राहून लोकाभिमुख राज्य कारभार कसा करावा, याचा आदर्श त्यांनी पुढील पिढीसमोर ठेवला. सत्ता येते जाते; परंतु सत्ता गेल्यानंतर ज्यांची लोकप्रियता यत्किंचितही कमी होत नाही, असे'लोकोत्तर'नेतृत्व युगप्रवर्तक असते. असे असले, तरी शरद पवारांच्या समकालीन नेतृत्वासमोर अनेक आव्हाने उभी असल्याची दिसतात. त्यांनी या आधीच्या राजकारणात लोकांनुरंजक व आक्रमक शैली आत्मसात केलेली नव्हती; पण लोकसभा निवडणुकीत त्यांनी आपल्या वक्तव्यांनी लोकांना आपण अजून लढवय्या आहोत, याची जाणीव करून दिली. शरद पवारांचे नेतृत्व हे आज तरुण पिढीला प्रेरणा देणारे आहे. त्यांनी आपल्या नेतृत्वावरील, शरद पवार यांच्यावरचा अविश्वसनीयतेचा शिक्का दूर केला. शरद पवार यांनी आपल्या नेतृत्वात विश्वास निर्माण केला.

भविष्याचा वेध घेण्याची दृष्टी, कुवत व धाडसी निर्णय घेणारे नेतृत्व शरद पवार यांच्याकडे होते. राज्यातील लोकप्रतिनिधीपासून ते देशाच्या संरक्षणमंत्री, कृषीमंत्रीपदापर्यंतच्या सर्व जवबाबदाऱ्या त्यांनी समर्थपणे पार पाडल्या आहेत. त्यांनी अनेक महत्त्वाची पदे भूषवली. शरद पवार आजही राजकारणात कमालीचे कष्ट करताना दिसतात. ते आजही दिवसातील १४ ते १६ तास काम करतात. इतकी प्रचंड ताकद आणि दुर्दम्य इच्छाशक्ती क्वचितच पाहायला मिळते. समाजातील क्वचितच एखादे क्षेत्र असेल, की ज्याची त्यांना माहिती नसेल. शेती, शिक्षण, कारखानदारी, कृषीउद्योग, सहकार, अर्थकारण आणि प्रशासन यामध्ये त्यांनी आपल्या कर्तृत्वाची छाप पाडली आहे. महात्मा गांधी, पंडित नेहरू, यशवंतरावजी चव्हाण यांच्या विचारावर त्यांची गाढ श्रद्धा आहे. म्हणूनच राजकारणातील त्यांची आतापर्यंतची पावले या विचाराप्रमाणे पडली. राजकारणातील बदलाच्या दिशा ठाऊक असल्याने भावविश्वातील दुर्गम वळणे व खाचखळगे यांचे अंदाज ते घेऊ शकतात. त्यांच्या राजकारणात महात्मा गांधी, नेहरू, चव्हाण यांचे दृष्टिकोन

जसे ठळकपणे पुढे येतात, तसे समाजकारणात महात्मा फुले, डॉ. आंबेडकर, राजर्षी शाहू महाराज यांचा विचारही पुढे येतो. सामाजिक प्रश्नावर निर्णय घेऊन त्याची राजकीय किंमत चुकवण्याची तयारी त्यांनी दाखवली होती. स्वातंत्र्यपूर्व काळातील नेत्यांमध्ये यशवंतराव चव्हाण आणि वसंतदादा पाटील यांनी ती उंची गाठली होती. स्वातंत्र्योत्तर काळात शरद पवारांच्या नेतृत्वात ते गुण होते. त्या काळात शरद पवारांच्या नेतृत्वाचा उदय झाला. सामान्यजनांविषयी तळमळ, दूरदर्शीत्व, निर्णय घेणेची क्षमता, भविष्याचा वेध घेण्याची पात्रता, असाधारण प्रशासन कौशल्य, प्रचंड जनाधार इत्यादी गुण प्रकर्षाने त्यांचे ठायी असलेले सातत्याने जाणवत आले आहेत.

***

प्रकरण २

'पुलोद'च्या स्थापनेची राजकीय पार्श्वभूमी

भारतात १९५६ साली भाषावार प्रांत रचनेनुसार राज्यांची पुनर्रचना करण्यात आली. त्यानुसार आंध्र प्रदेश हे भाषिक तत्त्वावर आधारित पहिले राज्य अस्तित्वात आले. याच पुनर्रचनेनुसार हैदराबाद संस्थानातील मराठी भाषिक पाच जिल्हे (औरंगाबाद, बीड, परभणी, उस्मानाबाद, नांदेड) व मध्य प्रांतातील विदर्भाचे मराठी भाषिक आठ जिल्हे (बुलढाणा, अकोला, अमरावती, वर्धा, नागपूर, भंडारा, यवतमाळ, चांदा) व बॉम्बे प्रेसिडेंसिमधील १३ जिल्हे असे २६ जिल्हे आणि गुजरात यांचे मिळून १९ नोव्हेंबर १९५६ रोजी द्विभाषिक मुंबई राज्याची स्थापना करण्यात आली; पण यावेळी मराठी भाषिकांचे स्वतंत्र राज्य असावे, अशी मागणी असल्यामुळे तत्कालीन द्विभाषिक राज्यामध्ये आंदोलने सुरू झाली. यातून १९६० साली संयुक्त महाराष्ट्राची स्थापना झाली. संयुक्त महाराष्ट्राच्या स्थापनेपूर्वी संयुक्त महाराष्ट्र समितीची स्थापना करण्यात आली होती. या समितीत प्रजा सोशालिस्ट पार्टी, भारतीय कम्युनिस्ट पार्टी, शेतकरी कामगार पक्ष, जनसंघ, लाल निशाण गट, संयुक्त महाराष्ट्रवादी कॉंग्रेस जनपरिषद, शेड्युल्ड कास्ट फेडरेशन, मजदूर किसान पक्ष, हिंदू महासभा, रिव्होल्यूशनरी कम्युनिस्ट पार्टी, बोल्शेविक असे अकरा पक्ष

सामील झाले होते. यांच्या माध्यमातून महाराष्ट्रात काँग्रेस विरोधी राजकारण सुरू झालेले होते.

महाराष्ट्राच्या स्थापनेनंतर संयुक्त महाराष्ट्र समितीची उपयुक्तता नाहीशी झाल्याने यातील सहभागी राजकीय पक्ष अलग झाले. यामुळे काँग्रेस पक्षाविरोधी राजकारणाची तीव्रता कमी झाली. याचबरोबर यशवंतराव चव्हाण यांच्या राजकारणात सर्वांना घेऊन जाण्याच्या भूमिकेमुळे व त्यांनी केलेल्या बेरजेच्या राजकारणामुळे महाराष्ट्रात काँग्रेसचे वर्चस्व टिकून राहिले; पण या वर्चस्वाला इंदिरा गांधी यांच्या राजकारणामुळे तडा गेला. महाराष्ट्रात काँग्रेस पक्षात फूटपडली. त्यातून काँग्रेस पक्षाचे वर्चस्व कमी होऊ लागले. आणीबाणीचा काळ व त्या नंतरच्या राजकारणामुळे महाराष्ट्रातील राजकारणात अनेक फेरफार झाले, ज्यातून काँग्रेस पक्षात पुन्हा फूट पडली. याच राजकारणातून पुरोगामी लोकशाही दल (पुलोद) अशा समविचारी पद्धतीचे आघाडी शासन महाराष्ट्राच्या राजकीय पटलावर आले. अशा पद्धतीने महाराष्ट्र राज्याच्या निर्मितीची पार्श्वभूमी, पुरोगामी लोकशाही दलाच्या निर्मितीपूर्व राजकीय परिस्थिती, पक्षीय संघटना; तसेच राष्ट्रीय आणीबाणी व इंदिरा गांधीच्या भूमिकेमुळे महाराष्ट्रातील तत्कालीन राजकीय तरंग अभ्यासले आहेत. या सर्व घटकांची परिस्थिती पुलोद स्थापनेमध्ये कशा प्रकारे झाली. याचा आढावा प्रस्तुत प्रकरणात सविस्तरपणे घेतला आहे.

महाराष्ट्र राज्याची स्थापनाआणिराजकारण

मराठी भाषिकांचे स्वतंत्रराज्य व्हावे, ही मागणी फार जुनी होती. ब्रिटिश काळात देशाच्या मुख्य प्रादेशिक विभागांना प्रांत असे म्हणत.हे प्रांत भाषिक तत्त्वानुसार निर्माण करावेत, अशी मागणी ब्रिटिश काळातच होऊ लागलेली दिसते. याच काळात १९४६ साली बेळगाव येथे भरलेल्या मराठी साहित्य संमेलनात संयुक्त महाराष्ट्र स्थापन करण्यात यावे, अशा आशयाचा ठराव मंजूर करण्यात आला. त्याच साली मराठी भाषिक राज्य स्थापन करण्यासाठी आवश्यक ते प्रयत्न करण्याच्या उद्देशाने 'संयुक्त महाराष्ट्र परिषद'या नावाची सर्वपक्षीय समिती स्थापन करण्यात आली. १९४६ साली घटनापरिषद स्थापन झाली होती व घटनापरिषदेत काही सदस्यांनी भाषिक राज्याची मागणी केली. घटनापरिषदेतील अनेक सदस्यांनी, विशेषतः दक्षिणेतील राज्यांच्या सदस्यांनी प्रतिनिधींची मागणी विचारात घेऊन घटना परिषदेने १९४८ साली श्री. दार यांच्या अध्यक्षतेखाली

भाषिक राज्य समिती नेमली. दार समितीने भाषिक राज्याच्या मागणीला जनतेचा मोठ्या प्रमाणात पाठिंबा असल्याचे मान्य केले;पण केवळ भाषा हेच तत्त्व प्रधान मानून प्रांतरचना करणे राष्ट्रहिताचे ठरणार नाही, असा निष्कर्ष काढला. यामुळे मराठी भाषिकांच्या राज्याची मागणी मागे पडली. यानंतर मराठी भाषिकांचे राज्य निर्माण व्हावे, यासाठी महाराष्ट्राच्या एकीकरण समितीने प्रयत्न चालवले; पण त्यांच्यासमोर प्रमुख तीन समस्या होत्या. त्यामध्ये विदर्भाचा प्रश्न, मराठवाड्याचा प्रश्न व मुंबईचा प्रश्न प्रामुख्याने होता.

या दरम्यान ब्रिटिश राजवटीत सिंध प्रांतापासून कारवारपर्यंत पसरलेला मुंबई प्रांत निर्माण करण्यात आला होता. या प्रांतात पश्चिम महाराष्ट्र, खान्देश, व कोकण या मराठी भाषिक प्रदेशांचा समावेश होता. त्याचबरोबर गुजरातचाही समावेश होता. मराठी भाषिक विदर्भाचा प्रदेश मध्य प्रांतात समावेश होता, मराठवाडा निजामाच्या संस्थानात समावेश होता. यामुळे मुंबई प्रांतातील मुंबईसह मराठी भाषिक प्रदेश आणि विदर्भ; तसेच मराठवाडा यांचे एकीकरण घडून आणणे हे संयुक्त महाराष्ट्राच्या मागणीचे उद्दिष्ट होते. त्यासाठी एकीकडे विदर्भ व मराठवाडा हे प्रदेश महाराष्ट्रात सामील व्हावेत यासाठी प्रयत्नांची गरज होती, दुसरीकडे महाराष्ट्र राज्यनिर्मितीच्या विरोधकांशी संघर्ष करण्याची गरज होती. तो संघर्ष म्हणजेच संयुक्त महाराष्ट्राचे आंदोलन असल्याचे दिसून येते.

ब्रिटिश काळात विदर्भाचा समावेश मध्य प्रांतात झाला होता. नागपूर ही त्या प्रांताची राजधानी होती. १९४० साली महाविदर्भ समिती स्थापन झाली. बॅ. रामराव देशमुख, बापूजी अणे, ब्रिजलाल बियाणीइत्यादी वेगळ्या विदर्भाचे नेते होते. विदर्भाच्या नेत्यांनी ही भीती दूर करण्यासाठी आणि संयुक्त महाराष्ट्राचे उद्दिष्ट साध्य करण्यासाठी १९४७ साली 'अकोला करार'करण्यात आला. अकोला करारात संयुक्त महाराष्ट्रात विदर्भ हा उपप्रांत असावा. विदर्भासाठी वेगळे विधिमंडळ आणि मंत्रिमंडळ असावे;तसेच पश्चिम महाराष्ट्रासाठी आणि विदर्भासाठी वेगळी वरिष्ठ न्यायालये असावीत, असे या करारात म्हटले गेले. त्यानंतर १९५३ साली पश्चिम महाराष्ट्रातील आणि विदर्भातील काही प्रमुख नेत्यांनी मिळून नागपूर येथे नवीन करार केला. भाऊसाहेब हिरे, यशवंतराव चव्हाण, नाना कुंटेहे पश्चिम महाराष्ट्रातील नेते व रामराव देशमुख, शेषराव वानखेडे, गोपाळराव खेडकरइत्यादी विदर्भातील नेते यांनी मिळून हा करार केला. या करारानुसार मुंबई प्रांत, मध्य प्रदेश, आणि हैदराबाद संस्थान यातील सर्व मराठी भाषिक प्रदेशांचे मिळून महाराष्ट्र हे राज्य

निर्माण करावे व मुंबई ही राज्याची राजधानी असावी अशी मागणी केलेली दिसते.

वरील तीन प्रदेशांमध्ये लोकसंख्येच्या प्रमाणात राज्याच्या आर्थिक साधनांचे वाटप केले जाते. मराठवाडा विभागाचा अविकसितपणा विचारात घेऊन त्या विभागाच्या विकासाकडे विशेष लक्ष देण्यात यावे. तिन्ही विभागांना त्यांच्या लोकसंख्येच्या प्रमाणात राज्यातील व्यावसायिक, तांत्रिक;तसेचविशेष प्रकारचे शिक्षण देणाऱ्या संस्थांमध्ये राखीव जागा असाव्यात. प्रशासकीय सेवा आणि महामंडळे यात सर्व श्रेणीतील सेवकवर्गाची भरती करताना तीन विभागांच्या लोकसंख्येच्या प्रमाणात करण्यात आली. मंत्रिमंडळ व प्रशासन विशिष्ट काळासाठी नागपूर येथून आपले कामकाज चालवेल; तसेच दर वर्षी विधिमंडळाचे एक अधिवेशन नागपूरला भरवण्यात यावे. या कराराच्या आधारे विदर्भाचा समावेश महाराष्ट्रात होण्याचा मार्ग सुकर झालाआणि १९५६ साली जेव्हा द्विभाषिक राज्य स्थापन झालेआणि त्यात विदर्भाचा समावेश करण्यात आलेला दिसतो.

नागपूर कराराने विदर्भाचा प्रश्न सुटला. त्यानंतर भाषिक राज्ये निर्माण करण्याच्या मागणीला जोर चढत गेल्याचे पाहून केंद्र सरकारने अखेर १९५२ साली राज्यपुनर्रचना आयोग नेमला. फाजल अली या आयोगाचे अध्यक्ष पं. हृदयनाथ कुंझरू आणि के. एम. पण्णीकर हे इतर सदस्य होते. मुंबई प्रांतातील मराठी भाषिक, विदर्भव मराठवाडा यांचे मिळून महाराष्ट्र राज्य, अशी महाराष्ट्रातील नेत्यांची व जनतेची मागणी होती. गुजरातमध्ये महागुजरात परिषद स्थापन करण्यात आली. त्या परिषदेने मुंबई प्रांतातील गुजराथी भाषिक प्रदेश, कच्छ आणि सौराष्ट्र यांचे मिळून गुजरात राज्य बनवावे अशी मागणी केली. १९५३ साली आयोगाचा अहवाल प्रसिद्ध झाला व देशाच्या इतर प्रदेशातील लोकांची भाषिक राज्ये यांची मागणी मान्य करण्यात आली. मात्र, संयुक्त महाराष्ट्र व गुजरात राज्य निर्माण करण्याची मागणी मान्य केली नाही. उलट आयोगाने महाराष्ट्र व गुजरात यांचे द्विभाषिक राज्य निर्माण करावे, अशी शिफारस मागणी मान्य केली नाही. मराठवाड्याचा समावेश द्विभाषिक राज्यात करावा;मात्र विदर्भाचे वेगळे राज्य निर्माण करावे, अशा शिफारशी या आयोगाने केल्या. आयोगाचा अहवाल महाराष्ट्रावर दुहेरी अन्याय करणारा होता. द्विभाषिक राज्य निर्माण करून महाराष्ट्र राज्य निर्माण करण्याची मागणी नाकारली गेली. शिवाय विदर्भाचे राज्य निर्माण करण्याची शिफारस करण्यात आली. या अहवालाविरुद्ध १९५५ सालच्या नोव्हेंबर

महिन्यात मुंबईत हिंसक घटना घडल्या व दंगली झाल्या. २१ नोव्हेंबर रोजी मुंबईत मोर्चा काढण्यात आला. त्या दिवशी पंधरा लोक गोळीबारात मृत्युमुखी पडले.

संयुक्त महाराष्ट्रऐवजी द्विभाषिक राज्याचा प्रयोग झाला. १ नोव्हेंबर १९५६ रोजी द्विभाषिक राज्याची स्थापना करण्यात आली. यशवंतराव चव्हाण हे या राज्याचे मुख्यमंत्री झाले. महाराष्ट्र राज्याच्या स्थापनेपर्यंत, म्हणजे १ मे १९६०पर्यंत द्विभाषिक राज्याचा प्रयोग करण्यात आला. १९५६ साली महाराष्ट्राप्रमाणेच गुजरातमध्येही द्विभाषिक राज्याविरुद्ध आंदोलन सुरू झाले. त्यासाठी 'महागुजरात जनता परिषद'स्थापन करण्यात आली. १९५७ साली झालेल्या लोकसभा आणि विधानसभा निवडणुकीत याचा परिणाम दिसून आला.निवडणुकीत ३९६ सदस्यांच्या विधानसभेत २३५ जागा मिळाल्या. त्यामुळे काँग्रेस पक्षाने लोकमताला योग्य तो प्रतिसाद दिला पाहिजे, न दिल्यास महाराष्ट्रातील असंतोष वाढत जाईल, असा संदेश गेला. महाराष्ट्रातील विरोधी पक्षांनी आयोगाच्या अहवाला विरोधात लढा देण्यासाठी एकत्र येण्याचा निर्णय घेतला. ६ फेब्रुवारी १९५६ रोजी पुणे येथे विरोधी पक्षांची परिषद भरवण्यात आली. त्याचे अध्यक्ष एस. एम. जोशी होते. त्यासाठी विरोधी पक्षांची मिळून संयुक्त महाराष्ट्र समिती स्थापन करण्यात आली. या समितीत प्रजा सोशालिस्ट पार्टी, भारतीय कम्युनिस्ट पार्टी, शेतकरी कामगार पक्ष, जनसंघ, लाल निशाण गट, संयुक्त महाराष्ट्रवादी काँग्रेस जनपरिषद, शेड्युल्ड कास्ट फेडरेशन, मजदूर किसान पक्ष, हिंदू महासभा, रिव्होल्यूशनरी कम्युनिस्ट पार्टी, बोल्शेविक असे अकरा पक्ष सामील झाले. याच काळात आचार्य अत्रे यांनी 'मराठा'दैनिक सुरू केले. हे दैनिक म्हणजे संयुक्त महाराष्ट्र चळवळीचे मुखपत्रच झाले. या पार्श्वभूमीवर १९५७ची सार्वत्रिक निवडणूक झाली. या निवडणुकीत १३५पैकी १०२ जागा समितीला मिळाल्या. महाराष्ट्र विधानसभेत समितीला १२८ जागा मिळाल्या आणि मुंबई शहरात समितीला चांगले यश मिळाले. त्यामुळे आता समितीचे बळ वाढले. १९५७च्या निवडणुकीत समितीच्या मिळालेल्या यशाने महाराष्ट्र राज्याची मागणी प्रखरतेने समोर आली. यानुसार महाराष्ट्र व गुजरात अशी दोन राज्ये निर्माण करावीत, ही मागणी महाराष्ट्राच्या नेत्यांनी केंद्रातील नेत्यांना पटवून दिली. गुजरातला आपली राजधानी निर्माण करण्यासाठी महाराष्ट्राने दहा कोटी रुपये देण्याचे ठरवले. १९५३ला नागपूर करार झाला. यानंतर महाराष्ट्र राज्यनिर्मितीचा मार्ग मोकळा झाला. द्विभाषिक राज्य निर्माण होण्यासाठी विधिमंडळात ठराव मंजूर करण्यात आला आणि त्यानंतर संसदेने घटनादुरुस्ती

करून महाराष्ट्र आणि गुजरात अशी दोन राज्ये १ मे १९६० रोजी निर्माण झाली. अशा प्रकारे महाराष्ट्र राज्याची स्थापना झालेली दिसते.

महाराष्ट्रातील पक्षीय राजकारण (१९५७ – १९६०)

महाराष्ट्र राज्याच्या स्थापनेच्या प्रक्रियेत विविध राजकीय पक्षांचा सहभाग होता. त्या पक्षाचे राजकारण पुढीलप्रमाणे

महाराष्ट्र राज्याची निर्मिती झाली, तेव्हा १९५७ साली निवडून आलेले काँग्रेसचे मंत्रिमंडळ सत्तारूढ होते. काँग्रेस पक्षाने १९५७च्या विधानसभेच्या निवडणुकीत सर्वच्या सर्व म्हणजे २६४ जागा लढवल्या असल्या, तरी त्यापैकी फक्त १६५ जागा जिंकल्या होत्या. काँग्रेसला काठावरचे बहुमत होते,तर विविध पक्षांनी एकत्र येऊन स्थापन केलेल्या संयुक्त महाराष्ट्र समितीने १९५७च्या निवडणुकीत यश मिळवले. समितीला विधिमंडळात एक बलवान विरोधी पक्ष म्हणून अधिमान्यता तर होतीच, शिवाय संयुक्त महाराष्ट्राच्या लढ्यामुळे व्यापक लोकप्रियताही होती. त्यामुळे अशा सबळ विरोधी पक्षाला विधिमंडळात आणि विधिमंडळाबाहेर तोंड देणे, हे एक मोठे आव्हान होते. या संयुक्त महाराष्ट्र समितीच्या घटकपक्षांमधील विविध पक्षांचा आढावा पुढीलप्रमाणे दिसून येतो.

अ. प्रजा समाजवादी पक्ष

१९५७ साली सर्वांत जास्त जागा प्रजा समाजवादी पक्षाने मिळवल्या होत्या. या पक्षाने ७८ जागा लढवल्या व ३३ जिंकल्या. हा पक्ष समाजवादी विचारसरणीच्या चळवळीतून जन्माला आला होता. महाराष्ट्रात प्रजा समाजवादी पक्ष निर्माण होण्याअगोदर समाजवादी पक्ष होता, जो स्वतंत्र कामगार संघटना काढण्याच्या मुद्द्यावर मतभेद होऊन, समाजवादी विचारांची मंडळी काँग्रेसमधून बाहेर पडून मार्च १९४८मध्ये स्थापन झालेला होता. यामध्ये काँग्रेसला पर्याय ठरू शकेल असा अखिल भारतीय पक्ष निर्माण करण्याची कल्पना त्यामागे होती. मात्र, आचार्य नरेंद्र देव, जयप्रकाश नारायण, राममनोहर लोहिया अशी मातब्बर नेतेमंडळी असूनही या पक्षाचा प्रभाव फक्त शहर भागापुरता मर्यादित होता.

हा पक्ष आचार्य कृपलानी यांच्या कृषक मजदूर प्रजा पार्टीशी विलीनीकरण होऊन १९५३मध्ये त्याचे 'प्रजा समाजवादी पक्ष' हे नामकरण केलेले दिसते.

या दरम्यान काँग्रेसने समाजवादी समाजरचनेचा कार्यक्रम स्वीकारला, तेव्हा अशोक मेहतांसारख्या लोकांनी काँग्रेसशी सहकार्य करावे, असा विचार मांडला. तेव्हा त्या मुद्द्यावर १९५६ साली लोहियावादी पक्षातून बाहेर पडले व त्यांनी वेगळा पक्ष काढला. त्यामुळे लोहियावाद्यांचा 'समाजवादी पक्ष' व इतरांचा 'प्रजा समाजवादी पक्ष' असे दोन पक्ष तयार झाले. महाराष्ट्रात या फुटीचा विशेष परिणाम झाला नाही. कारण महाराष्ट्रातील प्रमुख नेते एस. एम. जोशी, बॅ. नाथ पै, नानासाहेब गोरे हे प्रजा समाजवादी पक्षात राहिले. संयुक्त महाराष्ट्र चळवळीत ते अग्रभागी असल्याने त्याचा फायदा प्रजा समाजवादी पक्षाला मिळाला. मात्र,महाराष्ट्र राज्य अस्तित्वात आल्यानंतरच्या पंधरवड्यात प्रजा समाजवादी पक्ष समितीतूनबाहेर पडला.

ब. शेतकरी कामगार पक्ष

महाराष्ट्राच्या सुरुवातीच्या राजकारणात शेतकरी कामगार पक्षाचा प्रभाव दिसून येतो. १९४८मध्ये बहुजन समाजातील नेतेमंडळी काँग्रेसमधून बाहेर पडली व त्यांनी शेतकरी कामगार पक्षाची (शेकाप) स्थापना केली. या बहुजन नेत्यांची ग्रामीण भागात पकड असल्यानेकाँग्रेसला पर्यायी पक्ष म्हणून उभे राहण्याची ताकद या पक्षात होती;पण त्याला तात्त्विक वा ध्येयवादी बैठक नव्हती. शेकापने १९५० साली नाशिक जिल्ह्यात दाभाडी इथल्या अधिवेशनानंतर मार्क्सवादी तत्त्वज्ञान स्वीकारले; परंतु मार्क्सवादी लेनिनवादी पद्धतीची दाभाडी प्रबंधात स्वीकारलेली पक्षबांधणीची प्रक्रियापक्षाला कधी राबवता आली नाही.

१९५२च्या निवडणुकीत शेकापचे 'पानिपत' झाले. केशवराव जेधे, शंकरराव मोरे, तुळशीदास जाधव यांसारखी मंडळी काँग्रेसमध्ये परतली. यापैकी तुळशीदास जाधव यांनी तर आपल्या जीवनाच्या अखेरपर्यंत, म्हणजे १९९९पर्यंत काँग्रेसची सेवा केली. मात्र, संयुक्त महाराष्ट्राच्या चळवळीत शेकाप प्रथमपासून समितीत सामील झाला आणि आंदोलनात हिरिरीने भाग घेतला. त्यामुळे १९५७ साली विधानसभेच्या लढवलेल्या ५५ जागांपैकी ३१ व लोकसभेच्या लढवलेल्या ७ जागांपैकी ५ जागा शेकापला मिळालेल्या दिसतात.

क. भारतीय कम्युनिस्ट पक्ष

महाराष्ट्राच्या राजकारणात भारतीय कम्युनिस्ट पक्षाची स्थापना १९२४ साली झाली. त्यामध्ये महाराष्ट्रातील श्रीपाद अमृत डांगे, बी. टी. रणदिवे, एस. एस. मिरजकर या नेत्यांचा पुढाकार होता. कम्युनिस्टांचे प्रमुख पुढारी कॉ. डांगे हे भावनिक व राजकीयदृष्ट्या संयुक्त महाराष्ट्राच्या बाजूने असल्याने त्या आंदोलनात हा पक्ष हिरिरीने सामील झाला. मुंबई महाराष्ट्रात राहिली पाहिजे, याबद्दल कम्युनिस्ट नेते आग्रही होते. कम्युनिस्टांच्या या भूमिकेचा फायदा त्यांना १९५७च्या निवडणुकीत मिळाला. संयुक्त समितीचा घटक पक्ष म्हणून त्यांना लोकसभेच्या ४ व विधानसभेच्या १३ जागा मिळाल्या.

ड. शेड्युल्ड कास्ट फेडरेशन व हिंदू महासभा

डॉ. आंबेडकरांनी स्थापन केलेला शेड्युल्ड कास्ट फेडरेशन (शेकाफे) पक्ष संयुक्त महाराष्ट्र समितीत सामील झाला होता. या पक्षाने १९५७च्या निवडणुकीत लोकसभेच्या ९ जागा लढवून ४ जिंकल्या, तर विधानसभेच्या ४७ जागा लढवून १३ जिंकल्या. इतर पक्षांप्रमाणेच शेकापच्या बहुतेक जागा प. महाराष्ट्र व मुंबईमधून जिंकलेल्या होत्या. याबरोबर राष्ट्रीय स्वयंसेवक संघाची स्थापना १९२५ साली डॉ. केशव बळीराम हेडगेवार यांनी नागपूर येथे केली. हेडगेवार हे धर्मवीर मुळे यांचे अनुयायी असल्याने सुरुवातीच्या आठ-दहा वर्षांत संघ ही हिंदू महासभेचीच युवा आघाडी असल्याचा समज होता. नंतरच्या काळात महासभेने शुद्धीकरणाच्या कार्यावर लक्ष केंद्रित केले, तर संघाने आपली शक्ती हिंदूंचे संघटन करण्यावर एकवटली. १९२३ ते १९२५ या काळातल्या जातीय दंग्यामुळे महाराष्ट्रात हिंदू महासभा व संघ यांची स्थापना करण्यास अनुकूल वातावरण निर्माण झाले होते. हिंदू महासभेनेही समितीचा घटक पक्ष म्हणून १९५७ साली विधानसभेच्या ६ जागा लढवल्या होत्या व त्यामधील एक जागा जिंकल्याचे दिसून येते.

या प्रमुख पक्षांखेरीज मुंबईतील बंडखोर काँग्रेसजनांची जनकाँग्रेस, मोहिते-खाडिलकरांचा मजदूर किसान पक्ष, शेकापमधून फुटून बाहेर पडलेला दत्ता देशमुखांचा लाल निशाण गट, असेही लहान पक्ष त्या वेळी महाराष्ट्राच्या राजकीय पटलावर होते. त्यांचा प्रभाव अर्थातच फार मर्यादित म्हणजे काही शहरी व ग्रामीण भागापुरताच होता.

अशा पद्धतीने महाराष्ट्राच्या राजकारणात विविध पक्षांचा प्रभाव होता. हे राजकारणअर्थातच १९५६ साली सुरू झाले होते, जेव्हा यशवंतराव चव्हाण द्विभाषिक राज्याचे मुख्यमंत्री झाले. १९५७ ते १९६० हा काळ राजकीय अस्थिरतेचा आणि मुख्य म्हणजे संयुक्त महाराष्ट्र स्थापनेसाठीच्या चळवळीचा होता. त्या काळात सत्ताधारी व विरोधी पक्षांचे राजकारण पूर्णतः संयुक्त महाराष्ट्राच्या मुद्द्याभोवती केंद्रित झालेले होते. संयुक्त महाराष्ट्र दृष्टिपथात आल्यानंतर ५ जानेवारी १९६० रोजी सांगली येथे भाषण करताना त्यांनी म्हटले, की महाराष्ट्राचे भावनिक ऐक्य घडवणे ही त्या क्षणाची सर्वांत मोठी गरज होती. संयुक्त महाराष्ट्राच्या मुद्द्यावरून काँग्रेस व विरोधक यांच्यात उघड उघड संघर्ष झाला होता. एवढेच नाही, तर काँग्रेस अंतर्गतही कलह झाला होता. काँग्रेसचे राज्यस्तरीय पुढारी आणि दिल्लीतील श्रेष्ठी यांच्यात तणाव निर्माण झाला होता. या पार्श्वभूमीवर राज्याची धुरा हातात घेताना कार्यक्षम प्रशासनाच्या माध्यमातून चोख राज्यकारभार, आर्थिक विकासासाठी पंचवार्षिक योजनेची अंमलबजावणी आणि एकात्म महाराष्ट्राची निर्मिती ही ३ उद्दिष्ट्ये यशवंतराव चव्हाण यांनी आपल्यासमोर ठेवली.

महाराष्ट्रातील राजकारण व काँग्रेसचा प्रभाव (१९६०-१९७२)

संयुक्त महाराष्ट्राच्या मुद्द्यावर कोणती भूमिका घ्यायची, याबाबत महाराष्ट्रातले काँग्रेसचे नेते सुरुवातीपासूनच संभ्रमात होते. या दोन्ही आव्हानांना तोंड देण्यासाठीयशवंतरावांनी आपले वैशिष्ट्यपूर्ण असे बेरजेचे बहुलवादी राजकारण विकसित केले. याची सुरुवात १९५७पासूनच झाली होती; पण त्याचा प्रत्यक्ष प्रत्यय १९६०-६२ या कालखंडातच आला. चव्हाणांनी घेतलेले राजकीय निर्णय, त्यांची विधिमंडळातली व सार्वजनिक भाषणे आणि त्यांनी प्रत्यक्ष केलेले राजकारण यातून त्याची प्रचिती येते. १९६० साली राज्याची निर्मिती झाली, तेव्हा काँग्रेस पक्षाला विधानसभेत तर काठावरचे बहुमत होते, शिवाय जनमानसांतही पक्षांची प्रतिमा खालावलेली होती. अशा परिस्थितीत यशवंतरावांनी चोख राज्यकारभार, काँग्रेस पक्षाची संघटनात्मक बांधणी आणि लोकाभिमुख राजकारण, या तीन मार्गांनी काँग्रेसची प्रतिमा उजळ केली व काँग्रेस पक्षाचा प्रभाव वाढवला;तसेच यशवंतरावांच्या राजकारणामुळेच केशवराव जेधे, माधवराव बागल, तुळशीदास जाधव, शंकरराव मोरे, यशवंतराव मोहिते, आनंदराव चव्हाण, अण्णासाहेब शिंदे, बी. जे. खताळ, एकनाथ निंबाळकर, भाऊसाहेब थोरात इत्यादी नेते या काळात

शेकाप व कम्युनिस्ट पक्षातून कॉंग्रेसमध्ये परतले. जनसंघ १९५८ साली समितीतून बाहेर पडला होता, तर प्रजा समाजवादी पक्षानेही महाराष्ट्राच्या स्थापनेनंतर लगेचच समिती सोडली.

यशवंतरावांच्या नेतृत्वावर जनतेनेच प्रचंड विश्वास दाखवला असल्याने केवळ कॉंग्रेसचेच नाही, तर संबंध महाराष्ट्राचेच ते सर्वमान्य नेते झाले. राजकीय अभिजन आणि त्यांच्याकडे असलेली सत्ता या वैचारिक दृष्टिकोनातून बघता १९६२ सालच्या निवडणुकांत महाराष्ट्रातील मराठा-कुणबी या जातीपुंजाचे वर्चस्व अधोरेखित झालेले दिसते. कॉंग्रेसचे जे राजकारण या कालखंडात उदयास येत होते, ते मराठा-कुणबी समूहाला केंद्रस्थानी ठेवूनच केलेले होते. राज्य निर्मितीच्या वेळी हे राज्य मराठीचे होणार की मराठ्यांचे हा यशवंतराव चव्हाणांना विचारला गेलेला प्रश्न अनाठायी नव्हता. या निवडणुकांचे जे विश्लेषण अभ्यासकांनी केले आहे त्यावरून असे दिसते, कीराज्य विधानसभेच्या सर्वसाधारण २१७ जागांपैकी १३७ जागांवर (६३ टक्के) मराठा व कुणबी आमदार निवडून आले होते, यातही मराठा म्हणवून घेणाऱ्यांचे वर्चस्व अधिक होते. (मराठा १०६, कुणबी ३१) यातील बहुसंख्य आमदार (१०९) हे अर्थातच कॉंग्रेस पक्षातून निवडून आले होते;पण इतर पक्षांना ज्या ४९ जागा मिळाल्या होत्या, त्यातील २८ म्हणजे निम्म्यापेक्षा जास्त जागांवर मराठा-कुणबी उमेदवार निवडून आले होते. अशा प्रकारे महाराष्ट्राच्या १९६२च्या निवडणुकीमध्ये कॉंग्रेस पक्षाचा प्रभाव दिसून येतो. या निवडणुकीत विविध पक्षांना मिळालेले संख्याबळ खालीलप्रमाणे.

तक्ता क्रमांक ३.१
महाराष्ट्र विधानसभेतील राजकीय पक्षांची निवडणूक कामगिरी
(विधानसभा निवडणूक १९६२)

अ.नु	राजकीय पक्षाचे नाव	जिंकलेल्या जागा	मतांची टक्केवारी
१	कॉंग्रेस	२१५	५१.५
२	प्रजा समाजवादी	०९	७.२
३	संयुक्त समाजवादी	०१	०५
४	शेकाप	१५	७.५
५	रिपब्लिकन	०३	५.४

६	भा.क.प	०६	५.९
७	अपक्ष	१५	१६.७
संदर्भ: सिरसीकर, आधुनिक महाराष्ट्राचे राजकारण, कॉन्टिनेन्टल प्रकाशन, पुणे - २००८ (पृ.क्र.३२१)			

यशवंतराव चव्हाणानंतर विदर्भातील ज्येष्ठ नेते मारोतराव कन्नमवार यांची महाराष्ट्राच्या मुख्यमंत्रीपदी निवड करण्यात आली. कन्नमवारानंतर २ डिसेंबर १९६३ रोजी वसंतराव नाईक यांची मुख्यमंत्रीपदासाठी निवड करण्यात आली. बाळासाहेब देसाई व पी. के. सावंत यांसारखे पक्षांतर्गत विरोधक असले, तरी नाईकांची निवड होणे स्वाभाविकच होते.मुख्यमंत्रीपदावर विदर्भाचा हक्क तर होताच. शिवाय यशवंतराव चव्हाण यांची पसंती नाईक यांनाच होती. कन्नमवार यांनी हक्क सांगितला नसता, तर नाईक १९६२ सालीच मुख्यमंत्री झाले असते. विधिमंडळ पक्षाची बैठक झाली, तेव्हा चव्हाण जरी केंद्रीय मंत्री असले, तरी त्यांचा शब्द अखेरचा मानला गेला. मुख्यमंत्रीपदी निवड झाल्यावर नाईक यांनीआपले नवे मंत्रिमंडळ तयार केले. त्यात १४ मंत्री व १० उपमंत्र्यांचा समावेश होता. (केसरी वृत्तपत्र, ५ डिसेंबर १९६३) या वेळी महाराष्ट्रात राजकीय स्थिरता असली, तरी या काळात विरोधी पक्ष सक्रिय होते. यामध्ये शेतकरी कामगार पक्ष प्रभावी होता. संयुक्त महाराष्ट्र समितीचे प्रयोजन संपले असले, तरी तिच्यामुळे सरकारला विरोध करण्याची आणि त्यासाठी वेळप्रसंगी रस्त्यावर येण्याची हिंमत विरोधी पक्षांमध्ये आलेली होती. नवीन मुख्यमंत्री अधिकारावर येताच १० डिसेंबर रोजी सीमा प्रश्नावर सरकारचे लक्ष वेधण्यासाठी मुंबईत संयुक्त समितीतर्फे प्रचंड मोर्चा निघाला, तर तीनच दिवसांनी म्हणजे १३ डिसेंबर रोजी शेतमालाचे भाव किफायतशीररीत्या बांधून मिळावेत व सरकारने अन्नधान्याचा व्यापार आपल्या हाती घ्यावा या मागण्यांसाठीआमदार कृष्णराव धुळूप यांच्या नेतृत्वाखाली शेकापने ५,००० शेतकऱ्यांचा मोर्चा विधानसभेवर आणला. पुढच्याच महिन्यात औरंगाबाद जिल्ह्यातील शिरसगाव येथे चार नवबौद्ध स्त्रियांच्या विटंबनेचा प्रकार झाला. त्याच्या निषेधार्थ रिपब्लिकन पक्षाने सचिवालयावर मोर्चा काढला.

या काळातली एक महत्त्वाची राजकीय घडामोड म्हणजे, बाळ ठाकरे यांनी १९ जून १९६६ रोजी मुंबईत केलेली शिवसेनेची स्थापना.बाळ ठाकरे यांचे वडील

केशव सीताराम उर्फ प्रबोधनकार ठाकरे हे पुरोगामी, बहुजनवादी विचारवंत म्हणून प्रसिद्ध होते. बाळ ठाकरे हे पेशाने व्यंगचित्रकार. ते मुंबईच्या 'फ्री प्रेस जर्नल' या इंग्रजी वृत्तपत्रात नोकरीला होते;परंतु त्या दैनिकाच्या संपादकांशी न पटल्याने ठाकरे यांनी ती नोकरी सोडून दिली व १३ ऑगस्ट १९६० रोजी मुंबईत 'मार्मिक'नावाचे व्यंगचित्र साप्ताहिक सुरू केले. हे साप्ताहिक महाराष्ट्र राज्य स्थापनेच्या वर्षात स्थापन झाले;शिवाय त्याच्या पहिल्या अंकाचे प्रकाशनमहाराष्ट्राचे पहिले मुख्यमंत्री यशवंतराव चव्हाण यांच्या हस्ते झाले. ठाकरे यांनी उपहासात्मक, रोखठोक भाषा वापरून हे साप्ताहिक मुंबईतील मराठी माणसांमध्ये लोकप्रिय केले. मुंबईवर अमराठी लोकांचा आणि त्यातील नोकरदार क्षेत्रात दाक्षिणात्य लोकांचा जो पगडा होता, त्याविरोधात मराठी माणसांत जागृती करण्याचे धोरण 'मार्मिक'ने पहिल्या दिवसापासून ठेवले. या कार्यामधूनच १६ जून १९६६ रोजी मराठी माणसांची आणि मराठी माणसाच्या हितासाठी काम करणाख्या 'शिवसेना'या संघटनेची बाळासाहेब ठाकरे यांनी स्थापना केली.

मुंबईत होणाऱ्या दाक्षिणात्यांच्या आक्रमणामुळे मराठी तरुणांना नोकऱ्या मिळत नाहीत. म्हणून या अन्यायाविरुद्ध मराठी तरुणांना संघटित केले पाहिजे. अशी शिवसेनेच्या स्थापनेमागची भूमिका होती. या भूमिकेमुळे व बाळसाहेब ठाकरे यांच्या जहाल, लढाऊ नेतृत्त्वामुळे कनिष्ठ मध्यमवर्गातील तरुण शिवसेनेकडे प्रारंभापासून आकृष्ट झाले. स्थापनेपासूनच्या पहिल्या सहा महिन्यांतच मुंबईत शिवसेनेच्या ९५ शाखा स्थापन झाल्या. १९६६ हे वर्ष संपत आले, तेव्हा पुढील वर्षात होणाऱ्या लोकसभेच्या व विधानसभेच्या निवडणुकांचे वेध सर्व पक्षांना लागले. फेब्रुवारी १९६७मध्ये निवडणुका होणार हे जाहीर झाल्यावर पक्षीय राजकारणाला रंग चढू लागला. तिकीट वाटपाच्या बाबतीत काँग्रेसमध्ये नेहमीप्रमाणे कुरबुरी झाल्या; परंतु या कुरबुरीचे रूपांतर व्यापक बंडखोरीत होणार नाही याची दक्षता महाराष्ट्रातील नेत्यांनी घेतली. "या काळात जिल्हा परिषद अस्तित्वात आल्यामुळे सत्ता गाजवण्याचे एक अतिरिक्त साधन उपलब्ध झाले होते. त्यामुळे आधीच्या वर्षात आमदारकी हे जसे एकमेव साध्य असायचे, तसे या वेळी झाले नाही. पुढाऱ्यांचा असंतोष मर्यादित राहिला. १९६२च्या निवडणुकीप्रमाणेच 'संयुक्त महाराष्ट्र समिती'ही काँग्रेसची मुख्य विरोधक होती. मधल्या काळात तिचे नाव बदलून'संपूर्ण महाराष्ट्र समिती'असे करण्यात आले होते.

या काळात कम्युनिस्ट आणि दाक्षिणात्य उपरे यांना विरोध हे शिवसेनेचे

सूत्र होते. त्यामुळे मुंबई काँग्रेसचे अध्यक्ष स. का. पाटील यांच्याशी असलेले पूर्वापार वैमनस्य बाजूला ठेवून शिवसेनेने मेनन यांना विरोध केला. शिवसेनेच्या अभ्यासकांनी नमूद केल्याप्रमाणे कोणतेही ठोस राजकीय धोरण नसल्यानेसेनेने त्या वेळी मुंबईतील पाच लोकसभा मतदारसंघांत कोणाला विजयी करायचं, याऐवजी कोणाला पाडायचं,याचा निर्णय घेतला. ठाकरे यांनी आपल्या 'मार्मिक'शैलीनुसार त्या वेळी दिलेली घोषणा होती'पंचमहाभूते गाडा.'सेनेने निश्चय केलेली ही पाच 'भुतं'होती. कृष्ण मेनन, आचार्य अत्रे, डांगे, एच. आर. गोखले आणि जॉर्ज फर्नांडिसहे समाजवादी वेगवेगळ्या पक्षांचे होते. यावरून सेनेला कोणतेही सुस्पष्ट राजकीय धोरण व विचारप्रणाली नसल्याचे या विधानातून दिसून येते.

या वेळी महाराष्ट्रातल्या निरनिराळ्या विभागांमध्ये लोकसभा आणि विधानसभा निवडणुकीसाठी १५, १८ आणि २१ फेब्रुवारी १९६७ रोजी मतदान झाले. लोकसभा मतदानाची सरासरी टक्केवारी ६४.८ इतकी होती. नोंद घेण्यासारखी गोष्ट म्हणजे १९५२ ते १९९१ या कालखंडातल्या दहा निवडणुकांमध्ये ही टक्केवारी सर्वांत जास्त होती. या निवडणुकीत विविध पक्षांना मिळालेले संख्याबळ खालीलप्रमाणे.

तक्ता क्रमांक ३.२
महाराष्ट्र विधानसभेतील राजकीय पक्षांची निवडणूक कामगिरी
(विधानसभा निवडणूक १९६७)

अ.नु	राजकीय पक्षाचे नाव	जिंकलेल्या जागा	मतांची टक्केवारी
१	काँग्रेस	२०३	४७.०
२	प्रजा समाजवादी	०८	४.१
३	संयुक्त समाजवादी	०४	४.६
४	शेकाप	१९	७.८
५	रिपब्लिकन	०४	८.२
६	भा.क.प	०५	६.७
७	अपक्ष	१०	४.९
८	मा.क.प	०१	१.१
संदर्भ: सिरसीकर, आधुनिक महाराष्ट्राचे राजकारण, कॉन्टिनेन्टल प्रकाशन, पुणे - २००८ (पृ.क्र.३२१)			

उपरोक्त तक्ता क्रमांक ३.२ नुसार १९६७च्या विधानसभा निवडणुकीत काँग्रेस पक्षाला २०३ जागा मिळाल्या; पण या वेळी मताची टक्केवारी ४७.० टक्के असलेली दिसते. या निवडणुकीत काँग्रेस पक्षाने वर्चस्व निर्माण केले. महाराष्ट्र काँग्रेसचे वर्चस्व टिकून ठेवण्याचे काम यशवंतराव चव्हाण, वसंतदादा पाटील यांनी केले. ज्यामुळे सुरुवातीच्या काळामध्ये महाराष्ट्राच्या राजकारणावर काँग्रेसचे एकहाती वर्चस्व होते. १९६७ सालच्या सार्वत्रिक निवडणुका झाल्या व काँग्रेसच्या वर्चस्वाला धक्का बसला. कारण १९६२पासूनच उत्तर भारतात विरोधी पक्ष हळूहळू वेगवेगळ्या निमित्ताने एकमेकांशी सहकार्य करायला लागले होते. काँग्रेसचे लोकसभेतील बळ ३६१वरून २७९पर्यंत घसरले. आठ राज्यांत काँग्रेस पक्ष पराभूत झाला, तरी सर्वांत मोठा पक्ष तोच होता. महाराष्ट्राच्या निवडणुकांवर मात्र काँग्रेस विरोधात वातावरणाचा परिणाम फारसा झाला नाही; परंतु १९६२च्या तुलनेत १९६७मध्ये विरोधी पक्षीय आमदारांची संख्या थोडी वाढली; पण काँग्रेसचे वर्चस्व मात्र अबाधित राहिले. १९६७च्या निवडणुकीत विरोधी पक्षांना बहुमत मिळाले नाही, तरी लोकसभेत नाथ पै (प्रजा समाजवादी), जॉर्ज फर्नांडिस, एस. एम. जोशी (संयुक्त समाजवादी), श्रीपाद अमृत डांगे (उजवे कम्युनिस्ट) हे प्रमुख नेते निवडून गेले होते. जनसंघाने लोकसभेच्या २६, तर विधानसभेच्या ५६ जागा लढवल्या होत्या; परंतु लोकसभेची एकही जागा त्यांना मिळाली नाही, तर विधानसभेच्या फक्त ४ जागा मिळाल्या. जनसंघाचे स्वतंत्रपणे लढण्याचे धोरण त्या काळात जरी यशस्वी झाले नाही,तरी त्यांचा एक मतदारवर्गतयार होऊन नंतरच्या काळात त्याचा फायदा झालेला दिसतो. महाराष्ट्राच्या १९६२ व १९६७च्या निवडणुकीमध्ये काँग्रेस पक्षाचा प्रभाव दिसून येतो.

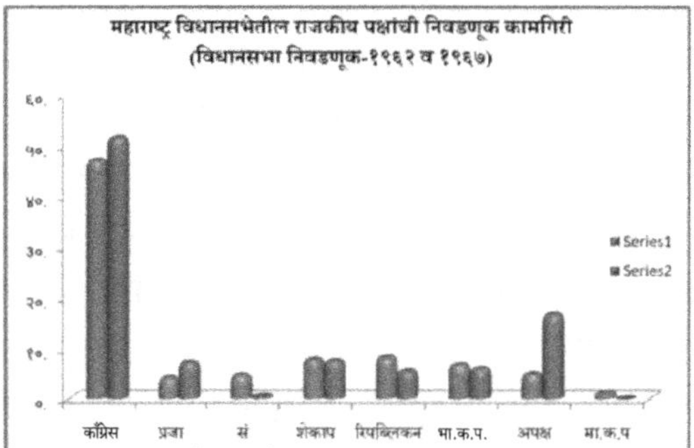

Series 1 : वर्ष १९६२ Series 2 : वर्ष १९६७

वरील आलेख क्रमांक ३.१ वरून असे स्पष्ट होते, की१९६२ व १९६७ या दोन्ही महाराष्ट्राच्या विधानसभा निवडणुकांमध्ये काँग्रेस पक्षाचा प्रभाव दिसत असून,मताच्या टक्केवारीचा विचार करता १९६२ला काँग्रेसला मिळालेल्या टक्केवारीपेक्षा ४.५ टक्के कमी असल्याचे निदर्शनास येते; तसेच विधानसभेतील जिंकलेल्या जागांमध्येही १२ जागांचा फरक दिसून येते. या दोन्ही विधानसभा निवडणुकीत शेकाप हा पक्ष काँग्रेसला आव्हान देणारा पक्ष ठरलेला दिसतो.

राजकीय अभिजन आणि त्यांच्याकडे असलेली सत्ता या वैचारिक दृष्टिकोनातून बघता, १९६२प्रमाणेच १९६७ सालच्या निवडणुकामध्ये मराठा-कुणबी समूहाने आपलेवर्चस्व राखलेले होते. राज्य विधानसभेच्या सर्वसाधारण जागांची संख्या २१७वरून २३७ झाली होती व त्यापैकी १२५ जागांवर ५२ टक्के मराठा व कुणबी आमदार निवडून आले होते. हे प्रमाण १९६२ सालच्या ६३ टक्के या प्रमाणापेक्षा कमी होते;पण यातील बहुसंख्य आमदार (१०२) काँग्रेस पक्षातून निवडून आले होते. मराठा-कुणबी उमेदवार देण्याचे प्रमाण इतर पक्षांपेक्षा काँग्रेसमध्ये जास्त होते (८२ टक्के),इतर पक्षांमध्ये बिगर-मराठा जातींच्या उमेदवाराचा भरणा जास्त होता. त्या पक्षांना ज्या ६७ जागा मिळाल्या होत्या, त्यातील फक्त २३ जागांवर (३४ टक्के) मराठा-कुणबी उमेदवार निवडून आले होते. याचा अर्थ असा, की १९६२च्या तुलनेत काँग्रेसमध्ये मराठा-कुणबी जातिसमूहाचे प्रभुत्व अधिक वाढले होते, ही गोष्ट पक्षीय राजकारणाचे परिणाम समजण्याच्या दृष्टीने महत्त्वाचे आहे. सत्तेच्या उभ्या आणि आडव्या अशा दोन्ही प्रकारच्या साखळ्या करून या समूहाने आपले प्रभुत्व राखलेले दिसून येते.

१९६७ची निवडणूक इंदिरा गांधींना एका दृष्टीने उपयुक्त ठरलेली दिसते. काँग्रेस संघटनेतील 'सिंडीकेट'या नावाने ओळखली जाणारी संघटना अडचणीत आली होती. आता आव्हान शिल्लक होते, ते मोरारजी देसाई यांचे. त्यांना इंदिरा गांधींनी उपपंतप्रधान करून अर्थखाते दिले व पंतप्रधानाच्या शर्यतीत मोरारजी देसाईंना मागे टाकले. या दरम्यान १९६९ला राष्ट्रपती झाकीर हुसेन यांचे निधन झाले. यामुळे राष्ट्रपती पदासाठी संजीव रेड्डी यांचे नाव मोरारजींनी सुचवले. संजीव रेड्डी राष्ट्रपती झाल्यास आपले पंतप्रधानपद धोक्यात येईल, म्हणून इंदिरा गांधींनी व्ही. व्ही. गिरी यांचे नाव सुचवले. या वेळी यशवंतराव चव्हाण याबाबत आपल्या पाठीशी उभे राहतील असे इंदिरा गांधींना वाटत होते. यशवंतराव

चव्हाणांनी संजीव रेड्डींच्या बाजूने मत दिले. याबद्दल इंदिरा गांधीनी यशवंतराव चव्हाणांना कधीच माफ केले नाही. महाराष्ट्र या निवडणुकीत रेड्डी यांच्या पाठीशी उभा राहिल्याने महाराष्ट्राबद्दलचा इंदिरा गांधींचा आकस बळकट झाला. या निवडणुकीत संजीव रेड्डी पराभूत झाले आणि अपक्ष असलेले व्ही. व्ही. गिरी इंदिरा गांधींना मानणाऱ्या खासदारांच्या आणि विविध राज्यांतील काँग्रेसच्या आमदारांच्या पाठिंब्यावर राष्ट्रपती झाले. इंदिरा गांधी यांना मानणाऱ्या गटाला 'इंडिकेट' असे नाव मिळाले होते. यानंतर 'इंडिकेट' आणि 'सिंडिकेट' यांच्यामधील संघर्ष शिगेला पोहोचला. मात्र, या वेळीयशवंतराव चव्हाण यांनी पुढील राजकारणाची दिशा ओळखून इंदिरा गांधींशी जुळवून घेतले. नाईक यांच्यासारखे पुढारी तर उघडपणेच 'इंडिकेट'चे पाठीराखे होते. महाराष्ट्र प्रदेश काँग्रेसमध्ये स. का. पाटील हे 'सिंडिकेट'चे प्रमुख नेते होते; परंतु बहुतेक सदस्यांनी त्यांचे नेतृत्व झुगारून इंदिरा गांधींना पाठिंबा दिला. या वेळी पक्षद्रोह केल्यामुळे काँग्रेस कार्यकारिणीने इंदिरा गांधींना पक्षातून काढून टाकले. म्हणून इंदिरा गांधी यांनी १ नोव्हेंबर १९६९ला स्वतःचा वेगळा पक्ष स्थापन केला. त्याला Indian National Congress त्यांनी म्हटल्याने ती 'इंडिकेट काँग्रेस'म्हणून स्थापन झाली आणि 'इंडिकेट'ची सरळ 'इंदिरा काँग्रेस' झाली. लोकसभेतील २६५ काँग्रेस सदस्यांपैकी २०० सदस्य इंदिरा गांधींच्या पाठीशी उभे राहिले. यात महाराष्ट्रातील यशवंतराव चव्हाणांचा सहभाग होता, तरीपण इंदिरा गांधींचा महाराष्ट्राबद्दलचा आकस कायम राहिला हे दिसून येते. याचा परिणाम महाराष्ट्राच्या राजकारणावर पडलेला दिसतो.

देशपातळीवर काँग्रेस पक्षात फूट पडल्यानंतर त्यांचे पडसाद महाराष्ट्रात उमटणे साहजिकच होते. यशवंतराव चव्हाण व वसंतदादा पाटील हे दोघेही इंदिरा गांधींसमवेत असल्याने महाराष्ट्रातील बहुसंख्य काँग्रेसजन इंदिरा गांधींच्या काँग्रेसमध्ये सामील झाले. याला नवकाँग्रेस म्हटले जाऊ लागले. महाराष्ट्रात स. का. पाटील, मोरारजी देसाई यांसारखे पुढारी असल्याने जुनी काँग्रेस अस्तित्वात राहिली व फलटणचे राजेसाहेब नाईक-निंबाळकरांसारखे काही नेते त्यात सामील झाले. मात्र, त्यांचा प्रभाव अत्यंत मर्यादित असल्याने महाराष्ट्राच्या राजकीय पटलावर कोणतीही उलथापालथ झाली नाही. त्यातून नवकाँग्रेस ही पुरोगामी, समाजवादी व तरुण मंडळींना स्थान देणारी आहे, अशी भावना करून देण्यात आल्यानेमहाराष्ट्रातील नवकाँग्रेसमुळे उत्साहाचेच वातावरण पसरले. या वेळी

जून १९७०मध्येच केंद्रीय मंत्रिमंडळात महत्त्वपूर्ण घडामोड होऊन, यशवंतराव चव्हाणांकडील गृहखात्याची सूत्रे इंदिरा गांधीनी स्वतःच्या ताब्यात घेतली. चव्हाणांना अर्थखाते देण्यात आले. देशाच्या राजकारणातल्या भावी नाट्याची ही सुरुवात होती. पुढच्याच महिन्यात महाराष्ट्राचे महसूलमंत्री बाळासाहेब देसाई यांनी आपल्या मंत्रिपदाचा राजीनामा दिला. देसाई हे विधानसभेतील काँग्रेस पक्षाचे उपनेते व नाईक मंत्रिमंडळातील क्रमांक दोनचे मंत्री होते. नाईक यांचे ते पक्षांतर्गत प्रमुख विरोधक मानले जात. मुख्यमंत्री महसूल खात्यात सतत हस्तक्षेप करतात, हे त्यांच्या राजीनाम्याचे कारण होते.

आधीच्या लोकसभा निवडणुकांप्रमाणेच यशवंतराव चव्हाण व वसंतराव नाईक यांच्या नेतृत्वाखाली महाराष्ट्रातील काँग्रेस या निवडणुकीला सामोरी गेली. देशपातळीवर सिंडिकेट काँग्रेस, स्वतंत्र पक्ष, जनसंघ व संयुक्त समाजवादी पक्ष यांनी इंदिरा काँग्रेसविरुद्ध आघाडी निर्माण केली होती;परंतु महाराष्ट्रात या आघाडीचा काही प्रभाव नव्हता. शिवाय आघाडी जरी केली, तरी जागावाटपाच्या बाबतीत या घटक पक्षांमध्ये प्रचंड धुसफूस होती आणि त्यामुळे त्यांच्यात पहिल्या दिवसापासूनच फाटाफूट होऊ लागली.

महाराष्ट्रात प्रजा समाजवादी व शेकाप यांनी युती केली;परंतु काँग्रेसला समर्थ आव्हान ते देऊ शकत नव्हते. महाराष्ट्राच्या काही जिल्ह्यांत विरोधकांची शक्तिस्थाने होती; परंतु त्यांच्याकडे समान कार्यक्रम नव्हता. समान भूमिकाही नव्हती. काँग्रेस विरोधाच्या बाबतीतही एकवाक्यता नव्हती. विरोधकांच्या आपापसातल्या फुटीमुळे खऱ्या अर्थाने काँग्रेसला सामूहिक विरोध झाला नाही. या निवडणुकीचे महाराष्ट्रातील पक्षीय बलाबल पुढीलप्रमाणे.

तक्ता क्रमांक ३.३

महाराष्ट्र लोकसभा निवडणुकीतील राजकीय पक्षांची निवडणूक कामगिरी (१९७१)

अ.नु	राजकीय पक्षाचे नाव	जिंकलेल्या जागा
१	काँग्रेस	४२
२	संयुक्त समाजवादी	०
३	जनसंघ	०

४	प्रजा समाजवादी पक्ष	१
५	रिपब्लिकन	१
६	शेकाप	०
७	उजवे कम्युनिस्ट	०
८	डावे कम्युनिस्ट	०
९	फॉरवर्ड ब्लाक	१
१०	अपक्ष व इतर	२
संदर्भ :जर्नल ऑफ इंडियन स्कूल ऑफ पोलिटिकल इकॉनॉमी, २००३, नं१, पृ.क्र ३१७		

तक्ता क्रमांक ३.३नुसार महाराष्ट्र लोकसभा निवडणुकीतील काँग्रेस पक्षाला ४७पैकी ४३ जागा मिळाल्या, तर प्रजा समाजवादी पक्ष, रिपब्लिकनला १ जागा मिळाली. या निवडणुकीत विरोधी पक्षाला आपला प्रभाव निर्माण करता आला नाही. लोकसभा निवडणुकीत महाराष्ट्रात काँग्रेसला ९५ टक्के जागा मिळाल्याने काँग्रेसची पर्यायाने नाईक मंत्रिमंडळाची स्थिती मजबूत झाली. स्वतः नाईक इंदिरा गांधी यांचे समर्थक असल्याने त्यांचा दबदबा अधिकच वाढला. त्यामुळे महाराष्ट्रात १९७२मध्ये होणाऱ्या विधानसभा निवडणुकीनंतर वसंतराव नाईक यांनाच मुख्यमंत्री करावे, अशी सूचना यशवंतराव चव्हाण यांच्याकडून आली. मात्र, नाईक यांचे यश डोळ्यांत भरू लागल्याने पक्षांतर्गत विरोधक अस्वस्थ झाले होते.

महाराष्ट्रातील विधानसभा निवडणुकीच्या तारखा जाहीर झाल्या, तेव्हा पक्षांतर्गत राजकारणाला आणि गटबाजीला साहजिकच ऊत आला. महाराष्ट्र प्रदेश काँग्रेसच्या निवडणूक मंडळावरील दोन रिक्त जागा भरण्यापासूनच या राजकारणाला सुरुवात झाली. या वेळी काँग्रेस पक्षांतर्गत नाईक यांचा गट, शंकरराव चव्हाण यांचा गट, धारिया-शरद पवार यांचा सोशॅलिस्ट ॲक्शन फोरम, तुळशीदास जाधव यांसारख्या असंतुष्टांचा फोरम, वसंतदादा पाटील यांचा सहकारी नेत्यांचा गट असे गट होते. यशवंतराव चव्हाणांच्या एकछत्री नेतृत्वाला आव्हान देत निरनिराळ्या हितसंबंधांचे राजकारण सक्रिय असल्याची ही खूण होती;पण यात यशवंतराव चव्हाणांचे वर्चस्व दिसून आले. महाराष्ट्रात ५, ७ व ९ तारखेला मतदान झाले. या विधानसभा निवडणुकीत सरासरी ६० टक्के मतदान झाले असून, या निवडणुकीतील पक्षीय बलाबल खालीलप्रमाणे.

तक्ता क्रमांक ३.४
महाराष्ट्र विधानसभा निवडणुकीतील राजकीय पक्षांची निवडणूक कामगिरी (१९७२)

अ.नु	राजकीय पक्षाचे नाव	लढवलेल्या जागा	जिंकलेल्या जागा
१	काँग्रेस	२७०	२२२
२	समाजवादी	५२	३
३	जनसंघ	१२१	५
४	शेतकरी कामगार पक्ष	५८	७
५	रिपब्लिकन	१२१	२
६	उजवे कम्युनिस्ट	४४	२
७	डावे कम्युनिस्ट	२०	१
८	शिवसेना	२०	१
९	स्वतंत्र	५	०
१०	संघटना काँग्रेस	४९	०
११	अपक्ष व इतर शेकाप	४३५	२७
			२७०

संदर्भ :जर्नल ऑफ इंडियन स्कूल ऑफ पोलिटिकल इकोनॉमिक, २००३, नं१, पृ.क्र ३६५

तक्ता क्रमांक ३.४नुसार महाराष्ट्रात १९७२च्या निवडणुकीत विरोधकांची वाताहत अभूतपूर्व अशी होती. काँग्रेसला राज्यामध्ये जो व्यापक संस्थात्मक आधार आणि जनतेचा विश्वास संपादन करण्यात ती ज्या तऱ्हेने यशस्वी झाली होती;तसेच विरोधी पक्षांमध्ये युती होऊ शकली नव्हती. त्यामुळे प्रत्येक पक्षाने स्वबळावर निवडणुका लढवल्या होत्या आणि ते स्वबळ काय होते त्याचे यथार्थ प्रत्यंतर निवडणुकीत आले. संघटना काँग्रेस म्हणजे जुन्या काँग्रेसवाद्यांनी ४९ जागा लढवल्या; पण त्यांना एकही जागा मिळाली नाही. स्वतंत्र पक्षाला तर महाराष्ट्रात अजिबात स्थान नव्हते. रिपब्लिकन पक्षाला काँग्रेसशी युती न करण्याचा निर्णय महागात पडला. त्यांनी १२१ जागा लढवल्या, त्यातल्या फक्त २ जागा जिंकू शकले. अशीच गत समाजवादी, उजवे कम्युनिस्ट आणि डाव्या कम्युनिस्टांची

झाली. त्या सर्वांना मिळून फक्त ६ जागा मिळाल्या. आधीच्या विधानसभेतील त्यांच्या एकाही आमदाराची फेरनिवड झाली नाही. जनसंघाने १२१ जागा लढवल्या; पण त्यांचे फक्त ५ उमेदवार निवडून आले. पुण्यात रामभाऊ म्हाळगी हे त्यांचे बिनीचे उमेदवार अल्प मताधिक्याने निवडून आले.

शेतकरी कामगार पक्षाला या निवडणुकीत सर्वाधिक फटका बसला. आधीच्या विधानसभेत त्यांचे संख्याबळ १९ होते,ते आता ७ झाले. आधीच्याविधानसभांच्या तुलनेतही नीचांक होता. कृष्णराव धुळप, उद्धवराव पाटील, गुलाबराव गणाचार्य, बापूसाहेब काळदाते असे मातब्बर व लढाऊ विरोधी नेते पराभूत झाले. अधिकृत विरोधी पक्ष तर उरला नाहीच, शिवाय विधिमंडळात काँग्रेसला विरोध करू शकतील असे पुढारीही राहिले नाहीत. अशा प्रकारे सन १९७२ची महाराष्ट्र विधानसभा निवडणूक झाली. महाराष्ट्रामध्ये या निवडणुकीत अनेक विरोधी पक्षाने आंदोलने केली असली, तरी यात काँग्रेसच्या वर्चस्वाला धक्का बसला नाही.

महाराष्ट्रातील १९६२,१९६७ व १९७२च्या विधानसभा निवडणुकीत काँग्रेस पक्षाचे वर्चस्व दिसून येते. इतर पक्षांचे स्थान नगण्य असल्याचे दिसते. या तिन्ही विधानसभा निवडणुकीत मिळालेल्या राजकीय पक्षीय जागेचा विचार केला असता, काँग्रेस व इतर राजकीय पक्षांचे खालीलप्रमाणे अंतर दिसून येते.

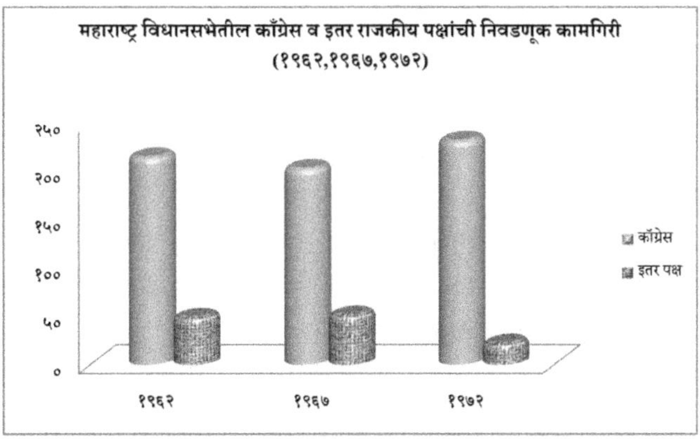

आलेख ३.२ वरून असे दिसते, कीकाँग्रेस पक्ष व इतर पक्षांचे विधानसभेमधील जागा मिळवण्याचे अंतर खूपच जास्त आहे. यामुळे काँग्रेस पक्षाचा प्रभाव महाराष्ट्रभर वाढलेला दिसतो. हा प्रभाव टिकवून ठेवण्याचे कार्य यशवंतराव चव्हाण, वसंतदादा पाटील यांनी केले. ज्यामुळे सुरुवातीच्या काळामध्ये महाराष्ट्राच्या

राजकारणावर काँग्रेसचे एकहाती वर्चस्व होते;परंतु १९७८मध्ये काँग्रेस (आय) व काँग्रेस (रेड्डी) असे काँग्रेसचे विभाजन विधानसभेच्या निवडणुकीच्या तोंडावर झाल्याने त्याचा परिणाम काँग्रेसच्या वर्चस्वावर झाला. त्यामुळे १९७८पासून महाराष्ट्राच्या राजकारणात परिवर्तनाला चालना मिळाली. ज्या काँग्रेसचे राष्ट्रीय स्तरावर व राज्याच्या राजकारणावर प्रभाव होता. ते वर्चस्व हळूहळू कमी होण्यास सुरुवात झाली. त्यामुळे महाराष्ट्राच्या राजकारणावर काँग्रेसला एकहाती वर्चस्व राखणे आवश्यक दिसते.

इंदिरा गांधी आणि आणीबाणी

१९६७च्या लोकसभा निवडणुकीत काँग्रेसला पर्याय ठरेल, असा सक्षम आणि प्रबळ विरोधी पक्षच नव्हता. तरीसुद्धा तेव्हाच्या विखुरलेल्या आणि दुबळ्या विरोधी पक्षांना यात संधी दिसून आली. 'काँग्रेस विरोध'या एकाच मुद्द्यावर विरुद्ध दिशांना तोंडे असणाऱ्या पक्षांनी आघाडी केली. यामुळे जागावाटप करून काँग्रेस विरोधी मतांची विभागणी टाळली. या निवडणुकीत ६१.१% इतके जबरदस्त मतदान झाले. इंदिरा सरकारला ५६% जागा मिळून जरी बहुमत मिळाले, तरी आधीच्या निवडणुकीच्या मानाने ही संख्या खूपच कमी होती. शिवाय प्रथमच ८ राज्यांमधे काँग्रेसने बहुमत गमावले. जिथे बहुमत मिळाले, तिथे काही राज्यांमध्ये विरोधी पक्ष मजबूत झाले. हा फार मोठा सेटबॅक होता. आता एकपक्षीय राजकारण मागे पडणार होते. आघाड्या करताना तडजोड स्वीकारावी लागणार होती. काँग्रेस पक्षामध्ये या 'विजयातल्या पराभवा'चेमूल्यमापन सुरू झाले. तरुणांना आकर्षित करणारे आणि बदल प्रत्यक्षात दाखवून देऊ शकणारे कार्यक्रम राबवण्याचे ठरले. यामुळे सी.पी. आय.कडे झुकणारे तरुण आणि बुद्धिमान लोक हळूहळू इंदिरा गांधींभोवती जमू लागले. या आधी पं. नेहरूंच्या मृत्यूनंतरकाँग्रेसमधला साधारणपणे उजवा म्हणता येईल असा गट सक्रिय झाला होता.

इंदिरा गांधींना या गटाचे भय; तसेच त्याच्यापासून धोका आणि आव्हानही वाटू लागले. मे १९६७मध्ये सी.डब्ल्यू.सी.ने (काँग्रेस वर्किंग कमिटी) एक दहा कलमी कार्यक्रम तयार केला. त्यात बँकांवर सामाजिक नियंत्रण, जनरल इन्शुअरन्सचे राष्ट्रीयीकरण, आयात निर्यातीमध्ये सरकारी सहभाग, शहरी मालमत्ता आणि उत्पन्नावर मर्यादा, सार्वजनिक क्षेत्रात अन्नधान्यवाटप, जमीनसुधारणा तातडीने राबवणे, संस्थानिकांचे तनखे रद्द करणे, असे उघड उघड समतावादी किंवा

साम्यवादी मुद्दे होते. मोरारजीभाई, निजलिंगप्पा आदी उजव्या गटाने हा कार्यक्रम वरवर मान्य केला खरा; पण त्याच्या अंमलबजावणीमध्ये चालढकल करण्याचा त्यांचा इरादा स्पष्ट होऊ लागला. त्यांनीही आपले काही मुद्दे पुढे रेटायला सुरुवात केली. नियोजनाची तीव्रता कमी करणे, सार्वजनिक क्षेत्राला कमी महत्त्व आणि त्यावर कमी भर अथवा भार, खासगी उद्योग आणि भांडवलाला उत्तेजन आणि त्यावर अधिक अवलंबित्व, परराष्ट्रीय धोरणात पश्चिमी देशांशी विशेषतः अमेरिकेशी आर्थिक आणि राजकीय क्षेत्रात जवळीक साधणे आणि महत्त्वाचे म्हणजे देशांतर्गत डाव्यांचे दमन असे ते मुद्दे होते. अर्थात पक्षांतर्गत संघर्ष वाढू लागला. वैचारिक बंडखोरी होऊ लागली. तरुण तुर्क म्हणून नावारूपास येऊ लागलेल्या गटास वेसण घालावी आणि संघटनेमध्ये शिस्त आणावी यासाठी उजव्या गटाकडून दबाव वाढू लागला. या वेळी परिस्थितीमध्ये अचानक बदल झाले. घटना वेगाने घडू लागल्या. जाहीररीत्या एकमेकांवर आरोप-प्रत्यारोप होऊ लागले. शेवटी संघटना ताब्यात असणाऱ्या उजव्या गटाने इंदिरा गांधींची पक्षातून हकालपट्टी केली. इंदिरा गांधी आपल्यासोबत पक्षाचा फार मोठा गट घेऊन पक्षाबाहेर पडल्या. अखेर १९६९ साली काँग्रेस फुटली. संघटना काँग्रेस ओ आणि काँग्रेस आर असे दोन पक्ष निर्माण झाले. या वेळी काँग्रेसमध्ये फूट तर झालीच;पण जवळजवळ निम्म्या राज्यांत गैरकाँग्रेसी सरकारे आल्यामुळे राजकारणाला वेगळे वळण लागले. या सरकारांनी कलम ३५६चा वापर, राज्याच्या कारभारामध्ये राज्यपालांची भूमिका, एकूण संसाधनांमधला राज्यांचा वाटा हे प्रश्न लावून धरले. यामुळे केंद्र-राज्य संबंधांचे स्वरूप बदलू लागले. या बिगरकाँग्रेसी सरकारांशी वाटाघाटी करत राहाणे आणि शिवाय राज्य आणि केंद्रस्तरावरील जुन्याजाणत्या बड्या लोकांना चुचकारणे अथवा त्यांच्याशी सामना करणे ही इंदिराजींना एक डोकेदुखीच झाली. यावर मात करण्यासाठी त्यांनी काही आराखडे वापरले. त्यातील एक म्हणजे त्यांनी पक्षाचे राजकारण केंद्रियीकरण केले. यामुळे अस्तित्वात असलेल्या पक्षांतर्गत संघसंस्कृतीला आणि व्यवस्थेला हादरे बसू लागले. पक्षाच्या राज्यशाखा दुर्बळ बनल्या. त्या हळूहळू पक्षाच्या आतल्या केंद्रीय वर्तुळावर अवलंबित झाल्या. हा केंद्रबिंदू अर्थात इंदिरा गांधीच्या अधिपत्याखाली होता. यात राज्यस्तरीय नेत्यांचा आव्हानात्मक पवित्रा आणि कुरघोडी ही जुन्या नेतृत्वापुरती मर्यादित राहिली नाही. ती इंदिरा गांधींनाही जाचक वाटू लागली आणि शेवटी त्यावर उपाय शोधावा लागला. हा धोरणात्मक तणाव होता. राज्यस्तरीय नेतृत्वामधल्या उदारमतवादी

आणि पुराणमतवादी अशा रस्सीखेचीमुळे तळागाळात सामाजिक बदल घडवून आणण्याच्या काँग्रेसच्या भूमिकेवर विपरित परिणाम होऊ लागला.

काँग्रेस फुटीने घटनेने काँग्रेसच्या संघ व्यवस्थेवर दूरगामी परिणाम केले. संघटनेचे म्हणजे पक्षातील पदाधिकाऱ्याचे महत्त्व कमी करण्यासाठी लोकप्रियतेचा आधार मिळवणे, हा एक उपाय समजण्यात आला. हा जनाधार आदर्शवादी संकल्पना आणि घोषणा यांचा जनतेवर मारा करून मिळवण्यात आला. राज्यस्तरीय नेते आणि त्यांचा जनाधार हिसकावून घेण्याचाच हा प्रयत्न होता. सामंजस्य आणि तडजोडीने लोकांना वळवून घेण्याचे तंत्र मागे पडले. इंदिरा गांधींच्या नव्या उमेदीच्या आकर्षक तडफदार व्यक्तिमत्त्वाद्वारे लोकांना आकर्षित करण्याची राजकारण्यांना सवय लागली. अर्थातच राज्यसंघटना आणि एकूणच पक्षसंघटना दुर्बळ झाली. राज्यस्तरीय नेते निष्प्रभ झाले. हे नेते स्थानिक राजकारणापासूनही तुटत गेले; कारण त्यांना महत्त्वच न उरल्यामुळे जो तो प्रश्नांच्या सोडवणुकीसाठी दिल्लीकडे धाव घेऊ लागला. नव्या नेत्यांच्या वाढीला खीळ बसली; अथवा ती कुंठित केली गेली. केंद्रियीकरणाबाबतची उरलीसुरली नाराजीही नष्ट होऊ लागली. सगळेच राजीखुशीने केंद्रानुगामी होऊ लागले. राष्ट्रीय नेत्यांना तळागाळाच्या खऱ्याखुऱ्या सहभागाची गरज वाटेनाशी झाली. कारण इंदिरा गांधींचे आकर्षक व्यक्तिमत्त्व हे काम करू शकणार होते. संस्थात्मक व्यवस्था टिकवण्याचे कारण उरले नाही. संस्था खिळखिळी झाली. संस्थात्मक राजकारणाचे खच्चीकरण झाले. उदारमतवादी मूल्यांची घसरण सुरू झाली.

काँग्रेस फुटीनंतर इंदिरा काँग्रेस हा त्यांतला मोठा गट ठरला, तरी तो संसदेत अल्पमतात होता. दोन्ही सी. पी. आय., डी. एम. के., अकाली दल, काही साम्यवादी आणि काही स्वतंत्र यांच्या पाठिंब्यावर सरकार चालवणे भाग होते. तरीही न डगमगता इंदिरा गांधीनी कणखरपणे बँक-राष्ट्रीयकरणासाठी अध्यादेश काढला. ९ जुलै १९६९ 'Banking Companies (Acquisition and Transfer of Undertakings) Ordinance 1969'याद्वारे मध्यरात्रीपासून सर्वांत मोठ्या १४ बँकांचे राष्ट्रीयकरण झाल्याचे जाहीर केले. दोन आठवड्याच्या आत संसदेने त्याच नावाने हे बिल मंजूर केले आणि ९ ऑगस्टला राष्ट्रपतींनी त्यावर शिक्कामोर्तब केले. (यामुळे मोरारजीभाईंनी राजीनामा दिला आणि काँग्रेसमध्ये फूट पडणार हे जवळ जवळ निश्चितच झाले.) या कृतीला इतका विरोध होता, की सुप्रीम कोर्टात हा निर्णय गेला. तेथे फेब्रुवारी १९७०मध्ये तो रद्दबातल ठरल्यावर

राष्ट्रपतींचा अध्यादेश काढूनच ते बिल कृतीत आणता आले. इतका आत्मविश्वास आणि कणखरपणा असला, तरी अल्पमतातल्या सरकारसाठी तडजोडी करत राहणे इंदिरा गांधींना मानवण्याजोगे नव्हते.

मध्यावधी निवडणुका दृष्टिपथात येऊ लागल्या. बँकांचे राष्ट्रीयीकरण आणि संस्थानिकांचे तनखे रद्द करणे,अशा निर्णयांमुळे इंदिराजींची लोकप्रियता वाढू लागली होती. तेव्हा ही अनुकूलता हेरून त्यांनी २७ डिसेंबर १९७०मध्ये लोकसभा विसर्जित केली आणि निवडणुकांना १ फेब्रुवारी १९७१मध्ये सामोरे जाण्याचे जाहीर केले. इंदिरा गांधींची स्वप्रतिमा टिकवण्यासाठीसुद्धा हे आवश्यक होते. आता निवडणूक जिंकणे हा अस्तित्वाचा लढा झाला. लोकांपर्यंत पोहोचण्यासाठी संघटनेचा उपयोग होण्यासारखा नव्हता. एक तर ती काँग्रेस (सं.) च्या ताब्यात होती आणि दुसरे म्हणजे १९६७पासून तिचे पद्धतशीर खच्चीकरण सुरू झाले होते. शिवाय संघटनेवर अवलंबून राहायचे नव्हतेच. स्वबळावर 'करून दाखवायचे' होते. तेव्हा लोकांशी थेट संवाद साधण्याचे ठरले. असा संवाद फक्त इंदिराजीच साधू शकत होत्या. त्यांचे अमोघ वक्तृत्व उत्तरेतले हिंदू आणि मुसलमान या दोघांनाही आकर्षित करू शकत होते. सफाईदार इंग्रजी वक्तृत्व बुद्धिवंतांना भुरळ घालू शकत होते. शिवाय भारतासारख्या समस्या आणि लोकसंख्याग्रस्त देशाची पंतप्रधान एक महिला होऊ शकते हे जागतिक नवल होते. इंग्लंड-अमेरिकेत जे घडू शकले नव्हते, ते भारतात घडले होते. सारे जग विस्मयाने आणि भययुक्त आदराने त्यांच्याकडे पाहत होते. आणखी म्हणजे त्यांनी (कदाचित सोवियत यूनियनच्या पाठिंब्यानेच) उजव्यांना नेस्तनाबूत करून सोवियत युनियनला खूशच नव्हे, तर भक्कमपणे आपलेसे केले होते. तेही उघडपणे. भारतीय उपखंडाच्या संदर्भात ही साधी गोष्ट नक्कीच नव्हती. इंदिरा गांधींकडे भयमिश्रित आदराने पाहण्याचे हेही एक कारण होते.

इंदिरा गांधी महिला होत्या, ही बाब महत्त्वाची होती. नुकताच जागृत होत असलेला शहरी महिला वर्ग आणि प्रबोधनाची, प्रगतीची आस घेऊन एखाद्या तारणहाराच्या प्रतीक्षेत असलेला ग्रामीण महिला वर्ग हा त्यांचा हक्काचा मतदार ठरला. भारतीय महिला सक्षमीकरणाचे त्या प्रतीक ठरल्या. इंदिराजींनी 'गरिबी हटाओ'चा नारा दिला. जागोजागी त्यांचा वरद'हस्त'गरिबी हटेल असे आश्वासन देत सुटला. काँग्रेस विरोधकांनी 'इंदिरा हटाओ'चा नारा दिला;पण इंदिरालाट किंवा झंझावातामध्ये सर्व विरोधक पाचोळ्यासारखे उडून गेले. समाजवाद्यांची

तर वाताहत झाली. दोन तृतियांश जागा घेऊन इंदिरा काँग्रेसने दणदणीत विजय मिळवला. निवडणुका तर जिंकल्या. आता निवडणुकांत दिलेल्या आश्वासनांच्या पूर्तीची अपेक्षा होती. भरमसाट आश्वासने देऊन लोकांच्या अपेक्षा वाढवून ठेवल्या गेल्या होत्या;पण त्यांच्याकडे लक्ष द्यायला इंदिरा गांधींना अवसरच मिळाला नाही. मार्च १९७१मध्ये शपथविधी झाल्या झाल्या पाकिस्तानने पूर्व बंगालात सैनिकी कारवाई सुरू केली. अनन्वित अत्याचार, दडपशाही, हिंसा यात भरडून निघणाऱ्या निर्वासितांची भारताकडे रीघ सुरू झाली. पाकिस्तानशी निर्णायक युद्ध करावे लागणार, हे लवकरच स्पष्ट झाले. युद्धात भारतीय सैन्यदलांच्या पराक्रमामुळे पूर्व बंगाल पाकिस्तानपासून वेगळा करता आला. बांगलादेशची निर्मिती हा इंदिरा गांधींच्या कारकिर्दीचा कळस होता. या विजयामुळे इंदिरा गांधींची लोकप्रियता परमोच्च बिंदूवर पोचली. आत्मविश्वासही अहंकाराच्या पातळीवर गेला;पण ही लोकप्रियता फार काळ टिकू शकली नाही. युद्धानंतर नेहमीच महागाई वाढते;पण या वेळचे युद्ध फार मोठे (आणि छुपे युद्ध जमेस धरून दीर्घ काळ चाललेले) होते. जवळ जवळ एक कोटी निर्वासितांवरही खूप खर्च करावा लागत होता. महागाई प्रचंड वाढली. त्यात १९७२ला स्वातंत्र्यानंतरचा सर्वांत भीषण दुष्काळ काही राज्यांत पडला. महाराष्ट्राला याची जास्त झळ बसली. पराकोटीची अन्नटंचाई निर्माण झाली. जाहीर समारंभातल्या जेवणावळींवरही निर्बंध आले. १९७३ साली खनिज तेलाच्या पेचप्रसंगामुळे तेलाच्या किमती जागतिक बाजारात तिपटीने वाढल्या. एकच भडका उडाला. लोकांना आश्वासने पुरी होताना दिसेनात. जनतेत धुसपूस वाढू लागली. गुजरात आणि बिहारमध्ये असंतोष अराजकापर्यंत पोचला. पोलीस आणि सैन्यदलांना सरकारविरुद्ध असहकाराच्या चिथावण्या दिल्या गेल्या. बंगालमध्ये आणि खुद्द राजधानी कोलकात्यात नक्षलवादी हिंसाचाराने थैमान मांडले. पाकिस्तानला नमवल्याने त्याची मित्रराष्ट्रे चीन आणि अमेरिका यांचा भारतात छुपा हस्तक्षेप वाढला. असंतोषाचे छोटे छोटे उद्रेक जागोजागी होऊ लागले. 'संपूर्ण क्रांती'च्या घोषणेद्वारा सरकारशी असहकार सुरू झाला. जणू ही दुसरी चलेजाव चळवळ होती. १९७४च्या सर्वव्यापी आणि दहशतवादी रेल्वे संपाने देशभर संपूर्ण जनजीवन वेठीला धरले गेले. या संपाने देशाचा अन्नपुरवठाही खंडित केला. सामंजस्याची, तडजोडीची आशा दिसेना. तशी परंपराही उरली नव्हती. काही तरी कठोर कृतीची निकड इंदिरा गांधीना भासू लागली. दरम्यानच्या काळात, कदाचित आश्वासित सुधारणा जलदगतीने राबवण्यातल्या अडथळ्यांवर

मात करण्याच्या भरात, न्यायालयाने सरकारविरुद्ध दिलेले निर्णय सरकारकडून संसद सभागृहात घटना दुरुस्त्या मंजूर करवून बदलण्यात आल्या.

या कृतीवरून संसदेबाहेर फारच गदारोळ झाला. सरकारला अमर्याद स्वातंत्र्य देणारी ही कृती आहे आणि यामुळे देशातली लोकशाही व्यवस्था धोक्यात येऊ शकेल, असे परखड मत व्यक्त होऊ लागले. शासनाकडून होणाऱ्या न्यायव्यवस्थेच्या या पायमल्लीविषयी माध्यमे अतिशय संवेदनशील झाली. छापील माध्यमांतून सरकारविरोधी लेख येऊ लागले. या पायमल्लीमुळे आणि मुख्यतः आपल्याला सोयीचे असे न्यायाधीश सुप्रीम कोर्टात नेमण्याच्या प्रकाराने आतापर्यंत बाजूचे असलेले जनमत स्पष्टपणे इंदिरा गांधींच्या विरोधात जाऊ लागले. नाथ पै, मधू दंडवते आदी ज्या समाजवादी खासदारांनी घटना दुरुस्तीचे अधिकार संसदेला देण्याच्या बाजूने लोकसभेत युक्तिवाद केला होता, त्यांचाही भ्रमनिरास झाला. या शिवायइंदिरा गांधींवरचा त्यांच्या तथाकथित सल्लागारांचा पगडा आणि त्यांचे उद्दाम वर्तन हे लोकांच्या नजरेत खुपू लागले. 'सरकारबाह्य सत्ताकेंद्र'असा एक कंपू निर्माण झाला होता आणि त्याला इंदिरा गांधी आवर घालू शकत नव्हत्या, किंबहुना इंदिरा गांधींच्या पाठिंब्यानेच हे सर्व चालले होते, असे दृश्य दिसू लागले. १९७५पर्यंत राजकीय अशांती आणि शासनाची न्यायव्यवस्थेवरची कुरघोडी या ठळक गोष्टींमुळे जनक्षोभ वाढू लागला. आधी उल्लेखलेल्या जनआंदोलनांमुळे निर्माण झालेल्या जनक्षोभात या दोन गोष्टींनी भर घातली. अशातच १९७१च्या रायबरेली निवडणुकीतले पराभूत उमेदवार राजनारायण यांनी निवडणूक गैरव्यवहाराबाबत १९७५ साली इंदिरा गांधींविरुद्ध खटला दाखल केला. राजनारायण यांच्या फिर्यादीचा गाभा असा होता, की इंदिरा गांधींनी निवडणुकीमध्ये लाचखोरी केली, सरकारी यंत्रणेचा आणि संसाधनांचा गैरवापर केला. विशेषतः स्वतः सरकारी नोकरदार असतानाच्या काळात मतदारसंघात निवडणूक मोहीम राबवली आणि सरकारी कर्मचाऱ्याचा निवडणूक एजंट म्हणून वापर केला. अलाहाबाद हायकोर्टाने इंदिरा गांधी यांचा निवडणूक निकाल रद्द ठरवला. निवडून येऊन मिळवलेले कोणतेही पद धारण करण्यास सहा वर्षांपर्यंत मनाई केली. इंदिरा गांधींनी धारण केलेल्या अधिकारपदांच्या जागी दुसऱ्या व्यक्तीची नेमणूक करण्यासाठी इंदिराकाँग्रेस पक्षाला वीस दिवसांची मुदत दिली गेली. लाचखोरीचे आरोप मात्र सिद्ध झाले नाहीत. इंदिरा गांधींनी सुप्रीम कोर्टात अपील केले. २४-६-१९७५ला सुप्रीम कोर्टाने यावर सशर्त स्थगिती दिली.

ही केस पुढे चालू राहिली खरी;पण २५-६-१९७५ रोजी राष्ट्रपती फक्रुद्दीन अली अहमद यांनी राष्ट्रीय आणीबाणीची परिस्थिती जाहीर केल्याने सगळे संदर्भच बदलून गेले. हायकोर्टातल्या या खटल्यादरम्यान दिल्लीत आणि देशभर दररोज निदर्शने करण्याचे आदेश जयप्रकाश नारायण यांनी लोकांना दिले. हायकोर्टाच्या निकालानंतर मोरारजीभाईंनी एका इटालियन पत्रकाराला दिलेल्या मुलाखतीत तर असे सांगितले, की इंदिरा गांधींनी राजीनामा दिलाच पाहिजे, नाही तर आम्ही त्यांना बाहेर फेकून देऊ. आमचे हजारो लोक त्यांच्या घराला घेरा घालतील. त्यांना बाहेर पडणे मुश्किल करतील. खुशवंतसिंग म्हणतात, की त्यांनी स्वतः मुंबईतल्या रस्त्यांवरून हिंसक जमावाच्या मिरवणुका पाहिल्या. अशा तऱ्हेने निषेधाची व्याप्ती आणि तीव्रता फारच वाढली.

इंदिरा गांधींना सुधारणा राबवण्याची घाई होती हे खरे मानता येईल;पण त्यासाठी आणीबाणीसारखी टोकाची उपाययोजना जरूरीची होती काय, हा वादाचा मुद्दा आहे.न्यायव्यवस्थेप्रमाणेच अभिव्यक्ती स्वातंत्र्य हाही इंदिराजींच्या मार्गातला प्रमुख अडथळा होता;पण अमर्याद सत्ता हातात येताच व्हायचे तेच झाले. सर्वंकष सत्ता नेहमी सत्ताधीशांना भ्रष्ट बनवते. इंदिरा गांधींनी वीस कलमी कार्यक्रम जाहीर केला. ही सर्व कलमे आदर्शवत होती; पण त्यांची अंमलबजावणी अगदी वाईट पद्धतीने झाली. दडपशाहीने सुधारणा रेटल्या जाऊ लागल्या. वीस कलमांमधल्या झोपडपट्टीनिर्मूलन आणि कुटुंबनियोजन या कलमांवर अधिक भर देण्यात आला होता. १९७६च्या दुसऱ्या सहामाहीत आणीबाणीच्या फायद्यांपेक्षा अत्याचाराच्या घटनांनीच समाजजीवन व्यापून टाकले. गुजरात आणि तमिळनाडूमधली सरकारे आधीच बरखास्त झाली होती. त्याचेही पडसाद उमटत होते. आनंदमार्ग, रा. स्व. संघ, नक्षलवादी, जामे इस्लामी-ए-हिंद या संघटनांवर बंदी आली. शिवसेनेने आणीबाणीला पाठिंबा दिला. बहुधा बाळासाहेब ठाकरे यांच्या कल्याणकारी हुकूमशाही या आवडत्या संकल्पनेनुसार तो दिला असावा. या पाठिंब्याचा निदान मुंबईतल्या तरी काही जागा जिंकण्यापुरताही उपयोग झाला नाही. कदाचित मतांच्या टक्केवारीत फरक पडला असावा;पण या पाठिंब्यामुळे महाराष्ट्रातली विरोधी चळवळ फारशी हिंसक झाली नाही असे कदाचित मानता येईल. विनोबांनी आणीबाणी हे अनुशासनपर्व मानून आशीर्वाद दिले, यावर मोठा गदारोळ अजूनही होतो;पण सुरुवातीला ते खरेच अनुशासनपर्व होते आणि त्याचे काही परिणाम आणीबाणीनंतरही टिकले. अत्याचार झाले नसते, तर तो सुवर्णकाळ

ठरला असता;पण या आणीबाणीने महाराष्ट्रात काँग्रेस पक्षात मतभिन्नता निर्माण झाली त्याचा परिणाम काँग्रेसपासून काही गट वेगळे झालेले दिसतात.

आणीबाणी आणि महाराष्ट्रातील राजकारण

जनतेच्या इच्छा पूर्ण करण्याबाबत स्वातंत्र्योत्तर काळात काँग्रेस पक्षाला अपयश आल्याने जनता काँग्रेस पक्षावर नाराज झालेली होती. परिणामी, १९६७च्या सार्वत्रिक निवडणुकीत भारतातील ८ राज्यांत काँग्रेसविरोधी सरकारे अस्तित्वात आल्यामुळे काँग्रेस पक्षाची सत्तेतली मक्तेदारी संपुष्टात येण्यास सुरुवात झालेली दिसते. याच दरम्यान १९६६मध्ये इंदिरा गांधी पंतप्रधान झाल्या. त्यांनी रुपयांचे अवमूल्यन केले. १९६७पासून उदारमतवादी आर्थिक धोरणाचे परिणाम भारताला भोगावे लागल्याचे दिसून येत. त्यामुळे त्यांच्या उदारमतवादी धोरणाला विरोधी पक्षाकडून शह मिळू लागला. यामुळे इंदिरा गांधी यांनी विरोधी पक्षांना शह देण्यासाठी 'समाजवादा'चीसुरुवात केली असे दिसते. त्यानुसार निर्णय घेतले आहेत.

१९७१च्या लोकसभा निवडणुकीमध्ये तत्कालीन पंतप्रधान इंदिरा गांधींविरोधात अलाहाबाद उच्च न्यायालयामध्ये याचिका दाखल केली. १९७५मध्ये या प्रकरणामध्ये अलाहाबाद उच्च न्यायालयाचे मुख्य न्यायाधीश जनमोहन सिन्हा यांनी आपला निर्णय दिला. यामध्ये श्रीमती गांधीची १९७१मध्ये रायबरेली मतदारसंघातून झालेली निवड अवैध घोषित केली व त्यांना ६ वर्षांपर्यंत कोणतीही निवडणूक लढवण्यावर बंदी घालण्यात आली.शेवटी हे प्रकरण सर्वोच्च न्यायालयामध्ये गेले. या वेळी देशामध्ये सरकारविरोधात तीव्र अशा प्रकारची नाराजी होती. या वेळी जयप्रकाश नारायण यांच्या नेतृत्वाखाली फार मोठे आंदोलन सुरूझालेले होते. शेवटी श्रीमती इंदिरा गांधींनी देशामध्ये राष्ट्रीय आणीबाणी लावण्याचा निर्णय घेतला. २५ जून १९७५ रोजी राष्ट्रीय आणीबाणीच्या प्रस्तावावर संविधानातील कलम ३५२नुसार तत्कालीन राष्ट्रपती फक्रुद्दीन अली महमद यांनी स्वाक्षरी केली. अशा प्रकारे देशामध्ये राष्ट्रीय आणीबाणी लावण्यात आली. या दरम्यान विविध प्रसारमाध्यमांवर निर्बंध लावण्यात आले. देशातील विरोधी पक्षातील सर्व प्रमुख नेत्यांना तुरुंगामध्ये टाकण्यात आले. या सर्व प्रकारामुळे लोकांच्या मनामध्ये सरकारविषयी असंतोष निर्माण झाला. महाराष्ट्रातील काँग्रेसमध्ये आणीबाणी प्रतिक्रिया वेगळ्या पद्धतीने उमटली. यशवंतराव चव्हाण, वसंतदादा पाटील, शरद पवार ही पश्चिम महाराष्ट्रातील नेतेमंडळी आणीबाणीच्या

निर्णयावर नाराज होती; तसेच यशवंतराव चव्हाण यांच्या गटाला सोडून मुख्यमंत्री शंकरराव चव्हाणांकडेगेल्याने नाराजी अधिक वाढली. शंकरराव चव्हाण यांनी आणीबाणीच्या काळात प्रशासकीय व्यवस्थेत आमूलाग्र बदल केले. त्यामुळे शंकररावांचे वर्णन 'हेडमास्तर'असे केले जाऊ लागले. आणीबाणीच्या काळात सर्वांत महत्त्वाचा २१ कलमी कार्यक्रम इंदिरा गांधींनी जाहीर केला. २१ कलमी कार्यक्रमाची अंमलबजावणी केली. आणीबाणीच्या काळात महाराष्ट्रात राजकीयदृष्ट्या महत्त्वाचे बदल घडले. जनसंघ, समाजवादी पक्ष, संघटना काँग्रेस इत्यादी विरोधी पक्ष लोकसंघर्ष समितीच्या माध्यमातून एकत्र आले. १९४२ आणि संयुक्त महाराष्ट्राच्या लढयानंतर प्रथमच मोठ्या प्रमाणात सर्वसामान्य समाज सरकारविरोधी उभा राहिला. याच आणीबाणीच्या काळात महाराष्ट्रात काँग्रेस नेत्यांत एक मोठी दरी तयार झाली. इंदिरानिष्ठ गट व यशवंतराव चव्हाणनिष्ठ गट तयार झाले. महाराष्ट्रातील यशवंतराव चव्हाण यांचे वर्चस्व मोडून काढण्यासाठी शंकरराव चव्हाण यांना मुख्यमंत्री केले; पण त्यामुळे महाराष्ट्रातील परंपरागत काँग्रेस वर्चस्वाला इंदिरा गांधीनी जबरदस्त धक्का दिला. इंदिरा गांधीनी जानेवारी १९७७ला लोकसभा विसर्जित करून आणीबाणी उठवली व मार्च १९७७ला लोकसभा निवडणुका जाहीर केल्या.

थोडक्यात काँग्रेस वर्चस्व कालखंडाचा विचार केल्यास इंदिरा गांधीच्या व्यूहरचनेत राज्य पातळीवरील मजबूत नेतृत्वाला स्थान नव्हते. देशभर त्या स्वतःला गरिबांचा तारणहार व दलितांच्या कैवारी म्हणून दाखवत असताना मराठा चार हात दूर ठेवणे त्यांना आवश्यक होते. त्यामुळे महाराष्ट्रात मराठी नेतृत्वाला बाजूला ठेवण्यावर त्यांचा कटाक्ष होता. यातून मराठा नेतृत्वापुढे आव्हान उभे राहिले. शरद पवार यांनी त्यावर मात करण्यासाठी इंदिरा गांधींचे नेतृत्त्व झुगारून देण्याचा मार्ग १९७८ ते १९८५ या काळात स्वीकारला. नेमक्या या परिस्थितीत महाराष्ट्रात काँग्रेसअंतर्गत तीन गट पडले. त्यातून १९७७-७८ महाराष्ट्राच्या राजकारणाला कलाटणी मिळाली.

'पुलोद'च्या निर्मितीची पार्श्वभूमी

१९७५मध्ये इंदिरा गांधी यांनी देशांतर्गत माजलेल्या बंडाळीस नियंत्रणात आणण्यासाठी आणीबाणी लागू केली होती. या आणीबाणीनंतर महाराष्ट्रात काँग्रेस पक्षांतर्गत गटबाजी वाढू लागली. याचा परिणाम १९७७च्या सार्वत्रिक निवडणुकीत

दिसून आला;तसेच महाराष्ट्रातील मराठा वर्चस्वाला शह देण्यासाठी इंदिरा गांधींनी प्रयत्न केले;तसेच त्यांनी सहकारी साखर कारखानादारी, सूतगिरण्या, सहकारी संस्था यांनी जाणीवपूर्वक आपल्या वर्चस्वाखाली आणण्याचा प्रयत्न केला.

१९७५ साली लादलेल्या आणीबाणीमुळे सर्व विरोधी पक्ष 'गैर काँग्रेस'च्या नावाखाली एकत्रित येऊन (समाजवादी, प्रजासमाजवादी, लोकदल, जनसंघ व संघटना काँग्रेस) जनता पक्षात विलीन झाले होते. भारतातील आघाड्यांच्या राजकारणातील हा एक महत्त्वाचा टप्पा होता. सर्व विरोधी पक्षांचे एका पक्षात विलीनीकरण झाले असले, तरी यास एका मोठ्या आघाडीचा प्रयोग म्हणावा लागेल. इंदिरा गांधींनी निवडणुकीची घोषणा करताच लोकसंघर्ष समितीतील पक्ष एकत्र आले. समन्वय समिती, तर जयप्रकाश नारायण यांनी तयार केलीच होती. याच पार्श्वभूमीवर २० जानेवारी १९७७ला मोरारजी देसाई यांनी 'जनता पक्षा'ची घोषणा केली. १६, १७ व १८ मार्च १९७७ ला लोकसभा निवडणुका पार पडल्या. यामध्ये काँग्रेसला ४९३ जागांपैकी केवळ १५३ जागा मिळाल्या,तर एकट्या जनता पक्षाने ४४६ जागांपैकी २७१ जागांवर विजय मिळवून बहुमत प्रस्थापित केले. इंदिरा गांधींचा पराभव होऊन मोरारजी देसाई यांची पंतप्रधान म्हणून निवड झाली. काँग्रेस वर्चस्वास प्रथमच मोठे आव्हान देऊन केंद्रातील पहिले बिगर काँग्रेस सरकार २६ मार्च १९७७ला सत्तारूढ झाले. या वेळी प्रथमच काँग्रेसविरोधी मतांची विभागणी टळली होती. काँग्रेसला सत्ता गमवावी लागली होती.

या दरम्यान महाराष्ट्रात शंकरराव चव्हाण यांचा कार्यकाळ फेब्रुवारी १९७५ ते १६ एप्रिल १९७७ असा होता. ज्या वेळी १९७५ला वसंतराव नाईक यांनी राजीनामा देताना शंकरराव चव्हाण यांचे नाव मुख्यमंत्रीपदासाठी पुढे आले, त्यांनी २० फेब्रुवारी १९७५ रोजी मुख्यमंत्रीपदाची शपथ घेतली. 'अकोला करारा'नुसार क्रमाक्रमाने मुख्यमंत्रीपद पश्चिम महाराष्ट्र, विदर्भ, मराठवाडा असे फिरायचे होते. त्याचप्रमाणे २१ फेब्रुवारी १९७५ ते १७ एप्रील १९७७ अशा आणीबाणीच्या काळात शंकररावांनी महाराष्ट्राचे नेतृत्व केले. आणीबाणीच्या काळात घटनाबाह्य सत्ताकेंद्र असा लौकिक मिळालेल्या संजय गांधीची मर्जी सांभाळत शंकरराव चव्हाण यांनी आपल्या कारकिर्दीत काही महत्त्वपूर्ण निर्णय घेतले. जसे प्रशासकीय व्यवस्थेत आमूलाग्र बदल, प्रशासकीय दिरंगाई कमी करणे, अर्थसंकल्पाची छाननी, महामंडळाची संख्या कमी करणे, आदिवासींना त्यांच्या जमिनी परत मिळवून देणे, केंद्र सरकारच्या तत्कालीन २० कलमी योजनांची अंमलबजावणी

करणे इत्यादी निर्णय घेतले;तसेच जायकवाडी धरण प्रकल्प, विष्णुपुरी जलसिंचन प्रकल्प, पूर्णा-पैनगंगा, मांजरा प्रकल्प त्यांनीच मार्गी लावला. सन १९७७च्या लोकसभा निवडणुकीत काँग्रेसला केवळ २० जागावर समाधान मानावे लागले.

या लोकसभा निवडणुकीत काँग्रेसला विरोध म्हणून १९७७ सालच्या लोकसभा निवडणुकीत जनता पक्षाने शेकाप, माकप, रिपाई (गट कांबळे), रिपाई (खोब्रागडे गट) यांच्याशी आघाडी केली होती;तसेच काँग्रेसने रिपाईशी (गवई गट) युती केली; तसेच त्यांनी शिवसेना व भाकपचा पाठिंबाही मिळवला होता;परंतु विरोधकांच्या एकतेमुळे काँग्रेसला पर्याय निर्माण झाला होता व देशात जनता पक्ष सत्तेवर आला. महाराष्ट्रात काँग्रेस पक्षाला मर्यादित जागा प्राप्त झाल्या. या निवडणुकीचे पक्षीय बलाबल खालीलप्रमाणे.

तक्ता क्रमांक ३.५

लोकसभा निवडणूक (१९७७) महाराष्ट्रातील पक्षीय बलाबल

पक्ष	प्राप्त जागा	मतांची टक्केवारी
काँग्रेस (आय)	२०	४१.६७
जनता पक्ष	१९	३९.५८
शेकाप	५	१०.४२
माकप	३	६.२५
रिपब्लिकन	१	२.०८
	४८	१००

संदर्भ : तुकाराम जाधव व इतर (.संपा), महाराष्ट्राचे राजकारण नव्या वळणावर, २०१५ पृ .७

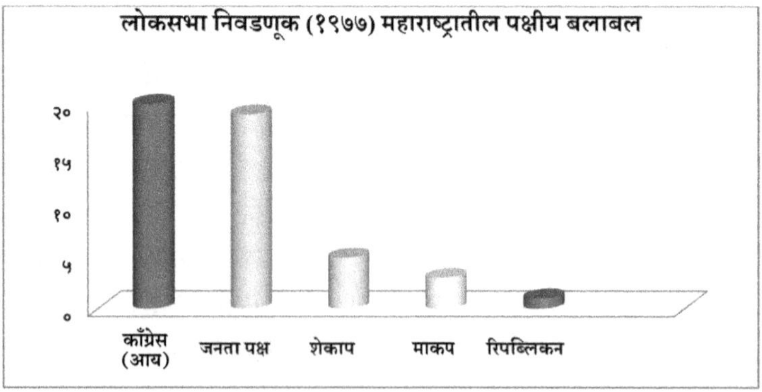

तक्ता क्रमांक ३.५ व आलेख क्रमांक ३.३मधील महाराष्ट्रातील लोकसभेच्या १९७७च्या निवडणुकीतील पक्षीय बलाबल पाहिले असता असे दिसून येते, कीमहाराष्ट्रात काँग्रेसच्या वर्चस्वाला १९७७ साली प्रथमच हादरा बसला. महाराष्ट्रात जनता पक्षाने शेकाप, माकप, रिपब्लिकन (कांबळे गट), रिपब्लिकनशी (गवई गट) युती केली; तसेच शिवसेना व भाकप यांनी काँग्रेसला पाठिंबा दिला. या वेळी जनता पक्ष व त्याच्या मित्रपक्षाने ४८पैकी २८ जागा व ५८.३३ टक्के मते मिळवली, तर काँग्रेसला २० जागा व ४१.६७ टक्के मते प्राप्त झाली. या निवडणुकीत विरोधी पक्षाला जी मते मिळाली, ती काँग्रेस विरोधी भावनेतून मिळाली.

१९७२च्या निवडणुकीनंतर वसंतराव नाईक मुख्यमंत्री राहिले. अनेक ठिकाणी पडलेला दुष्काळ, महागाई व टंचाई इ. समस्या सोडवण्यात सरकार अपयशी ठरले. सरकारच्या अपयशावर टीका करण्यास विरोधकांना संधी मिळाली. जनसंघ व समाजवाद्यांचे लक्ष शहरी, तर शेकापचे ग्रामीण भागावर होते. याच काळात मराठवाडा विकास आंदोलन झाले. झोपडपट्टी, कृषी समस्या, शिवसेनेला पाठिंबा या मुद्द्यांवरून इंदिरानिष्ठ गटाने टीका करण्यास सुरुवात केली. फेब्रुवारी १९७५ला वसंतराव नाईक यांनी राजीनामा दिला. नंतर मराठवाड्याचे शंकरराव चव्हाण हे मुख्यमंत्री झाले. बिहार व गुजरातमधील युवकांच्या आंदोलनामुळे महाराष्ट्रात जनसंघ आणि समाजवादी एकत्र येऊन युवकांना चळवळीसाठी संघटित करू लागले. याच काळात आणीबाणी लागू झाली. विरोधकांना एकत्र येण्यासाठी एक समान व्यासपीठ या घटनेमुळे मिळाले. याचबरोबर २० कलमी कार्यक्रम लाभदायक असला, तरी सक्तीने कुटुंब नियोजन, शेतकऱ्याकडून कर्जवसुली, विक्री करांची वसुली या दोन्ही गोष्टी शंकरराव चव्हाणांनी सक्तीने केल्याने जनमत काँग्रेसविरोधी गेले. म्हणजे काँग्रेसच्या पाडावाला आणीबाणी हे एकमेव कारण नव्हते, ही गोष्ट इथे अधोरेखित करावी लागेल. ही निवडणूक राष्ट्रीय मुद्द्यांवर लढली गेली. काँग्रेसने स्थैर्याचा मुद्दा मांडला, तर विरोधकांनी लोकशाही हुकूमशाहीचा मुद्दा मांडला. या वेळी बुद्धिवाद्यांनी देखील जनता पक्षाचा प्रचार केला.

लोकसभा निवडणुकीमुळे महाराष्ट्रात मराठा अभिजनांना इंदिरा गांधीनी आणि त्यांच्या कट्टर समर्थकांनी जाणीवपूर्वक सत्तेपासून रोखून धरण्याचा प्रयत्न केल्यामुळे सर्वसामान्य जनतेत काँग्रेस पक्षाविषयी नाराजीचा सूर वाढत गेला.

मुख्यमंत्री निवडताना इंदिरा गांधीच्या मर्जीप्रमाणे निवडले गेले. यात बाबासाहेब भोसले यांसारख्या जनाधार नसलेल्या नेत्यांना मुख्यमंत्र्याचे पद बहाल केले. येथे पक्षनिष्ठेपेक्षा इंदिरानिष्ठा महत्त्वाची ठरली. इंदिरा गांधी यांच्या राजनीतीत राज्य पातळीवरील महत्त्वाच्या व लोकप्रिय नेत्यांना स्थान नव्हते, हे यावरून स्पष्ट होते. महाराष्ट्रात मराठा नेतृत्व काँग्रेसपासून दूर जाऊ लागले. यांनी इंदिरा गांधींचे नेतृत्व झिडकारण्यास सुरुवात केली.

महाराष्ट्राचे तत्कालीन मुख्यमंत्री शंकरराव चव्हाण यांच्या कारभाराबद्दल जनतेचा रोष होता; पण त्याचा परिणाम मतदानावर झाला नाही. कारण यशवंतराव चव्हाण व वसंतदादा पाटील यांच्या प्रभावामुळे महाराष्ट्रात काँग्रेसला पत राखता आली; पण जागा मात्र कमी झाल्या. या वेळी इंदिरा गांधींनी नेमलेला मुख्यमंत्री महाराष्ट्रास नको होता, म्हणून शंकरराव चव्हाणांनी मुख्यमंत्रीपदाचा राजीनामा दिला. शंकरराव चव्हाणांनी ज्या वसंतदादांना मंत्रिमंडळातून काढून टाकले होते, तेच वसंतदादा १७ एप्रिल १९७७ला मुख्यमंत्री झाले. म्हणजे यशवंतरावांनंतर पुन्हा एकदा पश्चिम महाराष्ट्राकडे मुख्यमंत्रीपद आले.

वसंतदादांनी घेतलेल्या धोरणात्मक निर्णय व अनेक प्रकारच्या सुधारणात्मक उपाय योजना केल्या;तसेच विधानसभेच्या पोटनिवडणुका, बोनस कायदा दुरुस्ती, कुक्कुटपालन, दूधसंस्था, तेल गिरण्या यांचा समावेश सहकारी क्षेत्रात केला. महाराष्ट्रात वसंतदादा पाटील यांचे सरकार झटपट निर्णय घेत होते; परंतु केंद्रातले जनता सरकारने इंदिरा गांधींभोवती संकटे निर्माण केली जात होती. देशभरातील सत्तारुढ काँग्रेस राज्य सरकारे हे केंद्राचे पुढचे लक्ष्य राहणार हे स्पष्ट होते. ४ ऑक्टोबर १९७७ला केंद्र सरकारने इंदिरा गांधींना अटक केल्यामुळे संपूर्ण देशासह महाराष्ट्रात या घटनेचे तीव्रपडसाद उमटले. या वेळी इंदिरा गांधींवरील दबाव वाढल्याने त्यांनी पक्ष कार्यकारिणी सदस्यत्वाचा राजीनामा दिला. थोडक्यात इंदिरा गांधींची काँग्रेसमधून हकालपट्टी झाली व त्यांनी स्थापन केलेल्या इंडिकेट काँग्रेसमधून त्यांना बाहेर पडावे लागले.

आणीबाणीनंतर १९७७ साली केंद्रात जनता पक्षाचे सरकार आले आणि महाराष्ट्रात १९७८ साली विधानसभेच्या निवडणुका झाल्या. दरम्यान, १९७७च्या पराभवानंतर काँग्रेस पक्षात मोठी फूट पडून इंदिरानिष्ठांची काँग्रेस (रेड्डी) व इंदिरा विरोधकांची काँग्रेस (आय) असे दोन काँग्रेस पक्ष उदयास आले. त्याचे पडसाद महाराष्ट्रातही उमटले आणि राज्यातही दोन काँग्रेस पक्ष उदयास आले. यशवंतराव

चव्हाण, वसंतदादा पाटील व शरद पवार रेड्डी गटाबरोबर गेले. १९७८ सालची निवडणूक दोन्ही पक्षांनी स्वतंत्रपणे लढवली. बदलत्या परिस्थितीत दोन्ही काँग्रेस पक्षांना अन्य प्रादेशिक पक्षांचे सहकार्य घेण्याची आवश्यकता पडली. पक्षा (गवई गट) ने रिपब्लिकन (रेड्डी) काँग्रेस शी, तर काँग्रेस ने (आय) शिवसेनेशी युती केली होती.

जनता पक्षाने ७ राजकीय पक्षांशी संयुक्त आघाडी करून काँग्रेसशी लढा देण्याचा निर्णय घेतला. त्यात शेकाप, माकप, रिपब्लिकन (कांबळे गट), रिपब्लिकन (खोब्रागडे गट), महाराष्ट्र समाजवादी काँग्रेस, नागविदर्भ समिती व मुस्लिम लीग (बंडखोर गट) या सात पक्षांचा समावेश होता. या वेळी शिवसेनेने जनता पक्षाशी समझोता करावा, म्हणून प्रयत्न झाले होते. सेनेतही सुधीर जोशी यांचा गट त्यास अनुकूल होता ;पण त्यास यश न आल्याने शिवसेना पुन्हा काँग्रेसबरोबर गेली. जनता पक्ष आणि मित्र पक्षांत (विशेषतः शेकाप) जागावाटपावरून बराच वाद निर्माण झालेला दिसून येतो. जनता पक्षाने सुरुवातीस १८३ जागा, तर मित्र पक्षांना १०४ जागा सोडण्याचा निर्णय घेतला होता. हे जागावाटप करताना त्या त्या भागातील त्या पक्षाचा राजकीय प्रभाव हे सूत्र वापरले होते ;पण शेकापने अधिक (८८) जागांची मागणी केली होती. मात्र,एकजुटीसाठी अधिक जागा देण्याचे धोरण जनता पक्षाच्या अन्य नेत्यांना व कार्यकर्त्यांना मान्य नव्हते. समझोत्याचे प्रयत्न सुरू असतानाच शेकापने ८८ जागा लढवण्याचा निर्णय जाहीर केला. जनता पक्षाच्या प्रयत्नास यश आले नसले, तरीही त्यांनी शेकापसाठी ३९ जागा सोडल्या होत्या; पण नंतर शेकापसाठी सोडलेल्या काही जागांवर जनता पक्षाचे उमेदवार उभे राहिलेले दिसून येतात.

शेकापशी जागावाटपासंदर्भात करावयाच्या समझोत्यावरून जनता पक्षातील अंतर्गत मदभेद उघड झाले होते. एस. एम. जोशींची भूमिका जनता पक्षाच्या केंद्रीय नेत्यांना पटली होती; परंतु राज्यातील नेत्यांना ती पटली नाही. शेकापला महाराष्ट्रात ज्या जागांबद्दल एस. एम. जोशींनी शब्द दिला, त्यापैकी काही जागांवर जनता पक्षाने आपले उमेदवार उभे केल्याने एस. एम. जोशींच्या मनात अध्यक्षपदाचा राजीनामा देण्याचा विचार आला होता; पण निवडणुका समोर आल्यामुळे त्यांनी तो विचार टाळला होता. १९७८मध्ये झालेल्या महाराष्ट्र विधानसभा निवडणुकीतील राजकीय पक्षांचे बलाबल पुढील तक्त्यावरून स्पष्ट होते.

तक्ता क्रमांक ३.६

महाराष्ट्रातील विधानसभा निवडणूक (१९७८) मधील पक्षीय बलाबल

पक्ष	प्राप्त जागा	मतांची टक्केवारी
काँग्रेस (आय)	६२	१८.३
काँग्रेस (रेड्डी)	६९	२५.३
भाकप	१	१.५
माकप	९	१.७
जनता पक्ष	९९	२८
रिपब्लिकन पक्ष कवाडे गट	०२	१.१
शेकाप	१३	५.९
इतर	५	४.१
अपक्ष	२८	१४.१
एकूण	२८८	१००

तक्ता क्रमांक ३.६नुसार १९७८मध्ये महाराष्ट्रात काँग्रेसच्या विधानसभेच्या जागा कमी होऊन मतदानाच्या टक्केवारीतही घसरण झाली होती. काँग्रेस (आय) ला विधानसभेच्या निवडणुकीत ६२ जागा मिळून १८.३ टक्के मतदान झाले, तर रेड्डी काँग्रेसला ६९ जागा प्राप्त होऊन २५.३ टक्के मतदान झाले होते. महाराष्ट्रात प्रथमच काँग्रेस पक्षाचा पराभव झालेला होता.

या निवडणुकीत इंदिरा काँग्रेसचे महाराष्ट्रातील नेतृत्व नासिकराव तिरपुडे यांच्याकडे गेले. विदर्भात इंदिरा काँग्रेसला विजय मिळाला;परंतु राज्याच्या इतर भागांत या पक्षाने निराशाजनक कार्य केले. पश्चिम महाराष्ट्रात यशवंतराव चव्हाण, वसंतदादा पाटील, शरद पवार यांच्यामुळे स्वर्णसिंग काँग्रेसला चांगले यश मिळाले, तर मुंबई कोकण, खान्देश व मराठवाड्यातील काही भागांत जनता लाटेने चांगला प्रभाव पाडला. कोणत्याही एका पक्षाला बहुमत नव्हते.

या निवडणुकीत जनता पक्षाला जास्त जागा मिळाल्या, तरीही राज्यपालांनी त्यांना बोलावले नाही. या वेळी दोन्ही काँग्रेसनी समझोता करून संयुक्त सरकार उभारण्याची तयारी केली. निवडणुकीत दोन्ही काँग्रेस गटांनी स्वबळावर उमेदवार उभे करून निवडणुका लढवल्या. इंदिरा काँग्रेसला ६२, तर रेड्डी काँग्रेसला ६९

जागा मिळाल्या. या वेळी जागांचे आणि मतांचे विभाजन टाळले असता, काँग्रेस गटांना ४६.६ टक्के मते मिळाली. जनता पक्षाचे सरकार रोखण्यासाठी दोन्ही गटांनी दिल्लीत समन्वय घडवून आणून सरकार स्थापन करण्यासाठीप्रयत्न केले. काँग्रेसने महाराष्ट्रात आपली प्रतिमा व वर्चस्व राहण्यासाठी आघाडीच्या राजकारणाला सहमती दिली व महाराष्ट्राच्या राजकारणामध्ये प्रथमच समविचारी पक्षाचे; पण दोन काँग्रेस पक्षांचे आघाडीचे सरकार स्थापन झाले.

महाराष्ट्राच्या इतिहासात प्रथमच काँग्रेस पक्षाला स्पष्ट बहुमत मिळाले नव्हते आणि ज्या एकाधिकारशाहीच्या मुद्द्यावरून काँग्रेस पक्ष दुभंगला होता. तो मुद्दा बाजूला सारून इंदिरा विरोधकांना सत्तेसाठी इंदिरानिष्ठांशी समझोता करावा लागला होता. एकपक्षीय वर्चस्व ते संयुक्त सरकार हा राजकीय प्रवास अनेक अर्थांनी महत्त्वपूर्ण होता. पक्षांतर्गत मतभेदातून केवळ दोन गटांचीच विभागणी नव्हे, तर मराठा नेतृत्वाची देखील त्या दोन गटांत असमान विभागणी झाली होती. दुसरीकडे जनता व मित्र पक्षांनी दोन्ही काँग्रेसला पर्याय देण्याचा व सर्व समाजघटकांना सामावून घेण्याचा प्रयत्न केला होता. यातूनच महाराष्ट्राचे राजकारण स्पर्धात्मक होत होते. या संयुक्त सरकारमध्ये सत्तेचा समतोल राखण्यासाठी उपमुख्यमंत्रीपदही निर्माण करावे लागले होते. काँग्रेस (आय)चे नाशिकराव तिरपुडे हे उपमुख्यमंत्री झाले. या पहिल्या संयुक्त सरकारने मंत्र्यांची संख्या आणि खातेवाटपात समानतेचे तत्त्व स्वीकारलेले दिसून येते. दोन्ही काँग्रेसच्या संयुक्त मंत्रिमंडळात मुख्यमंत्री व उपमुख्यमंत्र्यांसह एकूण २८ मंत्री होते. त्यात दोन्ही पक्षांचे प्रत्येकी सात-सात राज्यमंत्री होते. खातेवाटपात अर्थ, महसूल, उद्योग ही महत्त्वाची खाती काँग्रेस (रेड्डी)कडे, तर गृह, पाटबंधारे, सहकार ही खाती काँग्रेस (आय)च्या वाट्याला आली होती. या आघाडीचे 'काँग्रेस समाजवादी संयुक्त आघाडी'असे नामकरण करण्यात आले होते;परंतु दोन्ही काँग्रेसच्या विलीनीकरणाच्या मुद्द्यावरून हे सरकार सुरुवातीपासून अस्थिर झाले होते.

महाराष्ट्रात आघाडी सरकारने आपल्या कार्याला सुरुवात केली. मुख्यमंत्री व आघाडीचा प्रमुख म्हणून वसंतदादांनी धोरणात्मक निर्णय घेतले. यात भूमिहीनांना जमिनीचे वाटप, रोजगार हमी योजनेचा पाठपुरावा, खेड्यातील रस्तेबांधणी, बेकारांना व सुशिक्षितांना भांडवलाची सोय, कृषी पंपधारकांना वीज सवलत, झोपडपट्टी सुधारणा, शहरी नागरिकांची घरटंचाईचे निवारण असे विविध प्रकारचे विकासात्मक महत्त्वाचे निर्णय घेऊन त्याची अंमलबजावणीही केली. या वेळी

आघाडीचे सरकार चालवणे तारेवरची कसरत होती. आघाडी मंत्रिमंडळातील इंदिरा काँग्रेस नेते आग्रही भूमिका घेऊन कार्य करत असताना नेहमी वेगेवेगळे निवेदन देण्याचे कार्य करत. अशा वेळी वसंतदादा पाटील हे आघाडीत ऐक्य टिकवून ठेवण्याचे कार्य करत होते. असे असूनही रेड्डी काँग्रेस पक्षाचे नेते इंदिरा काँग्रेस नेत्यांबद्दल व त्यांच्या कार्याबद्दल नाराज होते. विशेषतः नासिकराव तिरपुडे यांच्याविषयी नाराजी मोठ्या प्रमाणात दिसून येत होती. असे असूनही वसंतदादा पाटील यांनी हे आघाडी सरकार वाचवण्याचा पूर्ण प्रयत्न केला. त्यांनी समन्वयक अशी भूमिका निभावली; तरी पण इंदिरा काँग्रेसचे नेते नासिकराव तिरपुडेच सरकारच्या प्रत्येक कार्यात अडचणी निर्माण करत होते. वसंतदादा आणि तिरपुडे यांची दोन समांतर सरकारे राज्यात कारभार करू लागल्याने हे आघाडी शासन फार काळ टिकून राहील याची शाश्वती नव्हती. संयुक्त मंत्रिमंडळात असतानाच तिरपुडे यांनी यशवंतराव चव्हाण व शरद पवार यांच्यावर अनाठायी टीका करण्यास सुरुवात केली याची स्वर्णसिंग काँग्रेसमध्ये तीव्र प्रतिक्रिया उठणे स्वाभाविक होते.

विशेषतः शरद पवार या संयुक्त मंत्रिमंडळाच्या कामकाजाविरुद्ध होते. त्यांनी यशवंतराव चव्हाण व इतर श्रेष्ठ काँग्रेस नेते यांच्याबरोबर त्यांनी यासंबंधी चर्चा केली;पण हे आघाडी सरकार टिकले पाहिजे व दोन्ही काँग्रेसमध्ये विलीनीकरण झाले पाहिजे, यासाठी वसंतदादा पाटील प्रयत्न करत होते. तरी पण इंदिरा काँग्रेस व स्वर्णसिंग काँग्रेस यांच्यात मतभेद वाढतच गेले आणि काँग्रेसच्या ऐक्याबाबत यशवंतराव, आबासाहेब कुलकर्णी व शरद पवार यांचा विरोध होता. दिल्लीत यशवंतराव चव्हाणांच्या निवासस्थानी स्वर्णसिंग काँग्रेसच्या कार्यकारिणीची बैठक झाली. हे संयुक्त सरकार पुढे न चालवण्याचा निर्णय घेतला;पण यशवंतराव चव्हाणांनी हा निर्णय सबुरीने घ्यावा अशा मताचे होते. शरद पवार यांना ही राजवट पुढे चालू ठेवण्याची इच्छा नव्हती. त्यांनी धाडसी पाऊल उचलण्याचे ठरवले. या वेळी केंद्रातील जनता पक्षाच्या सरकारशी संवाद सुरू होता. अशा वेळी शरद पवार यांनी ३०-४० आमदारांना घेऊन आघाडी सरकारमधून बाहेर पडायचे आणि 'पुरोगामी लोकशाही दला'चीस्थापना करून दोन्ही काँग्रेस सरकार पाडायचे व केंद्राकडून वसंतदादांचे सरकार अल्पमताचे आहे, असे कारण दाखवून नव्या मंत्र्यांचा शपथविधी पार पाडावयाचा. यानुसार महाराष्ट्राच्या राजकारणात घटनाक्रम घडण्यास सुरुवात झाली आणि १३ जुलै १९७८ रोजी पवारांसह काँग्रेसच्या चार मंत्र्यांनी राजीनामे दिले. (सुशीलकुमार शिंदे, दत्ता मेघे, सुंदरराव साळुंके)

पवारांसह ४४ आमदार कॉंग्रेस आघाडीतून बाहेर पडले. (कॉंग्रेस ३८ (आय) ६);तसेच पवारांच्या भूमिकेला त्या वेळी १८ जिल्हा कॉंग्रेस अध्यक्षांनी पाठिंबा दिला होता. अशा रीतीने महाराष्ट्रातील पहिले संयुक्त सरकार अल्पमतात आले. शेवटी वसंतदादांना राजीनामा देणे भाग पडले. महाराष्ट्राच्या राजकारणात 'पुलोद' सरकारच्या निर्मितीच्या वेळी कॉंग्रेस पक्षात फूट पडली त्यातून खालीलप्रमाणे पक्ष निर्माण झाले.

अ.इंदिरा कॉंग्रेस

महाराष्ट्रात इंदिरा कॉंग्रेसच्या बाजूने सर्वप्रथम निशाण फडकवले ते नासिकराव तिरपुडे यांनी.आपल्या सहकाऱ्यांसह इंदिरा गांधींचे नेतृत्व मान्य करून राजकारण करू लागले होते. दोन्ही कॉंग्रेसच्या ऐक्याचे प्रयत्न महाराष्ट्र कॉंग्रेसमधील काही नेते जाणीवपूर्वक करीत होते. राष्ट्रीय कॉंग्रेसमध्ये नेतृत्वाच्या कारणावरून व कॉंग्रेसच्या पराभवामुळे जोरदार मतभेद झाले होते. इंदिरा गांधींना स्वतःकडे नेतृत्व हवे होते. ते देण्यासाठी कॉंग्रेसमधील जुन्या-जाणत्या नेत्यांचा प्रखर विरोध होता. यशवंतराव चव्हाण हे प्रमुख पुढारी महाराष्ट्रातच होते. ब्रह्मानंद रेड्डी, देवराज अर्स, सरदार स्वर्णसिंग आणि यशवंतराव चव्हाण यांचा इंदिरा गांधी यांना प्रखर विरोध होता. महाराष्ट्रात इंदिरा कॉंग्रेसची शक्ती हळूहळू वाढू लागली होती.

ब.स्वर्णसिंग कॉंग्रेस

राष्ट्रीय पातळीवर अखिल भारतीय कॉंग्रेसचा पराभव झाला आणि कॉंग्रेसचे दोन ज्येष्ठ नेते इंदिरा गांधी आणि यशवंतराव चव्हाण यांच्यामध्ये मोठे मतभेद झाले. याचा परिणाम असा झाला, कीकॉंग्रेस पक्षामध्ये फूट पडली. इंदिरा कॉंग्रेसचे नेतृत्व खुद्द इंदिरा गांधी करत होत्याआणि यशवंतराव चव्हाणांच्या नेतृत्वाखाली ती कॉंग्रेस होती. त्या कॉंग्रेसचे अध्यक्ष होत्या. पंजाबचे माजी मुख्यमंत्री आणि कॉंग्रेसचे ज्येष्ठ नेते सरदार स्वर्णसिंग, म्हणून 'स्वर्णसिंग कॉंग्रेस' असे लोकांमध्ये बोलले जात होते. महाराष्ट्रामध्ये कॉंग्रेसचे चार गट निर्माण झालेले होते. इंदिरा कॉंग्रेस, स्वर्णसिंग कॉंग्रेस, समाजवादी कॉंग्रेस आणि भारतीय कॉंग्रेस म्हणजे इंदिरा गांधी यांचा नासिकराव तिरपुड्यांचा गट, चव्हाणांचा म्हणजेच यशवंतराव व वसंतदादा

पाटील आणि शरद पवार व बॅ. अंतुले असे चार गट महाराष्ट्र कॉंग्रेसमध्ये होते. 'स्वर्णसिंग कॉंग्रेस'चा महाराष्ट्रात यशवंतराव चव्हाणांच्या नेतृत्वाखाली काम करणारा गट होता.

क.महाराष्ट्र समाजवादी कॉंग्रेस (शरद पवार)

सन १९७८मध्ये वसंतदादा पाटील कॉंग्रेस (एस) आणि नासिकराव तिरपुडे (आय) यांच्या संमिश्र मंत्रिमंडळातून पवार आपल्या अनुयायांसह बाहेर पडलेआणि महाराष्ट्र समाजवादी कॉंग्रेस पक्षाची स्थापना केली. जनता पक्षाशी सहकार्य करून त्यांनी 'पुलोद'ची स्थापना केलीव शरद पवार मुख्यमंत्री झाले. वसंतदादा पाटील पवारांचे कायमचे शत्रू बनले. १९८०मध्ये इंदिरा गांधी पुन्हा सत्तेवर आल्यावर त्यांनी पवारांचे मंत्रिमंडळ बरखास्त करून महाराष्ट्रात प्रथमच राष्ट्रपती राजवट लादली.

ड.महाराष्ट्र समाजवादी कॉंग्रेसची स्थापना

महाराष्ट्र कॉंग्रेसमधील बंडखोर आमदारांचा नवा पक्ष म्हणून 'महाराष्ट्र समाजवादी कॉंग्रेस'ची स्थापना झाली. या पक्षाची स्थापना करण्यासाठी बाळासाहेब विखे पाटील यांच्याअध्यक्षतेखाली सचिवालय जिमखान्यात झालेल्या बैठकीत माजी मुख्यमंत्री शंकरराव चव्हाण महाराष्ट्र कॉंग्रेसचे अध्यक्ष बाळासाहेब सावंत व बी. जे. खताळ, अर्जुनराव कस्तुरे, प्रभाकर कुंटे, प्रभु गावकर, अली हसन यांची बैठक होऊन नवा पक्ष काढावयाचा निर्णय एकमताने घेण्यात आला. त्याचप्रमाणे हा पक्ष सर्वसामान्यांसाठी आहे, असे त्यांचे मत होते.

पुरोगामी लोकशाही दलाची स्थापना

सन १९७८मध्ये वसंतदादा पाटील कॉंग्रेस (एस) नासिकराव तिरपुडे कॉंग्रेस (आय) यांच्या संमिश्र मंत्रिमंडळातून शरद पवार आपल्या अनुयायांसह बाहेर पडले. पवारांनी समाजवादी कॉंग्रेसची स्थापना केली. जनता पक्षाशी सहकार्य करून त्यांनी 'पुलोद'ची स्थापना केली व शरद पवार महाराष्ट्राचे मुख्यमंत्री झाले. महाराष्ट्रातील आघाड्यांच्या राजकारणासंदर्भात 'पुलोद' म्हणजे 'पुरोगामी लोकशाही दला'चा प्रयोग हा महत्त्वाचा टप्पा असून, हा आघाडी शासनाचा पहिलाच प्रयोग होता. हे सरकार गैर कॉंग्रेसचे सरकार होते. महाराष्ट्राच्या राजकारणात प्रथमच कॉंग्रेस पक्ष

हा विरोधी पक्ष म्हणून कार्य करणार होता.

महाराष्ट्राच्या राजकारणातील सत्तांतर घडवून आणणारे शरद पवारांचे हे बंड काही अचानक घडलेली घटना नव्हती. कारण स्थापन झालेले संयुक्त आघाडी शासन शरद पवार व इतर नेत्यांना मान्य नव्हते. वसंतदादांना शरद पवारांच्या बंडाची कल्पना नव्हती;पण १० जुलै १९७८ रोजी काँग्रेस श्रेष्ठींना लिहिलेल्या पत्रात 'मला मुख्यमंत्री पदावरून लवकर मुक्त करा,'अशी विनंती त्यांनी केली होती. या मतावरून त्यांना शरद पवार हे बंड करणार आहेत व संयुक्त सरकार अल्पमतात येणार याची कल्पना होती, असा अर्थ काढता येतो. दुसरीकडे शरद पवार यांना मंत्रिमंडळातून काढून टाकण्याचा प्रयत्न सुरू आहे, असे मत पक्षश्रेष्ठींसमोर पवार गटाने सांगितले होते. सरकार स्थापनेपासून घटनाक्रम पाहिल्यास शरद पवार यांच्या हालचाली त्या दिशेनेच सुरू असल्याचे दिसून येते. शरद पवार यांनी त्या काळातील ज्येष्ठ नेते मधू लिमये, चंद्रशेखर, जॉर्ज फर्नांडिस यांच्या भेटी घेणे, काँग्रेस व जनता पक्ष यांनी एकत्र येऊन सरकार बनवण्याची केलेली वक्तव्ये या सर्व घडामोडीवरून संयुक्त सरकारमधील शरद पवार यांची बंडखोरी पूर्वनियोजित होती असे दिसून येते.

एका व्यक्तीभोवती केंद्रित झालेले सत्तेचे राजकारण लोकशाहीला मारक ठरेल, अशा मताच्या शरदरावांनी विरोधी पक्षाच्या मदतीने स्वतःच्या नेतृत्वाखाली १८ जुलै१९७८ रोजी 'पुरोगामी लोकशाही आघाडी'चे सरकार स्थापन केले. या 'पुलोद'च्या स्वरूपात महाराष्ट्रात प्रथमच बहुपक्षीय शासन सत्तेवर आले होते. यात शरद पवारांचा गट, समाजवादी काँग्रेस, जनता पक्ष, शेतकरी कामगार पक्ष, भारतीय कम्युनिस्ट पक्ष, मार्क्सवादी पक्ष, रिपब्लिकन पक्ष, शंकरराव चव्हाणांचा महाराष्ट्र समाजवादी काँग्रेस व अपक्ष या सरकारमध्ये सहभागी होते. या वेळी वसंतदादा पाटील अतिशय संतप्त झाले होते.'शरद पवारांनी माझ्या पाठीत खंजीर खुपसला,'अशी प्रतिक्रिया वसंतदादांनी व्यक्त केली.

शरद पवारांच्या 'पुलोद' प्रयोगाचे राज्यात संमिश्र स्वागत झाले. काँग्रेस पक्षातीलच अनेक नेत्यांनी याला विरोध केला, तर काहींनी लोकशाही जिवंत ठेवण्यासाठी उचललेले एक खंबीर पाऊल म्हणून त्यांचे स्वागत केले. या अनेक पक्षांनी स्थापन केलेले सरकार शरद पवारांनी दीड वर्षे चालवले.

'पुलोद'मध्ये परस्परविरोधी विचारप्रवाह असलेले पक्ष सत्तेत सहभाग मिळवण्यासाठी एकत्र आले; पण सरकार चालवणे तारेवरची कसरत होती. कारण

राज्यकारभाराचा अनुभव मंत्रिमंडळातील सदस्यांना नव्हता, तरी पण शरद पवार यांनी मुख्यमंत्रिपदाची व गोपनीयतेची शपथ घेताना संपूर्ण मंत्रिमंडळ न तयार करता केवळ पाच कॅबिनेट मंत्र्यांची निवड केली होती. यात उत्तमराव पाटील, सुंदरराव सोळंके, अर्जुनराव कस्तुरे, गणपतराव देशमुख आणि निहाल अहमद हे ते पाच मंत्री सुरुवातीला होते. २ ऑगस्ट १९७८ रोजी २८ मंत्र्यांचा समावेश करून शरद पवारांनी आपल्या मंत्रिमंडळाचा विस्तार केला. यात १७ कॅबिनेट मंत्री आणि १७ राज्यमंत्री असे विभाजन करून सर्वच पक्षांना मंत्रिमंडळात स्थान दिल्याने मंत्र्यांची संख्या ३४ झाली होती. 'पुरोगामी लोकशाही दल' या आघाडीमुळे महाराष्ट्रातील राजकारणात मोठ्या प्रमाणात बदलाची प्रक्रिया सुरू झाल्याचे दिसून आले. यापूर्वी महाराष्ट्राच्या राजकीय इतिहासात असा बदल काँग्रेस पक्षात झाला नव्हता, असे दिसून येते.

या 'पुलोद' शासनाने चाळीस कलमी कार्यक्रमात जनतेच्या हितासाठी म्हणून अनेक विषयांवर निर्णय घेऊन त्यात सुधारणा करण्याचे प्रयत्न केले. 'शेती हा ग्रामीण विकासाचा महत्त्वाचा घटक मानून शेती व्यवसायास रुळावर आणण्यासाठी महत्त्वाचे निर्णय घेतले गेले. शेती व्यवसायातील उत्पादन खर्चावर नव्या मूल्यांचे निकष तयार केले. शेतकऱ्यांना कर्जमाफी, अल्पभूधारकांना विहिरीसाठी अनुदान व बिनव्याजी कर्ज, कृषी सिंचन, आरोग्याची स्थापना, शेतकऱ्यांच्या वीजबिल आकारण्यात सुधारणा, गाव तिथे रस्ते कार्यक्रम, शेतमजुरांच्या वेतनात वाढ, उद्योगधंद्यांचे विकेंद्रीकरण करून जिल्हावार महामंडाळाची स्थापना, बंद पडलेली कापूस खरेदी योजनेची सुरुवात, रोजगार हमी योजनेस प्रोत्साहन, लघु उद्योगांना सवलती, अर्थिकदृष्ट्या दलितेतरांना सवलती देणे.''पुलोद' सरकारच्या या जनतेच्या हिताच्या धोरणामुळे त्यांचे सर्वत्र स्वागत झाले.

अशा पद्धतीने महाराष्ट्राच्या राजकारणात 'पुरोगामी लोकशाही दला'च्या रूपाने नवीन राजकारण घडले, ज्याचे दूरगामी परिणाम महाराष्ट्राच्या राजकारणावर झाले.

***

प्रकरण ३

'पुलोद'ची स्थापना आणि कार्यप्रणाली

भारतीय राजकारणात १९७७ हे साल अनेक दृष्टीने महत्त्वपूर्ण ठरले. इंदिरा गांधींनी १९७५ साली लादलेल्या आणीबाणीमुळे समाजवादी, प्रजा समाजवादी, लोकदल, जनसंघ व संघटना काँग्रेस हे सर्व विरोधी पक्ष गैर काँग्रेसच्या नावाखाली एकत्रित येऊन जनता पक्षात विलीन झाले. यामुळे काँग्रेसच्या वर्चस्वास प्रथमच मोठे आव्हान निर्माण झाले होते. आणीबाणीनंतर झालेल्या निवडणुकामध्ये विरोधकांचे 'गैर काँग्रेस सरकार' केंद्रात सत्तेवर आले होते. ही लोकसभा निवडणूक राष्ट्रीय मुद्द्यावर लढली गेली. काँग्रेसने स्थैर्याचा मुद्दा मांडला, तर विरोधकांनी लोकशाहीत हुकूमशाहीचा मुद्दा मांडला. येथूनच भारताच्या केंद्र पातळीवर आघाडीच्या राजकारणाला सुरुवात झाली. या वेळी सर्व विरोधी पक्षांचे एका पक्षात विलीनीकरण झाले असले, तरी यास एका मोठ्या आघाडीचा प्रयोग म्हणावा लागेल. या वेळी प्रथमच काँग्रेसविरोधी मतांची विभागणी टळल्यामुळे काँग्रेसला सत्ता गमवावी लागलेली दिसते. याच परिस्थितीत महाराष्ट्रातही प्रथमच काँग्रेसपक्षाच्या वर्चस्वाला धक्का बसला. लोकसभेच्या निवडणुकीच्या दरम्यान जनता पक्षाने शेकाप, माकप, रिपब्लिकन (कांबळे गट), रिपब्लिकन (गवई)

गटाशी युती केली होती, तर शिवसेना व भाकपच्या बरोबर काँग्रेसने युती केली होती. या निवडणुकीवेळी जनता पक्ष व मित्र पक्षांना मिळून २८ जागा व ४५.७ टक्के मते मिळाली,तर काँग्रेसला २० जागांवर (४८ टक्के) मते प्राप्त झालेली दिसतात. महाराष्ट्रातील राजकारण या वेळी वेगाने घडत होते. याच वेळी मराठा समाजातील दमदार नेतृत्व म्हणून शरद पवार यांनी त्यावर मात करण्यासाठी इंदिरा गांधीचे नेतृत्व झुगारून देण्याचा मार्ग १९७८-१९८५ या काळात स्वीकारला. त्यांनी वसंतदादांना बाजूला ठेवून बंड केले. परिणामी, महाराष्ट्रातील रेड्डी काँग्रेसमध्ये म्हणजेच मराठा नेतृत्वात फूट पडली.

यशवंतरावांनी १९६० ते १९७० या काळात कटाक्षाने जपलेली मराठा नेत्यांची युती पवारांच्या बंडांनी मोडली. इंदिरानिष्ठ गट, वसंतदादांचे अनुयायी व पवारांचे अनुयायी असे तीन गट पडले. त्यातून १९७८नंतरच्या राजकारणाला कलाटणी मिळाली व महाराष्ट्राच्या राजकारणात प्रथमच बिगर काँग्रेस सरकार अस्तित्वात आले. प्रस्तुत प्रकरणात महाराष्ट्रात अस्तित्वात आलेले 'पुरोगामी लोकशाही दला'चे बिगर काँग्रेस सरकार व त्या सरकारचे निर्णय याचा आढावा घेतला आहे.

महाराष्ट्रातील पहिले संयुक्त सरकार

आणीबाणीनंतर १९७७च्या लोकसभा निवडणुकीमध्ये केंद्रात जनता पक्षाचे सरकार सत्तेवर आले. यानंतर १९७८ साली महाराष्ट्रात विधानसभेच्या निवडणुका झाल्या. याच निवडणुकांच्या आधी देशाच्या व त्या अनुषंगाने महाराष्ट्राच्या राजकारणातील काँग्रेस पक्षामध्ये फूट पडली. यात इंदिरा निष्ठांची काँग्रेस (आय) व इंदिरा विरोधकांची काँग्रेस (रेड्डी), असे दोन काँग्रेस पक्ष उदयास आले. त्यांचे पडसाद महाराष्ट्रात उमटले आणि राज्यातही दोन काँग्रेस पक्ष उदयास आले. यशवंतराव चव्हाण, वसंतदादा पाटील व शरद पवार, रेड्डी गटाबरोबर गेले. महाराष्ट्रातील विधानसभा निवडणूक या दोन्ही पक्षांनी स्वतंत्रपणे लढवली. बदलत्या परिस्थितीत दोन्ही काँग्रेस पक्षांना अन्य प्रादेशिक पक्षांचे सहकार्य घेण्याची आवश्यकता वाटली असावी, त्यामुळे काँग्रेस (रेड्डी)ने रिपब्लिकन (गवई गट) पक्षाशी, तर काँग्रेस (आय)ने शिवसेनेशी युती केली असल्याचे दिसून येते. १९७८च्या निवडणूक निकालानंतर दोन्ही काँग्रेस पक्षात समन्वय साधून वसंतदादांनी समझोता घडवून आणला. जनता पक्षाला सरकार निर्माण करण्यापासून दूर ठेवले आणि रेड्डी व इंदिरा काँग्रेसचे सरकार महाराष्ट्रात स्थापन केले. ७ मार्च १९७८ रोजी वसंतदादा पाटील

मुख्यमंत्री व आघाडीचा नेता म्हणून शपथ घेतली. वसंतदादांनी दोन्ही काँग्रेसची महाराष्ट्रात होणारी नामुष्की थांबवली. ७ मार्च १९७८ रोजी वसंतदादा पाटील यांच्याबरोबर इंदिरा काँग्रेसचे नासिकराव तिरपुडे यांनी उपमुख्यमंत्री म्हणून शपथ घेतली. महाराष्ट्रात आठवडाभर सुरू असलेले राजकीय गोंधळाचे वातावरण शांत झाले. वसंतदादांनी आपल्या आघाडी सरकारमध्ये १४ कॅबिनेट व१४ राज्यमंत्री अशा एकूण २८ सदस्य असलेल्या मंत्र्यांचे व त्यांच्या खाते वाटपाची घोषणा ११ मार्च १९७८ रोजी केली.

तक्ता क्रमांक ४.१

मुख्यमंत्री वसंतदादा पाटील यांच्या नेतृत्वाखालील (रेड्डी) व (आय) काँग्रेस आघाडीचे कॅबिनेट मंत्रिमंडळ (१९७८)

क्र.	कॅबिनेट मंत्र्यांची नावे	मंत्र्यांची खाते (विभाग)
१	वसंतदादा पाटील-मुख्यमंत्री	सामान्य प्रशासन, नियोजन, दारूबंदी व इतर कोणत्याही मंत्र्याकडे न सोपवलेली खाते विभाग
२	नासिकराव तिरपुडे-उपमुख्यमंत्री	गृह, तुरुंग, वन आणि सांस्कृतिक कार्य
३	सुंदरराव सोळंके	सार्वजनिक बांधकाम व दुग्धशाळा विकास
४	श्रीमती प्रभाराव	सहकार व पर्यटन
५	मधुकरराव चौधरी	महसूल व पुनर्वसन
६	यशवंतराव मोहिते	अर्थ, अन्न व नागरी पुरवठा
७	बाबूरावजी काळे	ग्रामीण विकास, परिवहन व वक्फ बोर्ड
८	रामराव आदिक	पाटबंधारे, समाजकल्याण, आदिवासी कल्याण, विधी व न्याय
९	शरद पवार	उद्योग व मजूर
१०	जवाहरलाल दर्डा	ऊर्जा, क्रीडा व युवक सेवा

११	शिवाजीराव पाटील निलंगेकर	आरोग्य, कुटुंब कल्याण व विधान कार्य
१२	डॉ. पुरुषोत्तम डेकाटे	शेती, सिंचन क्षेत्र विकास व प्राधिकरण
१३	सुधाकरराव नाईक	गृहनिर्माण, पशुसंवर्धन व मत्स्य व्यवसाय
१४	डॉ. बळीराम हिरे	शिक्षण
आधारः 'लोकराज्य महाराष्ट्र शासनाचे मासिक वर्ष, ३३, अंक १७,१८,१९. १ एप्रिल १९७९, मंत्रालय मुंबई-३२, पृ.क्र ४		

अशा प्रकारे महाराष्ट्रात आघाडी सरकारने आपल्या कार्याला सुरुवात केली. मुख्यमंत्री म्हणून आणि आघाडीचा प्रमुख नेता म्हणून वसंतदादांनी घेतलेले धोरणात्मक निर्णय व अनेक प्रकारच्या सुधारणात्मक उपाययोजना केल्या. मागासवर्गीयांना सर्वत्र चाललेल्या सक्तीच्या कर्जवसुलीतून सोडवणूक दिली. बेघरांना घरे, भूमिहीनांना जमिनीचे वाटप, रोजगार हमी योजनेचा पाठपुरावा, खेड्यातील रस्ते बांधणी, बेकारांना व सुशिक्षितांना भांडवलाची सोय, कृषी पंपधारकांना वीज सवलत, झोपडपट्टी सुधारणा, शहरी नागरिकांची घरटंचाईचे निवारणअसे विविध प्रकारचे विकासात्मक महत्त्वाचे निर्णय घेऊन त्याची अंमलबजावणीही केली. वसंतदादांनी आघाडी सरकारचा लोकमानसात ठसा उमटवण्याचे प्रयत्न केले असले, तरी आघाडीचे सरकार चालवणे किती काट्यावरची कसरत असते. हे मुख्यमंत्री म्हणून वसंतदादा अनुभव घेत होते.

काँग्रेसच्या विलीनीकरणाचा अयशस्वी प्रयत्न

महाराष्ट्रात जनता पक्ष सरकार का तयार करू शकली नाही, जनता पक्षाने त्या पक्षातील 'राजहट्ट' धरणाऱ्यांनी चूक केली नसती, तर त्या पक्षाचे सरकार आले असते आणि जनता पक्ष सत्तारुढ होताच अपक्ष, काँग्रेसमधील काही नेते, इतकेच नव्हे तर इंदिरा काँग्रेसमधील सहा आमदारही जनता पक्षात आले असते. या आमदारांच्या आगमनाने जनता व मित्र पक्षाला निर्विवाद बहुमत मिळाले असते आणि वर्षभरात सत्तारुढ पक्षात येणारांची संख्या आणखी बरीच वाढली असती. सत्ताधारी पक्षात तीस वर्षे काढलेल्या आमदार व कार्यकर्त्यांची प्रवृत्ती सत्तेच्या प्रवाहात राहण्याची असते. या प्रवृत्तीमुळेच सत्तेचा गुणधर्म (सत्ता) स्थिर होण्याचा बनतो. सत्तेच्या राजकारणाचे हे प्राथमिक सूत्र आहे. जनता सरकार आले असते,

तर आज काँग्रेसमधून इंदिरा काँग्रेसमध्ये काही जण जात आहेत ते सर्व जनता पक्षात आले असते. अशा पद्धतीने जनतापक्षाने सत्ता स्थापनेची संधी गमावली व इंदिरानिष्ठ काँग्रेस (आय) व इंदिरा विरोधकांची काँग्रेस (रेड्डी) यांचे संयुक्त सरकार आले. या सरकार स्थापनेपासूनच दोन्ही काँग्रेसच्या विलीनीकरणावर चर्चा सुरू झाली.

काँग्रेस संघटनेचा बचाव करावा, ही क्षमता इंदिरा काँग्रेसमध्ये आहे या मृगजळामागे धावणारेच अधिक होते. दोन्ही काँग्रेसच्या विलीनीकरणाची प्रक्रिया किंवा भाषा महाराष्ट्रातून चालली होती आणि ती इंदिरा काँग्रेस महाराष्ट्रात सत्तेमधील मोठा भागीदार आहे, म्हणून चालली आहे हे लक्षात घेता एकाधिकारशाहीचा धोका असलेल्या इंदिरा काँग्रेसला महाराष्ट्रातून चांगले वातावरण तयार करून देण्याची अप्रत्यक्ष कामगिरी जनता पक्षातील काही नेत्यांनी केली आहे. इंदिरा गांधी यांच्या एकाधिकारशाहीच्या प्रवृत्तीत फरक पडलेला नाही, हे दिसत असूनही त्यांच्या पक्षाकडे जाणाऱ्या काँग्रेसजनांचा सत्ता हाच ओढा आहे. ही गोष्ट स्पष्ट आहे. गांधीच्या प्रवृत्तीचा धोका कायम आहे, गांधीचे नेतृत्व मानणारे महाराष्ट्रातील नेते जे वर्तन करीत आहेत, त्यावरूनही संयुक्त मंत्रिमंडळातील भागीदार असलेल्या पक्षाविरुद्ध उपमुख्यमंत्री नासिकराव तिरपुडे यांनी वेळोवेळी चढवलेले हल्लेयामुळे विलीनीकरणाच्या प्रश्नाबाबत संभ्रम निर्माण झाला होता.

विरोधी पक्षांनी यापूर्वी संयुक्त सरकारे चालवली, त्या वेळीसुद्धा त्यांनी घटक पक्षाच्या नेत्याविरुद्ध अशा प्रकारे त्यांचा किंवा त्यांच्या पक्षाचा उपमर्द करणारी भाषा केलेली नव्हती. येथे तर एके काळी एका संघटनेत वाढलेले गट आहेत. आता दोन्ही पक्षांच्या विलीनीकरणाची भाषाही सुरू आहे, तरी हल्ले होत आहेत. रेड्डी काँग्रेसने इंदिरा काँग्रेसमध्येविलीन व्हावयाचे ठरवले व विलीनीकरण झाले, तर इंदिरा काँग्रेसचे नेते काँग्रेस कार्यकर्त्यांशी कोणत्या प्रकारे वर्तन करतील. इंदिरा काँग्रेस ही काही केडरपार्टी नाही, ती मास-पार्टी आहे. तरीही त्या पक्षाचे अध्यक्ष नासिकराव तिरपुडे हे पक्षात कोणाला घ्यावयाचे ते आम्ही ठरवू असे सांगतात. इतकेच नव्हे, तर कोणाला प्रवेश द्यावयाचा हे ठरवण्याचे सर्वाधिकार स्वतःकडे घेतात. यावरूनही त्या पक्षाची प्रवृत्ती कशी राहणार आहे ते स्पष्ट होते. इंदिरा गांधी यांनीसुद्धा सर्वांसाठी पक्षाची दारे उघडी आहेत, असे म्हटलेले नाही. उलट,पक्षात कोणाला घ्यावयाचे हे पक्ष ठरवील असे सांगून पक्ष सर्वांना खुला राहणार नाही हेच दाखवून दिले आहे. प्रवेश कोणाला द्यावा हे पक्ष ठरवणार आणि

पक्षावर अधिकार इंदिरा गांधींचा असणार म्हणजे गांधी ठरवणार त्यालाच पक्षात प्रवेश राहणार हे उघड आहे. एकाधिकारशाहीची प्रवृत्ती श्रीमती गांधींच्या ठायी कायम आहे. त्यामुळेच त्या अशी भूमिका घेऊ शकतात. या विलीनीकरणाच्या मुद्द्यावर यशवंतराव चव्हाणांची भूमिका महत्त्वपूर्ण होती. त्यांच्या मते काँग्रेस पक्षांतर्गत लोकशाही व सामुदायिक नेतृत्व स्वीकारले;पण गांधींना नेमके हेच नको होते. पक्ष आपला बटीक असावा असे त्यांना वाटत होते, म्हणूनच त्यांनी सामुदायिक नेतृत्वाचा स्वीकार केलेल्या पक्षापासून फारकत घेतली. ज्या व्यक्तींना आणि ज्या व्यक्तीच्या प्रभावाखाली असलेल्या पक्षाला सामुदायिक नेतृत्व, पक्षांतर्गत लोकशाही मान्य नाही, त्या पक्षाशी विलीनीकरण करण्याची भूमिका आत्मघातकीपणाची ठरणार आहे. एकाधिकारशाहीचा धोका कायम असताना त्याच्याशी हातमिळवणी करण्याऐवजी दोन हात करून धोका परतवण्याचा प्रयत्न काँग्रेसजनांनी केला पाहिजे, तरच त्यांना महात्मा गांधी-नेहरू यांच्या काँग्रेसचे नाव घेण्याचा अधिकार पोहोचेल. हा विचार मान्य केला, कीमग ज्या व्यक्ती गांधीची एकाधिकारशाही थोपवण्याचा प्रयत्न करतात त्यांना पाठिंबा देण्याशिवाय दुसरा मार्गच राहत नाही. यामुळे यशवंतराव चव्हाणांनी विलीनीकरणाच्या विरोधात भूमिका घेतली. यशवंतराव चव्हाणआता निश्चित स्वरूपाची ठाम भूमिका घेऊन उभे राहिले आहेत आणि त्यांची ही भूमिका पक्षांतर्गत लोकशाही टिकवण्याच्या दृष्टीने ऐतिहासिक अशी आहे. पुन्हा नव्याने येऊ पाहत असलेल्या जुन्या धोक्याविरुद्ध यशवंतराव चव्हाण उभे ठाकले आहेत. समजा, उद्या विलीनीकरण झाले, तर यशवंतराव चव्हाण राजकारणातून बाजूला होतील. त्यांचे आता नुकसान होणार नाही. केंद्रात काँग्रेस सत्तारुढ नसल्याने त्यांच्या वैयक्तिक अभिलाषेचा, महत्त्वाकांक्षेचाही प्रश्न राहिलेला नाही. त्यामुळे त्यांचे आणखी काही नुकसान नाही;पण एकाधिकारशाही पुन्हा जन्मली, तर जे तरुण काँग्रेस कार्यकर्ते काही तरी करू पाहत आहेत, त्यांचेच खच्चीकरण होणार आहे. खच्चीकरण टाळण्यासाठी तरुण काँग्रेसजनांनी विलीनीकरणाविरोधी उभे राहिले पाहिजे. महाराष्ट्र काँग्रेसच्या ५ एप्रिल १९७८च्या बैठकीत माजी मुख्यमंत्री वसंतराव नाईक विलीनीकरणाचा ठराव मांडण्याचा प्रयत्न करतील. त्यांच्या बाजूला यशवंतराव मोहिते, मधुकरराव चौधरी ही मुख्य मंडळी जातील. मुख्यमंत्री वसंतराव पाटील यांना मुख्यमंत्रिपद मिळण्याची शाश्वती मिळाली, तर तेही विलीनीकरणाची भूमिका घेतील;परंतु विलीनीकरणाचा ठराव झाला, तर संमिश्र सरकार टिकेल का, हे पाहावे लागेल.

काय वाटेल ते झाले, तरी आता इंदिरा गांधी यांचे नेतृत्व स्वीकारायचे नाही, हा खंबीर निर्णय यशवंतराव चव्हाण यांनी घेतला होता. त्यांची भूमिका मान्य असलेले २५-३० आमदार होते. विलीनीकरणाच्या ठरावानंतर हे आमदार संमिश्र सरकारला पाठिंबा देतील असे मानावयाचे कारण नव्हते. २५-३० आमदार वजा झाले, कीसंयुक्त आघाडीला बहु राहत नाही. सरकार टिकवले, तर आमदार बऱ्याच संख्येने इंदिरा काँग्रेसकडे जातील. सरकार टिकण्याची खात्री नसेल, तर मात्र इंदिरा काँग्रेसमध्ये जाणारे अथवा जाऊ पाहणारे आपल्या निर्णयाचा फेरविचार करतील. आज जे काँग्रेसजन इंदिरा काँग्रेसमध्ये गेले आहेत, त्यांची नावे पाहिली, तर ऑक्टोबर-नोव्हेंबर १९७७मध्ये खास बैठकीची मागणी करणाऱ्या पत्रावर सही करणारेच प्रामुख्याने हे नेते दिसतात. रमेश वळवी, प्रतिभा पाटील, ह. गो. वर्तक इत्यादीसह्या करणारेच गांधी-काँग्रेसमध्ये गेले आहेत किंवा जाण्याच्या मार्गावर आहेत.

काँग्रेस-ऐक्याच्या वाटाघाटी थांबवण्याचा निर्णय काँग्रेस कार्यकारिणीने घेतला;पण त्यानंतरही ऐक्यासाठी आपण पुन्हा प्रयत्न करणार असल्याचे इंदिरा काँग्रेसचे एक नेते म्हैसूरचे मुख्यमंत्री देवराज यांनी सांगितले, तर इंदिरा काँग्रेसशी सहकार्य चालू राहील, असे महाराष्ट्रातील ऐक्यवादी गटाचे एक नेते वसंतदादा पाटील यांनी सांगितले. ऐक्याचा घोळ घालून काँग्रेसला निष्क्रिय करून टाकणाऱ्या स्वर्णसिंगांनी व त्यांच्या गटाच्या लोकांनी काँग्रेसची सूत्रे सोडली पाहिजेत, अशी मागणी शरद पवार यांनी केली.

काँग्रेस गोटातील हे निरनिराळे विचार प्रवाह लक्षात घेता, दोन्ही काँग्रेस पक्षाचे संबंध यापुढे कोणत्या स्वरूपाचे राहतील, त्याचे बळ व स्थान काय राहील याचा विचार करायला हवा. ऐक्याचे प्रयत्न यापुढे करावयाचे नाहीत, असे काँग्रेस कार्यकारिणीने ठरवले असले, तरी प्रयत्न कायमचे थांबले असे समजण्याचे कारण नाही. याबाबतीत पूर्वीचा दाखला आपल्यापुढे आहेच. ऐक्याची बोलणी यापूर्वीही एकदा होऊन ती थांबवण्यात आली होती;पण चिकमंगळूर नंतर ती पुन्हा सुरू झाली होती. तेव्हा पुन्हा प्रयत्न होणारच नाहीत, असे म्हणता येणार नाही.

दोन्ही काँग्रेस पक्ष एक व्हावेत किंवा न व्हावेत देशाच्या दृष्टीने महत्त्वाचा प्रश्न म्हणजे सध्याच्या सत्तारूढ जनता पक्षाला प्रभावी पर्यायी पक्ष त्यातून निर्माण होण्याची कितपत शक्यता आहे? ऐक्याच्या वाटाघाटीत वेळ गेल्याने काँग्रेस पक्ष संघटित करण्यास वेळ मिळाला नाही, अशी सबब सांगितली जाते. ती काही

प्रमाणात खरी असली, तरी या सबबीच्या आड त्यांना आपली निष्क्रियता दडवता येणार नाही. खरी परिस्थिती अशी आहे, की१९७७च्या पराभवातून सावरून निश्चित धोरण व कार्यक्रमाच्या पायावर काँग्रेस पक्ष खंबीरपणे उभा राहूच शकला नाही. काँग्रेस मेळाव्यात या प्रश्नावर काय निर्णय घेतला जातोयावरच काँग्रेसची भावी वाटचाल कोणत्या दिशेने राहणार, हे स्पष्ट होणार आहे. जनता पक्षाला काँग्रेसच्या सहकाऱ्याची कितपत आवश्यकता वाटते, या प्रश्नाचाही विचार करायलाहवा. चरणसिंग गट फुटून निघण्याचा संभव दिसत होता. त्या वेळी आपले सरकार टिकवण्यासाठी जरूर पडल्यास चव्हाण गटाचा पाठिंबा मिळवण्याच्या दृष्टीने चाचपणी झाली होती.

काँग्रेसच्या विलीनीकरणाच्या अयशस्वी प्रयत्नातून 'पुलोद'ची निर्मिती

आघाडी मंत्रिमंडळातील इंदिरा काँग्रेस नेते आग्रही भूमिका घेऊन कार्य करत असतानाच वेगवेगळी निवेदने देण्यासही सुरुवात केली होती. मुख्यमंत्री म्हणून वसंतदादा पाटील सरकारचे ऐक्य टिकावे, आघाडी टिकून राहावी,यासाठी सतत प्रयत्न करतच होते. जनतेच्या समस्या ऐकून घेऊन त्यांना आश्वासनेही देत असताना अंतर्गत समस्याही सोडवत होते. एवढे करूनही रेड्डी काँग्रेसचे पक्षाचे सदस्य इंदिरा काँग्रेस नेत्याबद्दल व त्यांच्या कार्याबद्दल नाराज होते. विशेषतः नासिकराव तिरपुडे यांच्याविषयी नाराजी मोठ्या प्रमाणात दिसून येत होती. असे असूनही हे सर्व शांततेने घेण्याचे काम वसंतदादा पाटील करत होते. त्याचप्रमाणे सरकार वाचवण्यासाठीही शर्थीचे प्रयत्न करीत होते. राजकीयदृष्ट्या वरवर मुख्यमंत्रिपद चांगले असले, तरी हे पद काटेरी मुकुटाप्रमाणे असते,हे वसंतदादा पाटील यांना माहीत होते.

त्यातच इंदिरा काँग्रेसचे नेते नासिकराव तिरपुडेच सर्व सरकारची जबाबदारी पार पाडीत होते. त्यामुळे वसंतदादा पाटील मुख्यमंत्री म्हणून आणि शरद पवार यांच्यासारख्या मंत्र्याची घुसमट होत होती. नासिकराव तिरपुडे यांच्याकडे गृहखात्याची जबाबदारी होती. प्रशासनाचा चांगला अनुभव असल्याने काम करण्याची त्यांच्यात क्षमता प्रचंड होती;पण दोन्ही नेत्यांमध्ये मतभेद वाढतच गेले ते शेवटपर्यंत.नासिकराव तिरपुडे आणि वसंतदादा पाटील व शरद पवार यांच्यातील अंतर्गत मतभेदांमुळे सरकार चालवणे कठीण झाले. अशाकठीणप्रसंगी साधारणतः

साडेचार महिने आघाडीचे सरकार सत्तेत टिकले. त्या वेळी केंद्रात जनता पक्षाच्या सरकारशी बोलणे सुरू होते, कीशरद पवार यांनी ३०-४० आमदारांना घेऊन आघाडी सरकारामधून बाहेर पडायचे आणि 'पुरोगामी लोकशाही दला'चीस्थापना करून दोन्ही काँग्रेसचे सरकार पाडायचे. केंद्रात प्रतिकूल सरकार असल्यामुळे वसंतदादांचे सरकार अल्पमतात गेले, असे कारण दाखवून नव्या मंत्र्यांचा शपथविधी पार पाडावयाचा इंदिरा गांधींच्या पक्षाबरोबर काम करणारे आघाडी सरकार पाडायचेच असा निश्चय करून शरद पवार विधानमंडळाची बैठक सुरू होताच ४० आमदारांसह विरोधी बाकावर जाऊन बसले. वसंतदादांनी आघाडी सरकार वाचवण्याचा खूप प्रयत्न केला;पण तो अपयशी ठरला. वसंतदादा पाटील मुख्यमंत्री, नासिकराव तिरपुडे उपमुख्यमंत्री यांचे दोन्ही काँग्रेस आघाडीचे सरकार १७ जुलै १९७८ रोजी अल्पमतात आल्याने पडले. अशा प्रकारे आघाडीचे पहिले सरकार संपुष्टात आले.

या आघाडीच्या मंत्रिमंडळात एक वाक्यता नसली, तरी वसंतदादांच्या नेतृत्वाखालील आघाडी सरकारने शेती, सिंचन, उद्योग, शिक्षण या क्षेत्रांत कमी कालावधीत चांगले कार्य केलेले दिसून येते. या सरकारने सर्वसामान्यांच्या प्रश्नांना प्राधान्य देऊन विकास साधण्याचा प्रयत्न केला;परंतु वसंतदादाचे मुख्यमंत्रिपद गेल्याने महाराष्ट्रात राजकीयदृष्ट्या निराशेचे वातावरण निर्माण झाले होते. शरद पवार यांनी वसंतदादांचे सरकार अशा पद्धतीने पाडल्याने महाराष्ट्रातील जनतेची 'शरद पवारांनी वसंतदादांचा विश्वासघात केला,'अशी भावना निर्माण झाली. यामुळेच राजकीयदृष्ट्या शरद पवार यांच्यावर राजकीय नेत्यांचा विश्वास बसत नाही. तेव्हापासून शरद पवार यांच्या मनाचा अंदाज कोणालाच येऊ शकला नाही. त्यांचे राजकारण कोणत्या पद्धतीचे असेल व वेळप्रसंगी कोणते वळण घेईल हे सांगणे कठीण असते.

वसंतदादा पाटील यांचे सरकार संपुष्टात आल्यावर २० जानेवारी १९७९ रोजीसांगलीनगर परिषद स्टेडियमवर भव्य शेतकरी मेळाव्यात आपली खंत व्यक्त केली होती. माझा आणि यशवंतरावांचा संबंध भावासारखा मानत होतो. मी पायाचा दगड तर यशवंतराव शिखर, शिरावरचा भाग नेहमी उंच दिसावा, यासाठी मी सतत प्रयत्नशील राहिलो. यशवंतराव मला मुख्यमंत्री होण्याच्या वेळेस म्हटले असते, कीदादा मेहरबानी करून मुख्यमंत्री होऊ नका, तुला बलिदानास तयार झाले पाहिजे, तर मी तेव्हाच तत्पर तयार झालो असतो आणि तुमच निर्णय मानून

सार्वजनिक कामाला वेळ दिला असता;पण त्यांनी मला फसवले, आपण त्यांना यापुढे नाव ठेवण्याचे कार्य करणार नाही. अशी खंत शेवटपर्यंत त्यांच्या मनात सलत होती. या प्रकाराने त्यांचे आणि यशवंतराव चव्हाणांचे कटुत्वाचे संबंध शेवटपर्यंत राहिले. त्यांची तेढ संपलीच नाही. महाराष्ट्र या दोन प्रमुख नेत्यांतील मतभेदामुळे राजकारण कोणत्या स्तराला जाते याचे हे उदाहरण देता येईल.

पुरोगामी लोकशाही दल

१९७८ला शरद पवार यांनी महारष्ट्रात सत्ता बदल करून नऊ राजकीय पक्ष एकत्रित घेऊन आघाडी स्थापन केली व त्या आघाडीला 'पुरोगामी लोकशाही दल' असे नाव दिले. या पुरोगामी लोकशाही दलाच्या प्रत्येक शब्दाला अर्थ आहे. यात पुरोगामी शब्दाची एकच अशी व्याख्या करता येणार नाही; पण शब्दशः अर्थ घ्यायचा तर 'पुर'म्हणजे 'पुढे' आणि 'गामी' म्हणजे 'जाणारा.'पुरोगामी म्हणजे पुढे जाणारा. पुरोगामी या शब्दाबरोबर इतर शब्द जोडले जातात, जसे की पुरोगामी विचार, पुरोगामी चळवळ, पुरोगामी पक्ष, संस्था, व्यक्ती, शक्ती इत्यादी. रूढार्थाने 'पुरोगामी'शब्द सामाजिक, नैतिक, वैचारिक आणि मानसिक दृष्टीने प्रगत होणे या अर्थी वापरला जातो. उदाहरणेच द्यायची झाली, तर स्त्रियांनी सती जाण्याची पद्धत बंद होणे, केशवपन पद्धती बंद होणे, स्त्रियांसाठी शिक्षण मिळण्याची सोय होणे, विधवा पुनर्विवाह, खालच्या जातीच्या मानल्या गेलेल्यांना मंदिराचे प्रवेश मिळणे आणि शिक्षणमिळणे, वैज्ञानिक दृष्टीचा अंगीकार करणे; तसेच दोन वर्षापूर्वी महाराष्ट्रात अंधश्रद्धा निर्मूलनाचा कायदा लागू होऊन त्या कायद्याच्या आधारे अनेक गुन्हे दाखल होऊन पीडितांना न्याय मिळणे ही सर्व पुढे जाणारी पावले आहेत म्हणूनच ती पुरोगामी आहेत. 'पुढचा' म्हणजेच 'पुरोगामी'विचार करताना 'मागच्या'गोष्टींचे पुनरावलोकन, चिकित्सा आणि त्यातल्या सर्वार्थाने चुकीच्या, वाईट, अन्यायकारक गोष्टींचे निर्मूलन आवश्यक ठरते. भारतीय संस्कृतीचा, रूढी-परंपरांचा विचार करता जातीभेद, स्त्री आणि शूद्रांवरचे अन्याय, धर्मांधता, ग्रंथप्रामाण्यता, दैववादी दृष्टिकोन, अनेक अमानवी प्रथा-परंपरांचे उदात्तीकरण अंधानुकरण इत्यादी काही चुकीच्या गोष्टी सहज सांगता येतील. या सर्व गोष्टींना मूठमाती देण्याचा विचार म्हणजे पुरोगामी विचार, असा विचार मांडणारे लोक किंवा लोकांचे संघटन म्हणजे पुरोगामी संस्था, चळवळी होय.

याच पुरोगामी विचाराचे लोकशाही व्यवस्थेमध्ये अवलंब करून लोकांसाठी

चालवलेली शासन व्यवस्था सक्षम केली जाते. या लोकशाही व्यवस्थेत राजकीय प्रकिया चालवताना राजकीय पक्ष महत्त्वाची भूमिका पार पाडतात. ज्या वेळी हे राजकीय पक्ष आपल्या संघटनेच्या माध्यमातून समाजाच्या पुढे जाण्याची आणि वैचारिकदृष्ट्या; तसेच सांस्कृतिकदृष्ट्या अधिकाधिक संतुलित, प्रगत आणि प्रगल्भ होण्यासाठी प्रयत्न करतो, तेव्हा त्या राजकीय पक्षाला पुरोगामी राजकीय पक्ष म्हणतात. हाच वैचारिक वारसा आत्मसात करून महाराष्ट्रात १९७८ला शरद पवार यांनी विविध राजकीय पक्ष एकत्रित घेऊन 'पुरोगामी लोकशाही दला'ची स्थापन केली.

महाराष्ट्रातील 'पुलोद'चे सरकार (१८ जुलै १९७८)

७ मार्च १९७८ रोजी महाराष्ट्रात वसंतदादा पाटील यांच्या नेतृत्वाखाली काँग्रेस (रेड्डी) व काँग्रेस (आय) यांच्यात युती होऊन आघाडीचे सरकार स्थापन झाले;पण शरद पवारांनी काँग्रेस विरोधी पक्षांशी राजकीय समझोता करून आघाडीचे सरकार पाडले. वयाचीचाळीशी पूर्ण होण्यापूर्वीच महाराष्ट्राचे मुख्यमंत्री आणि 'पुरोगामी लोकशाही दला'चे नेते म्हणून नव्या राजकीय प्रक्रियेला सुरुवात केली. या नवीन राजकीय प्रक्रियेमध्ये महाराष्ट्राच्या राजकारणात एकमेकांच्या विरोधात असणारे; तसेच वैचारिक भूमिका भिन्न असलेले राजकीय पक्ष एकत्रित येऊन शासन स्थापन करण्यात आले. या नवीन सत्ता समीकरणामध्ये पक्षाच्या विचारप्रणालीच्या विरुद्ध सत्ता स्थापनेसाठी विविध पक्ष एकत्र येऊ शकतात याचा प्रत्यक्ष अनुभव महाराष्ट्राच्या राजकीय सत्ता समीकरणात आला. 'जुलै १९७८ रोजी विधिमंडळाच्या पावसाळी अधिवेशनात महाराष्ट्रात सत्तांतर घडून आले. महाराष्ट्रात शरद पवार यांचे हे दुसरे 'पुलोद' आघाडीचे सरकार सत्तारूढ झाले. शेतकरी कामगार पक्ष, जनता पक्ष, कम्युनिस्ट पक्ष व समाजवादी काँग्रेस या आघाडीच्या रूपाने महाराष्ट्रात प्रथमच काँग्रेसी सरकार सत्तेवर आले.'(फडके, (२००१) : ४६) असे म्हणता येईल. यामुळे प्रथमच महाराष्ट्रात काँग्रेस पक्षाला सत्तेबाहेर राहावे लागले व यातून काँग्रेसपक्षाला महाराष्ट्रात राजकीय आव्हान मिळालेले दिसते.

'पुरोगामी लोकशाही दल'या आघाडीमुळे महाराष्ट्रातील राजकारणात मोठ्या प्रमाणात बदलाची प्रक्रिया सुरू झाल्याचे दिसून आले. यापूर्वी महाराष्ट्राच्या राजकीय इतिहासात असा बदल काँग्रेस पक्षात झाला नव्हता असे दिसून येते. १९

जुलै १९७८ला महाराष्ट्रात सरकार स्थापण्यासाठी राज्यपाल सादिक अली यांनी शरद पवार यांना निमंत्रित केले. शरद पवार यांनी मुख्यमंत्रिपदाची व गोपनीयतेची शपथ घेताना संपूर्ण मंत्रिमंडळ न तयार करता केवळ पाच कॅबिनेट मंत्र्यांची निवड केली होती. उत्तमराव पाटील, सुंदरराव सोळंके, अर्जुनराव कस्तुरे, गणपतराव देशमुख आणि निहाल अहमद हे ते पाच मंत्री होते. सुरुवातीला मुख्यमंत्र्यासह एकूण सहा जणांचे मंत्रिमंडळ काही दिवस काम करत होते. देशातले सगळ्यांत छोटे, पहिले आणि शेवटचे असे हे मंत्रिमंडळ म्हणता येईल. नंतर २ ऑगस्ट १९७८ रोजी २८ मंत्र्यांचा समावेश करून शरद पवारांनी आपल्या मंत्रिमंडळाचा विस्तारकेला. त्यामुळे या आघाडीच्या मंत्रिमंडळात १७ कॅबिनेट मंत्री आणि १७ राज्यमंत्री असे विभाजन करून सर्वच पक्षांना मंत्रिमंडळात स्थान दिल्याने मंत्र्यांची संख्या ३४ झाली होती. शरद पवार यांनी मंत्रिमंडळाची निर्मिती करताना जनता पक्षाचे उत्तमराव पाटील, ह. शु. आडवाणी, सदानंद वर्दे, जगन्नाथराव जाधव यांना कॅबिनेट मंत्रिपद देण्यात आले. भाई वैद्य, दत्ता मेघे यांना राज्यमंत्री पद देण्यात आले. शेतकरी कामगार पक्षाचे गणपतराव देशमुख, एन. डी. पाटील इत्यादींचा कॅबिनेट मंत्रिमंडळात समावेश करण्यात आला. यातील कॅबिनेट मंत्रिमंडळ पुढीलप्रमाणे.

तक्ता क्रमांक ४.२

मुख्यमंत्री शरद पवार यांच्या नेतृत्वाखालील पुरोगामी लोकशाही दलाचे कॅबिनेट मंत्रिमंडळ (१९७८)

क्र.	कॅबिनेट मंत्र्यांची नावे	मंत्र्यांची खाते (विभाग)
१	शरद पवार-मुख्यमंत्री	सर्वसामान्य प्रशासन व गृह
२	सुंदरराव सोळंके	उद्योग, पशुसंवर्धन, दुग्धविकास, मत्स्योद्योग
३	उत्तमराव पाटील	महसूल व पुनर्वसन
४	शंकरराव चव्हाण	अर्थ, नियोजन व ऊर्जा
५	एन.डी.पाटील	सहकार
६	निहाल अहमद	रोजगार विकास, तांत्रिक शिक्षण
७	गणपतराव देशमुख	शेती व ग्रामीण विकास
८	अर्जुनराव कस्तुरे	समाजकल्याण, आदिवासी कल्याण

९	सदानंद वर्दे	शिक्षण, सांस्कृतिक व्यवहार, युवकसेवा, क्रीडा
१०	ह.शु. आडवाणी	नगरविकास
११	जगन्नाथराव जाधव	सार्वजनिक बांधकाम, विधिमंडळ कामकाज
१२	गोविंदराव आदिक	पाटबंधारे व कायदा
१३	सुशीलकुमार शिंदे	कामगार व पर्यटन
१४	भाऊसाहेब सुर्वे	घरबांधणी व तुरुंग
१५	प्रमिला टोपले	सार्वजनिक आरोग्य व कुटुंब कल्याण
१६	हसमुखभाई उपाध्याय	अन्न, नागरी पुरवठा व वाहतूक
१७	छेदीलाल गुप्ता	जंगल, दारूबंदी व एक्साइज
आधारः संपदा मासिक, ऑगस्ट१९७८, वर्षचौतीस, अंक दुसरा - मराठा चेंबर भवन, मुंबई, २, पृ. क्रं. ३९		

या कॅबिनेट मंत्रिमंडळाप्रमाणे १७ राज्य मंत्र्यांमध्ये भाई वैद्य यांना गृहराज्य मंत्री, दत्ता मेघे यांना गृहनिर्माण आणि नागरी पुरवठा, तांत्रिक शिक्षण राज्यमंत्री, शंकरराव काळे यांना सहकार व शिक्षण राज्यमंत्री व इतर मंत्री यांची शपथ झाली. या 'पुरोगामी लोकशाही दला'च्या मंत्रिमंडळात शरद पवार यांच्या नेतृत्वाखाली काँग्रेस पक्षाचा गट, जनता पक्ष, मार्क्सवादी कम्युनिस्ट, शेतकरी कामगार पक्ष, शंकरराव चव्हाण यांचा महाराष्ट्र समाजवादी काँग्रेस, रिपब्लिकन पार्टी, अपक्ष या सर्व पक्षातील सदस्यांचा समावेश केलेला दिसतो. हे मंत्रिमंडळ महाराष्ट्रात निरनिराळ्या पक्षांच्या आघाडीच्या सरकारचा पहिलाच प्रयोग होता. विविध पक्षांना एकत्रित बरोबर घेऊन सरकार चालवणे ही शरद पवारांसाठी कठीण कसरत असल्याचे दिसून येते;परंतु नम्र स्वभाव, संघटन कौशल्य व जिद्दी स्वभाव यामुळे ते सरकार चालवण्यात अत्यंत यशस्वी झालेले दिसतात. विधानसभेचे पावसाळी अधिवेशन सुरूअसताना व सभागृहापुढे काही खात्यांच्या पुरवण्या मागण्या मंजुरीसाठी असल्याने 'पुलोद'मंत्रिमंडळातील पहिल्या टप्प्यात शरदरावांच्याबरोबर उत्तमराव पाटील, अर्जुनराव कस्तुरे, निहाल अहमद या जनता पक्षाच्या, गणपतराव देशमुख या शेकापच्या व सुंदरराव सोळंके या काँग्रेस गटाच्या मंत्र्यांचा समावेश झालेला होता. या अधिवेशनानंतर लगेच मंत्रिमंडळाचा विस्तार करून शरद पवारांनी काँग्रेस गटातील गोंविदराव आदिक, प्रतापराव भोसले, श्रीपतराव बोंद्रे, शंकरराव काळे,

सुशीलकुमार शिंदे, जनता पक्षातील सदानंद वर्दे, राजारामबापू पाटील, शेतकरी कामगार पक्षाचे एन. डी. पाटील, महाराष्ट्र समाजवादी काँग्रेसचे शंकररावजी चव्हाण या प्रमुख नेत्यांचा समावेश मंत्री म्हणून केलेला दिसतो.

'पुरोगामी लोकशाही दला'च्या एकवीस महिन्यांचा राज्यकारभार हा शरद पवारांच्या कर्तृत्वाचा व कसोटीचा काळ असलेला दिसतो. राज्यकारभाराच्या या दोन्ही कसोट्यांवर ते अल्पकाळात यशस्वी ठरले. महात्मा गांधी व पं. नेहरू यांच्या विचारांनी काँग्रेसची संस्कृती, सामाजिक व आर्थिक न्यायाचा सुस्पष्ट विचार या सर्वांचे भान ठेवून त्यांनी महाराष्ट्राची अस्मिता देशपातळीवर वाढवली. शासनातील सर्व मंत्री एकोप्याने काम करीत होते. कोणाचीही अधिकारासाठी तक्रार नव्हती. लेखक, कलावंत, बुद्धिजीवी तरूण, विचारवंत, वृत्तपत्रे यांनीही या सरकारला मोठा पाठिंबा देऊन शरदरावांच्या कुशल नेतृत्वाचा गौरव केला व यशवंतरावजी चव्हाण साहेबांनंतर राज्याला मिळालेला उमदा मुख्यमंत्री अशी त्यांची स्तुती झाल्याचे दिसून येते.

'पुरोगामी लोकशाही दला'तील सहभागी पक्ष

अ. महाराष्ट्र समाजवादी काँग्रेस (शरद पवारांचा)

सन १९७८मध्ये वसंतदादा पाटील काँग्रेस (एस) आणि नासिकराव तिरपुडे (आय) यांच्या संमिश्र मंत्रिमंडळातून पवार आपल्या अनुयायांसह बाहेर पडलेआणि महाराष्ट्रसमाजवादी काँग्रेस पक्षाची ९ ऑगस्ट १९७८ला स्थापना केली. जनता पक्षाशी सहकार्यघेऊन त्यांनी 'पुलोद'ची स्थापना केली.

ब. महाराष्ट्र समाजवादी काँग्रेस (शंकरराव चव्हाण)

महाराष्ट्र काँग्रेसमधील बंडखोर आमदारांचा नवा पक्ष म्हणून महाराष्ट्र समाजवादी काँग्रेसची स्थापना झाली. या पक्षाची स्थापना करण्यासाठी बाळासाहेब विखे पाटील यांच्या अध्यक्षतेखाली सचिवालय जिमखान्यात झालेल्या बैठकीत माजी मुख्यमंत्री शंकरराव चव्हाण महाराष्ट्र काँग्रेसचे अध्यक्ष बाळासाहेब सावंत व बी. जे. खताळ, अर्जुनराव कस्तुरे, प्रभाकर कुंटे, प्रभु गावकर, अली हसन इत्यादी नेते उपस्थित होते. यांनी नवा पक्ष काढावयाचा निर्णय एकमताने घेतला. त्याचप्रमाणे हा पक्ष सर्वसामान्यांसाठी आहे, असे त्यांचे मत होते. या बैठकीत माजी मंत्री श्रमदानी यांच्या शिवाय

दादासाहेब नांदेकर, रावसाहेब देशमुख, याशिवाय कोल्हापूरचे व्ही. के. पाटील व सांगलीचे गणपतराव कोळी हे आमदार उपस्थित होते.

क. जनता पक्ष

१९७५ ते १९७७ या काळात भारतीय राष्ट्रीय काँग्रेसच्या पंतप्रधान इंदिरा गांधी यांनी आणलेल्या आणीबाणीच्या विरोधात भारतीय राजकीय पक्षांची आघाडी तयार झाली. त्यातून १९७७च्या सार्वत्रिक निवडणुकीत काँग्रेसला पराभूत करण्यासाठी जनता पक्ष स्थापन केला. यात बिजू पटनायक, जयप्रकाश नारायण, अटल बिहारी वाजपेयी, लालकृष्ण आडवाणी, राजनारायण, सत्येंद्र नारायण सिन्हा, रामनंदन मिश्रा आणि मोरारजी देसाई इत्यादी नेतृत्वाचा सहभाग होता;पण या पक्षात १९८०नंतर फूट पडली. यातून भारतीय राजकारणात विविध पक्ष निर्माण झाले.

ड. शेतकरी कामगार पक्ष

सन १९४६च्या सप्टेंबर महिन्याच्या काळात काँग्रेसमध्ये काम करणाऱ्या सहकार्यांना शंकरराव मोरे यांनी आपली खंत बोलून दाखवली. ते म्हणाले, काँग्रेस पक्षाने जनतेला वेळो वेळी दिलेल्या आश्वासनांना आणि निवडणूक जाहीरनाम्यातील वचनांना हरताळ फासलेला आहे. काँग्रेस सरकार भांडवलदारांचे हित पाहणारे आणि शेतकरी कामगारांचे राज्य स्थापन करण्याच्या घोषणेच्या विरोधात काम करत आहे. यामुळे आपणास वेगळा मार्ग निवडावा लागेल. उपरोक्त खंत व्यक्त केल्यानंतर प्रत्यक्षात ११-९-१९४६ रोजी शंकरराव मोरे यांनी त्यांचे सहकारी भाऊसाहेब राऊत, केशवराव जेधे, तुळशीदास जाधव, दत्ता देशमुख, रामभाऊ नलावडे व इतर काही आमदारांच्या मदतीने 'शेतकरी कामकरी संघ'स्थापन केला. या संघाच्या स्थापनेनंतर मोरे यांच्या भूमिकेवर काँग्रेसमधील विरोधकांनी टीकास्त्र सोडले. त्या वेळेस 'नवयुग'सारख्या साप्ताहिकांमधून शंकरराव मोरे यांनी आपल्या लेखणीने त्यांना चोख उत्तर दिले. यानंतर दिनांक ११-१-१९४७ रोजी मुंबईतील फणसवाडी येथील शंकरराव मोरे यांच्या बंगल्यात पुनश्च एकदा काँग्रेस शेतकरी-कामकरी संघाची बैठक बोलावण्यात आली. या बैठकीत महाराष्ट्राचे उद्गाते यशवंतराव चव्हाण यांनी प्रथम 'शेतकरी-

कामकरी पक्ष' स्थापनेस प्रखर विरोध केला होता. या विरोधाने खचून न जाता पुण्यात भाऊसाहेब शिरोळे यांच्या घरी केशवराव जेधे, औटे, मोहिते, आनंदराव चव्हाण, तुळशीदास जाधव, दत्ता देशमुख, भापकर, भाऊसाहेब शिरोळे यांना एकत्रित करून शंकररावजी मोरे यांनी 'शेतकरी - कामकरी'ऐवजी नवा 'शेतकरीकामगार पक्ष'स्थापन करण्याचा निश्चय केला. परिणामी, ३ ऑगस्ट १९४७ रोजी आळंदी मुक्कामी शंकरराव मोरे यांनी निवडक कार्यकर्त्यांना बोलावून ऐतिहासिक बैठक घेतली. याच बैठकीत आजचा 'शेतकरी कामगार पक्ष'महाराष्ट्रात जन्मास आला.

सन १९४८ ते १९५६ हा 'शेतकरी कामगार पक्षाचा' सुवर्णकाळ होता म्हटल्यास वावगे ठरणार नाही. कारण याच काळातशंकरराव मोरे यांचे झुंजार नेतृत्व या पक्षास लाभले होते. संयुक्त महाराष्ट्र चळवळीतही शेकाप अग्रेसर होता. १९५२च्या विधानसभा निवडणुकीत शेकापचे २८ आमदार निवडून गेले होते, तर शंकरराव मोरे व इतर काही जण लोकसभेमध्ये निवडून गेले होते. यामुळेच शेतकरी कामगार पक्षाचा हा सुवर्णकाळ होता. शेकाप फुटली आणि पक्षाची वाताहत सुरू झाली. शंकरराव मोरेंचे शिष्य व मानसपुत्र एन. डी. पाटील यांनी शंकररावांनंतर शेकापची धुरा आपल्या खांद्यावर घेतली. या समर्थ नेतृत्वामध्ये यशवंतराव मोहिते, एन. डी. पाटील, उद्धवराव पाटील, अण्णासाहेब गव्हाणे, दाजिबा देसाई, गणपतराव देशमुख, कृष्णराव धुळप, विठ्ठलराव हांडे, सोनू आनंदा पंडित (जळगाव) आणि आजचे धडाडीचे आमदार विवेक पाटील व आमदार जयंत पाटील यांचे नाव आवर्जून घ्यावे लागेल. या पक्षाने 'पुलोद' सरकारमध्ये सहभाग घेतला होता.

ई. भारतीय कम्युनिस्ट पक्ष

भारतीय कम्युनिस्ट पक्ष हा १९२५ साली कॉम्रेड डांगे उर्फ श्रीपाद अमृत डांगे यांनी स्थापन केला. अन्य पक्षांच्या तुलनेत हा पक्ष वेगळा आहे. या पक्षाचे विचार पूर्णपणे मार्क्सवादी आहेत. कार्ल मार्क्सने प्रतिपादन केलेल्या साम्यवादी अर्थव्यवस्थेचा पक्षावर संपूर्ण प्रभाव आहे. भारतात काँग्रेस पक्षानंतरचा हा सर्वांत जुना पक्ष आहे. या पक्षाने 'पुलोद' सरकारमध्ये सहभाग घेतला होता.

फ. मार्क्सवादी पक्ष

मार्क्सवादी कम्युनिस्ट पक्षावर भारतात बंदी नसून, माओवादी कम्युनिस्ट पक्षावर भारतात बंदी आहे. माओवादी कम्युनिस्ट पक्ष हिंसेचे समर्थन करतो. १९६४ साली वैचारिक मतभेदांमुळे भारतीय कम्युनिस्ट पक्षात फूट पडली, त्या वर्षी भाकपआणि भाकप (मार्क्सवादी) अशी दोन अधिवेशने भरली आणि भारतीय कम्युनिस्ट पक्ष (मार्क्सवादी) वेगळा झाला. या पक्षाने 'पुलोद' सरकारमध्ये सहभाग घेतला होता.

ग. रिपब्लिकन पक्ष

रिपब्लिकन पक्षाचे सध्या अनेक गट आहेत. ज्यात रामदास आठवले व प्रकाश आंबेडकर यांचे भारिप (आ) व भारिप बहुजन महासंघ हे गट प्रमुख आहेत. रिपब्लिकन पक्षाचे १९५९पर्यंतचे मजबूत संघटन फार काळ टिकले नाही. पक्षाला लाभलेले नेतृत्व डॉ. बाबासाहेब आंबेडकरांप्रमाणे निस्वार्थी, खंबीर व समाजाला योग्य दिशा दाखवणारे नव्हते. त्यांच्यात वैयक्तिक मतभेद, नेतृत्वाची लालसा व स्वार्थ या दुर्गुणांमुळे पक्षात बेशिस्त निर्माण झाली. त्यामुळे ते नेतृत्व व्यापक व राष्ट्रीय स्वरूपाचे बनू शकले नाही. दि. १४ मे १९५९ रोजी नागपूर येथे आपल्या विचारांच्या कार्यकर्त्यांना सोबत घेऊन पक्षाचे अधिवेशन स्वतःच भरवले. या वेळी त्यांनी 'रिपब्लिकन पक्ष दुरुस्त गट'तयार केला. या गटात बी. सी. कांबळे सोबत बाबू हरिदास आवळे, दादासाहेब रुपवते, ए. जी. पवार आले. त्यामुळे दुरुस्त व नादुरुस्त असे दोन गट पक्षात पडले. नादुरुस्त गटाचे नेतृत्व एन. शिवराज यांनी केले;तसेच या पक्षाचे भंडारे गट, गवई गट असे विविध गट पडले आहेत.

पुरोगामी लोकशाही दलाच्या निर्मितीची भूमिका

शरद पवारांनी १८ जुलै १९७८ रोजी मुख्यमंत्रिपदाची शपथ घेतली व महाराष्ट्रात 'पुरोगामी लोकशाही दला'च्या शासनाची स्थापना केली. यानंतर लगेच विधानसभेचे पावसाळी अधिवेशन मुंबई येथे झाले. यामुळे महाराष्ट्रात घडलेल्या या सत्ताबदलासंबंधीची वैचारिक व तात्त्विक भूमिका स्पष्ट करण्याची वेळ आली. विधानसभेतील ज्येष्ठ व अनुभवी नेत्या श्रीमती प्रभा राव यांनी; तसेच ज्येष्ठ नेते व विधानसभा सदस्य जांबुवंतराव धोटे, नानाभाऊ एंबडवार, बाजीराव कांबळे,

यशवंतराव मोहिते, शंकरराव पाटील व मधुकरराव चौधरी यांच्या सहकार्याने २९ जुलै १९७८मध्ये महाराष्ट्र विधानसभेत सत्तेवर आलेल्या नवीन सरकारच्या नीतीमत्तेवर प्रश्नचिन्ह निर्माण केले गेले. त्यांनी पक्षांतरावर बंदी घालणारे विधेयक सर्व पक्षांच्या संमतीने लोकसभेत येत असतानाच महाराष्ट्र राज्याच्या सरकारात जोनुकताच बदल घडवून आणला गेला. त्यामुळे जनमानसांत निर्माण झालेला असंतोष व लोकशाहीचे भवितव्य धोक्यात आल्यामुळे पसरलेले चिंतेचे वातावरण, असा प्रस्ताव चर्चेला आणला होता. त्या वेळी महाराष्ट्र विधानसभेचे सभापती शिवराज पाटील होते. या प्रस्तावावर दोन्ही बाजूंकडून सांगोपांग चर्चा झाली. या चर्चेच्या दरम्यान विरोधी पक्षाचे सर्व सदस्य सत्ता गेल्याने क्रोधित होऊन मोठ्या त्वेषाने शरद पवारांवर चर्चेच्या माध्यमातून वैचारिक हल्ला करीत होते. यात प्रभाताईंनी मोठ्या त्वेषाने युक्तिवाद केला, की आपल्या देशात लोकशाही अस्तित्त्वात असून, राजकीय पक्ष लोकशाहीचा आधार असतात. या राजकीय पक्षांचे कार्यकर्ते पक्षाची ध्येय धोरणे जनतेला सांगतात व या ध्येय धोरणांमुळे व कार्यक्रमांमुळे जनता निवडणुकीमध्ये त्या पक्षाला पाठिंबा देत असते. निवडणुकीत मतदारांना दिलेल्या आश्वासनांची पूर्तता करण्यासाठी आपण सर्व सदस्य या सभागृहात प्रयत्न करतो. त्या काळात दिलेल्या सर्व आश्वासनांची पूर्तता करणे हे आपले प्रथम कर्तव्य आहे. जनतेला दिलेल्या आश्वासनांच्या ध्येय धोरणांबद्दल आपला विश्वास ढळला असेल, तर आपण जनतेकडे परत जाऊन त्यांना तसे सांगितले पाहिजे. म्हणून लोकाना सांगूनच पक्षबदल केला जावा. निवडणुकीमध्ये ज्या पक्षावर टीका करून निवडून आलात, त्याच पक्षाबरोबर सहकार्य करावे व त्याचे नेतृत्व करावे अशी परिस्थिती निर्माण झाल्याने आपण लोकाना काय सांगणार? लोकशाहीच्या नावाखाली आपण लोकांची फसवणूक केलेली आहे;तसेच जनता पक्ष जातीयवादी पक्षांनी बनलेला आहे. असे सभागृहात सांगताना त्या शरद पवारांना उद्देशून म्हणाल्या, कीउमेदवार म्हणून लोकांपुढे जाताना आपण म्हणाला होता, की जनता पक्ष व जनता पक्षाचे लोक जनतेत जाऊन ज्या गोष्टी सांगतात, त्या आम्हास मान्य नाही. कारण गेल्या ३० वर्षांच्या काळामध्ये वेगवेगळे पक्ष म्हणून ज्या वेळेला ते जनतेपुढे गेले, त्या वेळेला त्यापैकी कोणत्याही पक्षाला जनतेने उचलून धरले नव्हते. कारण जातीयवादातून निर्माण झालेले हे पक्ष आहेतआणि त्यांचे विचार जातीयवादी आहेत. अशा पक्षाबरोबर आमची संगत राहणे आम्हाला मान्य नाही; कारण आम्ही पुरोगामी आहोत. असे

आपण त्या वेळी बोलत होता.

पक्षांतराबद्दल बोलताना त्या म्हणाल्या, हुकूमशाही प्रवृत्तीबरोबर, एकाधिकारशाहीबरोबर संगनमत करावयाचे नाही, म्हणून तुम्ही त्यांच्यात जाऊन बसलात व सरकार गठित केले हे पक्षांतर आहे, विचारांतर आहे. पक्षांतरामुळे लोकशाहीवरील ढळलेल्या लोकांच्या विश्वासाबद्दल मोठ्या पोटतिडकीने बोलताना त्या म्हणाल्या, लोकशाहीच्या नावाने पक्षातरांच्या निमित्ताने लोकांना ज्या काही गोष्टी अनुभवण्यास मिळाल्या, जी फसवणूक अनुभवण्यास मिळाली, त्यामुळे जनमानसांत लोकशाहीची प्रतिष्ठा वाढली नाही. लोकशाहीबद्दल जनतेत जो थोडा फार विश्वास राहिला होता तोही ढळला. पक्षांतराच्या निमित्ताने निर्माण झालेल्या प्रश्नाने बाहेर गंभीर परिस्थिती उद्भवलेली आहे. त्यातून निघण्याचा एकच मार्ग दिसतो. तो म्हणजे या लोकांनी मतदारापुढे गेले पाहिजे. कशासाठी हे पक्षांतर केले? कशासाठी आम्ही सर्व या गोष्टींना बळी पडलो, आहारी गेलो? हे सर्व लोकांना सांगितले पाहिजे, असे सांगितले, तरच लोकशाहीची नैतिक आणि कायदेशीर अधिकार व्यक्ती म्हणून लोकशाहीची स्तुती गाणाऱ्यांना, गोडवे गाणाऱ्यांना राहतो.

अशा पद्धतीने प्रभा राव यांनी आक्रमकपणे सभागृहात मत मांडले. या वेळी या प्रस्तावास पाठिंबा देताना इंदिरा काँग्रेस पक्षाचे विधानसभा सदस्य गोविंदराव वंजारी हे पक्षांतराच्या दुष्परिणामाविषयी काळजी व्यक्त करून म्हणाले, पक्षांतरामुळे देशाचा व राज्याचा राज्यकारभार स्थिर राहणार नाही;तसेच या शासनाने गोरगरिबांमध्ये जाऊन त्यांचे जीवन सुजलाम् सुफलाम् करण्याची अभिवचने दिली आहेत, ती सध्या पूर्ण होतील असे मला वाटत नाही. सत्तेसाठी, खुर्चीसाठी केलेले पक्षांतर ही केवळ दगाबाजी आहे.

या प्रस्तावावर दीर्घकाळ चाललेल्या चर्चेत भाग घेताना व श्रीमती प्रभा राव यांच्या प्रस्तावाला विरोध करताना धीरगंभीरपणाने आपल्या भाषणाची सुरुवात करून पहिल्याप्रथमश्रीमती प्रभा राव यांचे आभार मानताना मुख्यमंत्री शरद पवार म्हणाले, सभागृहाच्या सन्माननीय सदस्या श्रीमती प्रभा राव व त्यांच्या अन्य सहकाऱ्यांनी जो हा प्रस्ताव सभागृहात आणला त्याबद्दल प्रथम त्यांचे आभार. त्यांचे अभिनंदन. कारण या प्रस्तावावरील चर्चेच्या निमित्ताने मला एकंदर या सगळ्या घडामोडींसंबंधी निवेदन करण्याची संधी मिळाली, जी मी या सदनामध्ये मागत होतो आणि ती मला मिळू द्यावयाची नाही, असा चंग माझ्या काही मित्रांनी

बांधला होता. ते निवेदन करण्याची संधी त्यांनी आज मला दिली, त्याबद्दल मी त्यांचा अत्यंत आभारी आहे;तसेच या प्रस्तावावरील दोन्ही बाजूंकडील सदस्यांनी केलेल्या चर्चेच्या प्रस्तावाबद्दल समाधान व्यक्त करताना ते म्हणाले, याबरोबर मला एका गोष्टीचे समाधान आहे, कीएखादा-दुसरा अपवाद वगळता काही वक्त्यांच्या भाषणातील काही मुद्दे सोडले, तर या सगळ्या चर्चेचा दर्जा महाराष्ट्रातील विधिमंडळाची जी प्रतिष्ठा गेल्या अनेक वर्षांपासून सुरू आहे ती जाणीवपूर्वक सांभाळण्याच्या दृष्टिकोनातून झालेली आहे हे मला मान्य केले पाहिजे.

श्रीमती प्रभा राव यांनी सभागृहात मांडलेल्या प्रस्तावावरील एकंदर चर्चेचे सूत्र सांगताना शरद पवार म्हणाले, सगळ्या चर्चेचे सूत्र हे आम्ही जे काही केले ते सत्तेवर येण्यासाठी केले, खुर्चीसाठी केले आणि त्यामुळे सर्वसामान्य जनतेमध्ये एक प्रकारची संभ्रमावस्था किंवा निराशेची परिस्थिती निर्माण झाली हे होय. काँग्रेस पक्षाची परंपरा व या परंपरेचा त्यांच्यावर झालेल्या चांगल्या संस्काराबद्दल सांगताना मोठ्या भावूकतेने ते म्हणाले, कीजी काँग्रेस आम्ही सगळ्या लहान-थोरांनी, नेहरू-गांधींपासून सगळ्या नेत्यांनी त्यांच्या या देशामध्ये काही मूलभूत तत्त्वांची जोपासना करण्यासंबंधी गेल्या अनेक वर्षांपासून जाणीवपूर्वक प्रयत्न करून सांभाळली,त्यासंबंधीचे निश्चित असे संस्कार माझ्यावर मोठ्या प्रमाणात आहेत हे मला जरूर कबूल केले पाहिजे. काँग्रेसने या देशात लोकशाहीसंबंधीचे मूलभूत विचार सातत्याने मांडले. एवढेच नाही, तर त्याचे संवर्धन केले. समाजवादाची भूमिका काँग्रेसने मांडली, समतेचे विचार काँग्रेसने सातत्याने मांडले. त्यामुळेसाहजिकच या विचारावर या पक्षामध्ये राहण्याची भूमिका आम्ही स्वीकारली होती.

शरद पवार म्हणाले, की१९७१च्या निवडणुकीनंतरच्या काँग्रेस पक्ष संघटनेचे बदललेले स्वरूप दैनंदिन काँग्रेस पक्षाचे काम करत असताना जाणवू लागले. माझ्या या मताशी राज्यातील व सदनातील ज्येष्ठ नेते वसंतदादा पाटील व मधुकरराव चौधरी सहमत होतील. महाराष्ट्रातील काँग्रेस पक्षाच्या पार्लमेंटरी बोर्डाच्या सदस्या सदरच्या निवडीसंबंधीचा प्रश्न या ठिकाणी निर्माण झाला होता. या निवडीसाठी प्रदेश काँग्रेसची बैठक बोलावण्यात आली. या बैठकीत दोन सदस्यांची निवड करण्याचा प्रस्ताव विचारार्थ होता;पण त्या वेळी पक्ष संघटनेच्या कामाची एक नवीन पद्धत आली. बैठक सुरू असताना दिल्लीहून यशपाल कपूर यांचा टेलिफोन आला. या बैठकीला महाराष्ट्रातील काँग्रेस पक्षाचे ज्येष्ठ नेते हजर असतानाही ही

बैठक थांबवा, सदस्य निवडीचा विचारविनिमय थांबवा आणि आम्ही सांगतो त्या दोन सदस्यांची तुम्ही नियुक्ती करा,असे टेलिफोनवरून सांगण्यात आले आणि त्याप्रमाणे दोन सदस्यांची नियुक्ती करण्यात आली. त्यामुळे ज्या पद्धतीने काँग्रेस पक्षाचे सर्वच लोक सहमत नव्हते. तेव्हापासून एक प्रकारचा दुरावा, एक प्रकारचे अंतर काँग्रेस पक्ष संघटनेबरोबर आमच्यासारख्या कार्यकर्त्यांचे निर्माण झालेले होते. १९७५ साली आणीबाणीच्या परिस्थितीसंबंधी आमच्या काँग्रेस पक्षाच्या वरिष्ठ नेत्यांनी भूमिका मांडली, कीया देशामध्ये अराजक निर्माण होण्याची परिस्थिती होती. लोकशाहीचा डोलारा या देशातून कोसळवण्याचा प्रयत्न काही लोकांनी हिंसाचाराने आपल्या हातामध्ये घेतलेला आहे. असे दिसून येत आहे. त्यामुळे सामान्य माणसांचे स्वास्थ बिघडेल अशी परिस्थिती दिसते आहे. त्या वेळी आम्हीही अस्वस्थ होतोआणि म्हणून आणीबाणीच्या काळात हा विचार त्या वेळी स्वीकारला,असे शरदरावांनी मनमोकळेपणाने सांगितले.

आणीबाणीची चूक लक्षात आल्यानंतर आपली भूमिका स्पष्ट करताना शरद पवार सभागृहात म्हणाले, कीआणीबाणी जाहीर झाल्यानंतर झालेल्या महाराष्ट्र प्रदेश काँग्रेस कमिटीच्या बैठकीत सर्व नेत्यांच्या समोर मी स्पष्टपणे व स्वच्छपणे माझे व्यक्तीगत मत सांगितले, कीदेशावर आणीबाणी लादून आम्ही चूक केली होती. आता पुन्हा त्या रस्त्याने जाणार नाही आणि तेव्हापासून एक प्रकारच्या रस्त्यावर आपला पक्ष आहे, नेते आहेत याची जाणीव मला झालेली होती. त्यानंतर या देशात लोकसभेच्या निवडणुका झाल्या. या निवडणुकीत भारतीय जनतेने आणीबाणीसंबंधी आपले मत स्पष्ट केले. त्यांनी मोठ्या शहाणपणाने काँग्रेस पक्षाचा व इंदिरा गांधींचा पराभव केला. भारतीय जनता शहाणी होती, म्हणूनच या देशात लोकशाही शिल्लक राहिली. या निवडणुकीच्या निकालानंतर आमची अशी अपेक्षा होती, कीकाँग्रेस पक्षाच्या कार्यपद्धतीत काही चांगले बदल होतील. लोकसभेच्या निवडणुकीतील पराभवानंतर नवी दिल्ली येथे अखिल भारतीय काँग्रेस कमिटीची बैठक निवडणुकीतील पराभवाची कारणमीमांसा करण्यासाठी झाली. या बैठकीत सर्व नेत्यांचे पराभवासंबंधीचे विचार समजावून घेऊन अशा प्रकारचा निर्णय घेण्यात आला, कीकाँग्रेस पक्ष आपल्या मूलभूत तत्त्वापासून ढळल्यामुळे व लोकशाहीविरोधी जे तत्त्वज्ञान काँग्रेसने अंगीकारले त्या तत्त्वज्ञानाला या देशातील जनतेने झुगारलेले आहे. लोकशाहीविरुद्धचे आणीबाणीसारखे तत्त्वज्ञान आपण बाजूला ठेवले पाहिजे. कारण या तत्त्वज्ञानाला लोकांनी बाजूला ठेवले

आहे. लोकांनी काँग्रेस पक्षाच्या कार्यपद्धतीचा पराभव केलेला आहे, काँग्रेस पक्षाचा नव्हे. तेव्हा लोकशाहीविरोधातील या मार्गाने आपणास व काँग्रेस पक्षाला जावयाचे नाही;तसेच सामुदायिक नेतृत्वांतर्गत लोकशाही व सर्वसमावेशक निर्णय या तत्त्वाच्या आधारे काँग्रेस पक्षाची वाटचाल असेल असाही निर्णय घेण्यात आला व तो सर्वांनी मान्य केला होता.

लोकसभेच्या निवडणुकीतील पराभवानंतर झालेल्या काँग्रेस पक्षाच्या बैठकीत मान्य करण्यात आलेल्या निर्णयानंतरही या निर्णयाविरुद्ध जाऊन श्रीमती इंदिरा गांधी यांनी स्वतःच्या नावाने काढलेल्या पक्षाबद्दल बोलताना शरद पवार म्हणाले, कीअखिल भारतीय काँग्रेस कमिटीने दिल्ली येथे एकमताने घेतलेले निर्णय काही मंडळींना मान्य नव्हते. त्यातून त्यांनी स्वतःच्या नावाने वेगळा पक्ष काढण्याचा निर्णय घेतला. काँग्रेस पक्षाचा इतिहास पाहता काँग्रेस पक्षामध्ये अनेक वेळा मतभेद झाले. महात्मा गांधी व सुभाषचंद्र बोस यांच्यामध्येसुद्धा मतभेद होते. म्हणून कोणी स्वतःच्या नावाने नवीन पक्ष काढला हे या देशाच्या इतिहासात कधीही घडले नाही. श्रीमती इंदिरा गांधी यांच्या एकाधिकार प्रवृत्तीसंबंधी बोलताना शरद पवार म्हणाले, कीपक्षातील सर्व कार्यकर्त्यांनी एकाच व्यक्तीच्या म्हणण्याप्रमाणे चालले पाहिजे अशा प्रकारची दुराग्रही प्रवृत्ती आमच्यासारख्या असंख्य कार्यकर्त्यांना मान्य नव्हती. ज्यांनी आयुष्यभर काँग्रेस पक्ष संघटनेसाठी काम केले, त्यांना ही एकाधिकारशाहीची प्रवृत्ती मान्य नव्हती.त्यामुळे ते सर्व काँग्रेस पक्ष संघटनेबरोबर राहिले. इंदिरा काँग्रेस पक्षाची स्थापना झाल्यानंतर हा पक्ष पुन्हा सर्वसामान्य माणसाचे नाव घेऊन, गरिबांचे नाव घेऊन या देशात शक्तिशाली होण्याचा प्रयत्न करीत आहे. हा प्रयत्न करीत असताना हा पक्ष ही भूमिका घेत आहे, कीया देशामध्ये लोकशाहीच्या माध्यमातून कोणते सरकार चालू शकत नाही, असे वातावरण या देशामध्ये निर्माण करावयाचे, अशी खात्री लोकांमध्ये करावयाची, कीलोकशाहीच्या चौकटीमध्ये हा देश चालू शकत नाही व या कारणाकरिता जी आणीबाणी या देशामध्ये आणली होती ती योग्य होती. ही भूमिका जेव्हा देशामध्ये मांडावयास सुरुवात झाली, त्या वेळी आमच्या काँग्रेस पक्षाने या संबंधात वेगळी भूमिका घेतली पाहिजे. अशा प्रकारची भूमिका आम्ही विचारपूर्वक मांडली. गेल्या तीन महिन्यांपासून सतत आमच्या काँग्रेस पक्षात आम्ही ही भूमिका मांडत आलो आहोत. श्रीमती इंदिरा गांधींच्या पक्षाबरोबर आम्ही मंत्रिमंडळातील या पक्षाच्या मंत्र्यांचे व त्यांच्या काम करण्याच्या पद्धतीचे अनुभव काँग्रेस पक्षाच्या सर्व ज्येष्ठ

नेत्यांना आले. ते अनुभव फारसे चांगले नाहीत. केवळएका व्यक्तीच्या हाताखाली काम करायचे, एक शक्ती त्यामुळे निर्माण करायची, असे जर होत असेल, तर लोकशाहीच्या मूलभूत तत्त्वांच्या विसंगत आहे.

काँग्रेस पक्षाचा विचार व संघटना बळकट करण्यासंबंधीचा विचार मांडताना शरद पवार म्हणाले, कीकाँग्रेसच्या सर्व मंडळींनी लोकशाही वाढवण्यासाठी, काँग्रेस पक्ष संघटना बळकट करण्यासाठी काम केले पाहिजे, असा विचार आम्ही मांडत आलो आहोत. देशातील लोकशाही शक्ती एकत्रित करण्याच्या प्रयत्नांच्या जरूरीबद्दल बोलताना ते म्हणाले, कीया देशातील लोकशाहीवादी सगळ्या शक्ती एकत्रित येण्याची गरज आहे. कारण लोकशाहीच्या नावाने श्रीमती इंदिरा गांधींच्या रूपाने हुकूमशाही या देशात येत आहे आणि त्याला आपण सर्व लोकशाहीवादी शक्तींनी सामोरे गेले पाहिजे. महाराष्ट्रातील जनतेने 'पुरोगामी लोकशाही दला'च्या आघाडी सरकारच्या केलेल्या स्वागताबद्दल बोलताना मोठ्या उत्साहाने शरद पवार म्हणाले, कीकेवळ खुर्चीसाठी व सत्तेसाठी हे सर्व करण्यात आले असे विरोधकांतर्फे येथे सांगण्यात आले;परंतु महाराष्ट्रातील सर्व स्तरांतील जनतेने या आघाडीच्या सरकारचे मनापासून जोरदार स्वागत केल्याचे पाहून आम्ही हा जो आघाडी सरकार स्थापन करण्याचा निर्णय घेतला, यामध्ये चूक केली असे मला वाटत नाही. पक्षांतर न करण्याच्या भूमिकेबद्दल या चर्चेत भाग घेताना शरद पवारांनी स्पष्टपणे सांगितले, कीप्रश्न आहे पक्ष का सोडला? पक्ष आम्ही सोडलेला नाही. आमच्या मनामध्ये काँग्रेसच आहे आणि आमच्या मनामध्ये जी नेहरू-गांधींची काँग्रेस आहे, ती कोणाच्याही दावणीला बांधली जाणारी काँग्रेस नाही, गुलामगिरी पत्करणारी काँग्रेस नाही, एका व्यक्तीच्या मतापुढे झुकणारी काँग्रेस नाही. ही काँग्रेस सर्वसामान्य लोकांची लोकशाही मजबूत करणारी काँग्रेस आहे. लोकशाही शक्तीमध्ये लोकांचे जे विचार आहेत ते विचार दृढमूल करणारी अशी ही काँग्रेस आहे. म्हणून आम्ही काँग्रेस पक्षाचा व त्या विचाराचा त्याग मुळीच केलेला नाही. हे पक्षांतर नसून, बहुसंख्य लोकांच्या मताचा कौल आहे.

देशातील एकाधिकारशाहीच्या विरोधात सर्व शक्तींनी उभे राहण्याचे आवाहन करून शरद पवार सभागृहात म्हणाले, कीआमचे असे प्रामाणिक मत आहे, की आज या देशामध्ये एकाधिकारशाही वाढवण्यात येत असल्याचे चित्र दिसून येत आहे. काही लोक म्हणतात, कीआणीबाणीच्या काळात ज्या चुका झालेल्या आहेत, त्याचे दुःख आम्हाला आहे. श्रीमती इंदिरा गांधी यांनाही यासंबंधीचे दुःख

आहे. त्यांच्या विचारांच्या सन्माननीय सदस्यांनी या सभागृहात असे सांगितले, कीअश्रूधुराच्या नळकांड्या या राज्यात फुटणार आहेत व तसा इशाराही त्यांनी दिलेला आहे. यावरून आमच्या पक्षाची धोरणे अशी आहेत, कीराज्यात अराजक निर्माण करावयाचे आणि लोकांच्या लोकशाहीवरील विश्वास उडेल अशा प्रकारची पाऊले टाकायची, हे दिसून येते. मला या निमित्ताने सांगायचे, कीया देशातील सर्वसामान्य माणूस महात्मा गांधी, पं. नेहरू यांच्या विचाराने लोकशाहीचे संवर्धन केल्याशिवाय राहणार नाही, त्यांचे विचार अंगीकारल्याशिवाय राहणार नाही. मग पं. नेहरूंच्या व महात्मा गांधींच्या विचारांची पायमल्ली पं. नेहरूंच्या कन्या जरी करत असल्या, तरी ते कोणताही माणूस सहन करणार नाही.

राज्यातील व देशातील काँग्रेसजनांनी फार मोठ्या प्रमाणावर शरदरावांच्या या कृतीवर दाखवलेल्या विश्वासाबद्दल बोलताना ते म्हणाले, कीमी व माझ्या सर्व सहकाऱ्यांनी लोकशाहीबद्दल जी भूमिका घेतली, तिचे स्वागत या राज्यातील बहुसंख्य जिल्हा काँग्रेस कमिट्यांनी म्हणजे १८ जिल्हा काँग्रेस कमिट्यांनी केलेले आहे;तसेच देशातील सर्व प्रांतांतील भारतीय युवक काँग्रेसच्या ५४ प्रतिनिधींच्या बैठकीत एकमताने ठराव होऊन आमच्या भूमिकेस पाठिंबा देऊन अशीच भूमिका काँग्रेसजनांनी घेतली पाहिजे हे मान्य केले आहे. ज्यांची विचार करण्याची प्रक्रिया गतिमान आहे, अशा देशातील युवा तरुण पिढीला आमचे हे विचार पटलेले आहेत;परंतु आमच्या वडीलधाऱ्या मित्रांना ही गोष्ट पटलेली नाही. गुजरात प्रदेश काँग्रेस अध्यक्ष कांतीलाल घिया व कर्नाटक प्रदेशकाँग्रेसचे अध्यक्ष पाटील यांनीही आमच्यासारखीच भूमिका घेतल्याचे जाहीर केले आहे.

महाराष्ट्रातील 'पुरोगामी लोकशाही दल' शासनाच्या प्रयोगाचे स्वरूप सांगताना शरद पवार म्हणाले, कीमहाराष्ट्रातील 'पुरोगामी लोकशाही दला'च्या प्रयोगामुळे देशात नवीन स्थित्यंतर होत चालले आहे, एक प्रकारची नवीन वैचारिक प्रक्रिया सुरू झालेली आहे. या ठिकाणी काही सन्माननीय सदस्यांनी सांगितले, कीमी जनता पक्षाशी संबंध प्रस्थापनेविरोधी बोललो; पण ज्यावेळी राजकारणात देशाच्या व समाजाच्या हिताचे काही महत्त्वाचे प्रश्न येतात, त्या वेळी देशाच्या अंतिम हिताचा विचार करावा लागतो व या अंतिम हिताच्या आड प्रयत्न करणाऱ्या प्रवृत्तीला विरोध करण्यासाठी बाकीच्या लोकशाहीवर विश्वास ठेवणाऱ्या सर्व संघटनांनी व शक्तींनी एकसंध झाले, तर त्यामध्ये काही चूक नाही आणि नेमका देशाच्या अंतिम हिताचा प्रसंग आज देशापुढे आलेला आहे. म्हणूनच यापूर्वी कुणाच्या संबंधी मी

काही बोललो असेल; परंतु त्या बोलण्यापेक्षाही अधिक महत्त्वाचा प्रश्न आज देशासमोर असल्यामुळे; तसेच सामान्य माणसाच्या हिताच्या दृष्टीनेही तो प्रसंग अतिमोलाचा असल्याने आणि त्या प्रश्नासाठी काँग्रेसने सातत्याने भूमिका मांडली असल्याकारणाने 'पुरोगामी लोकशाही दल' आघाडीच्या सर्व मित्रांबरोबर एकत्रित येऊन सरकार स्थापन केलेले आहे. हे सांगताना मला मुळीच कमीपणा वाटत नाहीआणि यामुळेच देशात याप्रमाणे नवीन प्रक्रिया सुरू झालेली आहे. अनेक राज्यांत व काँग्रेसजनांत याप्रमाणे विचार आमच्या या विचारामुळे या देशातील लोकशाहीवर मर्यादा घालणाऱ्या, लोकशाहीवर संकट आणू पाहत असणाऱ्या अपप्रवृत्ती या देशातील लोकांच्या मनातून काढून टाकण्याच्या बाबतीत आम्ही सर्व जर यशस्वी होऊ शकलो, तर वैयक्तिक व सार्वजनिक जीवनात आम्ही सर्व लोकांनी एक अत्यंत महत्त्वाचे पाऊल या देशामध्ये टाकले आहे. याचे समाधान आम्हा सर्वांच्या मनाला झाल्याशिवाय राहणार नाही. पुरोगामी लोकशाही दलाच्या कार्यक्रमाबद्दल झालेला आहे.

आपली भूमिका सांगताना शरद पवार सभागृहाला उद्देशून मोठ्या आत्मविश्वासाने म्हणाले, की'पुरोगामी लोकशाही दल' म्हणून आम्ही किमान समान कार्यक्रमाच्या आधारे एकत्र झालेलो आहोत. हा कार्यक्रम राबवण्यास आम्ही कटिबद्ध आहोत. सर्वसामान्य जनतेचे अंतिम हित साधण्याचा आमचा प्रयत्न असून, त्या भावनेने हा कार्यक्रम आम्ही सर्व मिळून कार्यान्वित करणार आहोत.

'पुरोगामी लोकशाही दला'च्या सरकारला जनतेने दिलेल्या पाठिंब्याबद्दल या चर्चेतील उत्तराचा समारोप करताना शरद पवार मोठ्या समाधानाने म्हणाले, कीसंपूर्ण महाराष्ट्रातील सर्व स्तरांतील सर्वसामान्य जनतेमध्ये 'पुरोगामी लोकशाही दला'च्या या सरकारसंबंधी एक प्रकारचे आस्थेचे आणि समाधानाचे जे वातावरण निर्माण झालेले आहे, त्या वातावरणातूनच या ठिकाणी असलेल्या सर्वांच्या पाठिंब्यानेकार्यक्रमाच्या आधारावर विकासाच्या कामी गती आणण्याचा सातत्याने प्रयत्न राहील व हे सरकार भक्कमपणे चांगले स्थिर असे टिकेल. या राज्यातील सामान्य माणसाशी बांधिलकी असणारे हे सरकार आहे. आमची बांधिलकी आहे ती गरीब माणसाशी. ही बांधिलकी गरीब माणसाबरोबर असताना या देशामध्ये आणि या राज्यामध्ये लोकशाहीचे संवर्धन केले पाहिजे, हा मूलभूत विचार या 'पुरोगामी लोकशाही दला'च्या सर्व सदस्यांनी केलेला आहे आणि या उदात्त

हेतूसाठी आम्ही सर्वांनी एकत्रित येऊन सत्तेचा स्वीकार अतिशय नम्रतेने केलेला आहे.

या प्रकारे विधानसभेतील चर्चेच्या माध्यमातून 'पुरोगामी लोकशाही दला'च्या निर्मीतीची शरद पवार यांनी तात्त्विक व वैचारिक भूमिका स्पष्ट केली, ज्यामुळे या 'पुरोगामी लोकशाही दला'च्या शासनाचे महाराष्ट्रातील सर्व स्तरांतील सर्वसामान्यजनांनी फार मोठे स्वागत केल्याचे दिसून येते.

'पुरोगामी लोकशाही दला'च्या काळात घेतलेले निर्णय

'पुरोगामी लोकशाही दला'च्या काळात अत्यंत महत्त्वपूर्ण निर्णय घेतले गेले. ज्याचा दूरगामी परिणाम महाराष्ट्राच्या राजकारणावर आणि समाजकारणावर झाला. हे निर्णय पुढीलप्रमाणे -

१. मराठवाडा विद्यापीठाच्या नामांतराचा निर्णय

'पुलोद' सरकारचा महत्त्वाचा निर्णय म्हणजे, मराठवाडा विद्यापीठाचे 'डॉ. बाबासाहेब आंबेडकर मराठवाडा विद्यापीठ' असे नव्याने नामकरण करण्याचा होय;परंतु या निर्णयामुळे मराठवाड्यात हिंदू सवर्ण व दलित यांच्यामध्ये संघर्षमय वातावरण निर्माण झाले होते. शरद पवार यांच्या कारकिर्दीतील हा निर्णय राजकारणापेक्षा सामाजिक; तसेच राजकीय दृष्टीने महत्त्वपूर्ण ठरला. या निर्णयामुळे मराठवाड्यात शरद पवारांविषयी असलेली सहानुभूती व राजकीय लोकप्रियता, विशेषतः मराठा समाजात एकदम कमी झाली,असे नंतरच्या निवडणुकीत स्पष्ट दिसून येते. या निर्णयामुळे मराठवाड्यातील शरद पवारांचे वैयक्तिक व राजकीय नुकसान झालेले दिसते. या नामांतराच्या निर्णयाची परिस्थिती पुढीलप्रमाणे -

मराठवाडा विद्यापीठ नामांतराची मागणी ही मुळात विद्यार्थांची मागणी होती. या दलित विद्यार्थ्यांच्या मागणीला इतर वर्गाच्या विद्यार्थांनीही पाठिंबा दिला. यामुळे या नामांतराच्या मागणीचा जोर वाढू लागला आणि संपूर्ण महाराष्ट्रातील विद्यार्थी या मागणीचा पुरस्कार करू लागले. त्यातून पुन्हा एकदा थंडावलेली विद्यार्थी चळवळ गतिमान होण्यास ही चळवळ कारणीभूत ठरली.

मराठवाडा विद्यापीठ नामांतराच्या मागणीला विद्यार्थ्यांबरोबरच समाजातील नामांतरवादी आंबेडकर अनुयायांनीही पाठिंबा दिला. त्यापाठोपाठ समाजात कार्यरत असलेल्या सामाजिक, राजकीय आणि शैक्षणिक क्षेत्रातील इतर विचारवंत,

मान्यवरांनीही यामध्ये पुढाकार घ्यायला सुरुवात केली. या निमित्ताने अनेकांनी आपली मते नामांतराच्या बाजूने नोंदवली व याची व्यापकता वाढत गेली. यातूनच निदर्शने, घेराव, मोर्चे, आंदोलने, संबंधित मंत्र्यांना निवेदने इत्यादी प्रकरणांमध्ये वाढ होण्यास सुरुवात झाली. यानिमित्ताने २६ जून १९७४ रोजी 'मराठवाडा रिपब्लिकन विद्यार्थी संघा'नेमुख्यमंत्र्यांना पत्र पाठवूनमराठवाड्यातील दोन विद्यापीठापैंकी एका विद्यापीठास डॉ. बाबासाहेब आंबेडकर यांचे नाव द्यावे अशी मागणी केली. तेव्हापासून विद्यार्थी, शासन आणि राजकारणी यांचा सततचा संबंध येऊ लागला. त्यानंतर नामांतर चळवळीत दलित पँथरने प्रवेश केला व नामांतर मागणी प्रभावीपणे शासनासमोर मांडू लागले. सर्वपक्षीय विद्यार्थ्यांनीही काही वर्षे नामांतराची मागणी केली. पुढे २७ जुलै १९७८ रोजी नामांतराच्या मागणीचा वाढता जोर पाहून विद्यापीठ कार्यकारिणीने नामांतराचा ठराव पास केला आणि नामांतर ठरावाच्या श्रेयावरून विद्यार्थी चळवळीमध्ये फूट पडली आणि खऱ्या अर्थाने येथूनच विद्यापीठाच्या नामांतराचे राजकारण सुरू झाले;तसेच फेब्रुवारी १९७८ हा निवडणुकीचा व धामधुमीचा काळ. त्यामुळे नामांतराच्या मागणीला अधिकच रंग चढला होता. या वेळी एस. एम. जोशींचा जनता पक्ष सत्तेवर आला, तर नामांतराची मागणी सोडवू असे अभिवचन दिले होते व वसंतदादांनी हा निर्णय मराठवाड्यात येऊन सांगेन, असे अभिवचन दिले होते. त्यांनीही नामांतराबाबत मराठवाड्यातील जनतेचे मत आजमावले होते आणि ते अनुकूल असल्याचे सांगितले होते;परंतु हा प्रश्न सामंजस्याने सोडवावा, अशी त्यांची भूमिका होती. या निवडणुकीमुळे या विषयाला राजकीय स्वरूप प्राप्त झाले. फेब्रुवारी १९७८मध्ये विधानसभेच्या निवडणुका झाल्या. त्यात वसंतदादा मुख्यमंत्री व नासिकराव तिरपुडे उपमुख्यमंत्री झाले. त्यांनी २५ जून रोजी औरंगाबादला दिलेल्या भेटीत असे जाहीर केले, कीत्यांच्या मंत्रिमंडळाने महाराष्ट्रातील कुठल्याही विद्यापीठाचे नाव न बदलण्याचा निर्णय घेतलेला आहे. या निर्णयाच्या विरोधात दलित समाजात असंतोष निर्माण झाला. दलित नेत्यांनी लगेच म. भि. चिटणीस यांच्या अध्यक्षतेखाली एक बैठक घेऊन संपूर्ण महाराष्ट्रभर ९ ऑगस्टपासून पुन्हा आंदोलन सुरू करण्याचा निर्णय घेतला. त्यानुसार मोर्चे, घेराव, बंद आणि सत्याग्रह सुरूच ठेवले. मुंबईचे सचिवालय, विधानसभागृह दलित युवकांनी गाजवले. पोलीस शांततेसाठी असतानाही दलित युवकांनी शर्थीची बाजी करून विधानसभागृहात पत्रके उधळली. या वेळी पोलिसांनी दलित युवकांवर लाठीहल्ला केला, काही

विद्यार्थ्यांना अटक झाली. विद्यार्थी जखमी झाले; परंतु या दलित युवकांनी तारा, टेलिफोन, खांब काचेचे बल्ब या सामाजिक आणि राष्ट्रीय मालमत्तेचे नुकसान केले नाही. कलेक्टर, कचेरीवर मोर्चा, कमिशनर ऑफिसवर मोर्चा, विभागीय समाज कल्याण ऑफिसवर मोर्चा, मंत्र्यांना घेराव या गोष्टी दलित विद्यार्थी करू लागले. त्यानुसार औरंगाबादच्या क्रांती चौकात रस्त्यावर स्त्रिया, विद्यार्थी धरणे धरून बसू लागली. या प्रसंगी पोलिसांच्या अनेक गाड्या सत्याग्रहींनी सारख्या भरून जात होत्या. विद्यार्थी धरणे धरून बसले. विद्यार्थी स्वतः होऊन अटक करून घेत होते. त्यांचा एकच आवाज आणि घोषणा होती,ती म्हणजे विद्यापीठाला डॉ. बाबासाहेब आंबेडकर यांचे नाव दिलेच पाहिजे.

महाराष्ट्रातील विद्यार्थांचे नामांतर आंदोलन तीव्र झाले होते. या आंदोलनात समाजातील काही लोकांचा भरघोस पाठिंबा होता. एवढेच नव्हे, तर राजकारण्यांचाही काही प्रमाणात पाठिंबा होता. जनता पक्षाचे नेते एस. एम. जोशी, पन्नालाल सुराणा यांनीही या मागणीला पाठिंबा जाहीर केला. शिवाय जनता पक्षाच्या स्थानिक शाखेने पाठिंबा जाहीर केला, महाराष्ट्र विधानसभेत जनता पक्षाचे पा. ना. राजभोज, प्रा. अरुण दोंदे, ग. प्र. प्रधान, उद्धवराव पाटील, उत्तमराव पाटील, दादासाहेब रुपवते यांनीही नामांतराच्या मागणीला जाहीर पाठिंबा दिला. औरंगाबाद बारमधील बहुतेक वकिलांनी या मागणीला पाठिंबा असल्याचे निवेदन सादर केले. बहुसंख्य प्राचार्यांनी या मागणीला पाठिंबा देऊन निवेदनावर सह्या केल्या. समाजातील अनेक सामान्य नागरिक व प्राध्यापकांनी निवेदनावर सह्या करून विद्यापीठ नामांतराच्या मागणीला पाठिंबा दर्शवला.

जून १९७८च्या अखेरीस काँग्रेसचे मंत्रिमंडळ पडले आणि १९ जुलै १९७८ला शरद पवारांच्या नेतृत्वाखाली 'पुरोगामी लोकशाही दला'चे सरकार सत्तेवर आले आणि शरद पवार मुख्यमंत्री झाले. दोनच दिवसांनी, म्हणजे २१ जुलै १९७८ रोजी विधान परिषदेतनामांतराचा प्रश्न उपस्थित करण्यात आला. निहाल अहमद हे मंत्री त्या वेळी सभागृहात उपस्थित होते. मंत्रिमंडळ लवकरच या प्रश्नावर विचार करील, असे उत्तर देऊन अहमदसाहेब विषय मिटवण्याचा प्रयत्न करत असतानाच शरद पवारांनी सभागृहात प्रवेश केला. विरोधी पक्षनेते नाशिकराव तिरपुड्यांनी; तसेच माजी मंत्रिमंडळाने नामांतराचा निर्णय घेतला होता.नवे सरकार काय भूमिका घेणार असा सवाल टाकला. त्या मंत्रिमंडळात पवारही होतेच. त्यामुळे थोडेसे अडचणीत आल्यामुळे व निर्णयाच्या परिणामाचा अंदाज न आल्यामुळे

पवारांची विधानसभेच्या येत्या अधिवेशनात आपण स्वतःच तो ठराव आणणार असल्याच घोषित करून टाकले. हे वृत्त कळल्याबरोबर मराठवाडा विद्यार्थी कृती समितीची २३ जुलै १९७८ला बैठक झाली आणि नामांतराचा हा प्रयत्न हाणून पाडण्याचे आवाहन मराठवाड्यातल्या तमाम विद्यार्थ्यांना करण्यात आले. त्यांना विचारलेल्या एका प्रश्नाला उत्तर देताना त्यांनी सांगितले, कीमहाराष्ट्र विधानसभेच्या अधिवेशनात नामांतराच्या ठरावावर चर्चा करण्यात येईल. शरद पवारांच्या या निर्णयाविरुद्ध प्रतिक्रिया म्हणून मराठवाड्यातील विद्यार्थी कृती समितीने सर्व विद्यार्थ्यांना नामांतराच्या विरोधात आंदोलन करण्यासाठी आव्हान केले. त्यानंतर नामांतरावर चर्चा करण्यासाठी शरद पवारांनी मुंबईत २६ जुलै १९७८ रोजी एक बैठक बोलावली. या बैठकीला मराठवाड्यातील विधान परिषदेचे सर्व सदस्य, विद्यापीठाचे कुलगुरू व संबंधित सर्व संघटना, पक्ष, नेते यांना बोलावले व विद्यापीठाचे नाव 'डॉ. बाबासाहेब आंबेडकर मराठवाडा विद्यापीठ'असे ठेवण्याचे निश्चित केले.

विधानसभेत हा नामांतराचा प्रस्ताव मांडतांना मुख्यमंत्री शरद पवार यांनी अत्यंत स्पष्ट शब्दात सांगितले,कीनामांतरामुळे मराठवाडा विद्यापीठ केवळ दलितांचे ठिकाण होईल, अशी भीती निरर्थक आहे. मराठवाडा विद्यापीठाची अस्मिता, नावलौकिक आणि धर्मनिरपेक्ष स्वरूप कायम राहील. मराठवाडा विद्यापीठ नामांतराच्या निर्णयाने सामाजिकपरिवर्तनाच्या दिशेने एक मोठे पाऊल टाकले गेले आहे, असे स्पष्ट केले. याच मुद्द्यावर विधान परिषदेमध्ये माजी उपमुख्यमंत्री नासिकराव तिरपुडे आणि इतर दहा सभासदांनी शासकीय ठरावाची अंमलबजावणी होण्यासाठी लागणाऱ्या विलंबाबद्दल प्रश्न उपस्थित केला. त्या प्रश्नाला मुख्यमंत्री उत्तर देताना म्हणाले, महाराष्ट्र विधीमंडळाने यापूर्वी मराठवाडा विद्यापीठाला डॉ. बाबासाहेब आंबेडकर यांचे नाव देण्यासंबंधी जो बिनविरोध ठराव संमत केला,त्याची अंमलबजावणी करण्यासाठी शासन पूर्णपणे बांधिल आहे, अशी घोषणा मुख्यमंत्री शरद पवार यांनी विधानपरिषदेत केली. या ठरावाने ताबडतोब 'औरंगाबाद बंद'चा आदेश देण्यात आला व संपूर्ण शहर थांबले.

एका मोठ्या उद्रेकापूर्वी ती शांतता होती! याचबरोबर २७ जुलै आणि ३१ जुलैला 'मराठवाडा बंद'ही यशस्वीपणे पार पडला;पण नंतर आंदोलन ग्रामीण भागात पसरले. स्थानिक झगडे, जुने सूड यांनी डोके वर काढले. नंतर जे काही घडले, ते मानवतेला कलंक लावणारे होते. यामुळे मुख्यमंत्री शरद पवारांनी ४

ऑगस्ट १९७८ला विद्यार्थी कृती समितीचे प्रतिनिधी, मराठवाड्यातील आमदार-खासदार, सामाजिक कार्यकर्ते यांची बैठक बोलावली. विधानसभेने केलेला ठराव केवळ शिफारसवजा आहे. सरकारने त्याबाबत अद्याप कोणताच निर्णय घेतलेला नाही व सरकार कोणताही निर्णय मराठवाड्यावर लादणार नाही इत्यादी बाबी मुख्यमंत्र्यांनी स्पष्ट केल्या. लगेचच ५ ऑगस्ट १९७८ला मराठवाडा विद्यार्थी कृती समितीने आंदोलन मागे घेतले;पण ६ डिसेंबर जवळ येत आहे. वातावरणातला तणाव वाढत आहे. पुन्हा मोर्चे प्रतिमोर्चे, निवेदने, पत्रकार परिषदा यांचा ऊहापोह निर्माण होईल. कदाचित पुन्हा आंदोलन भडकेल;तसेच शासनाला या वेळी हस्तक्षेप करावा लागेल, त्याचप्रमाणे हे आंदोलने सत्याग्रह पद्धतीने शांततेने पार पडेल किंवा सत्याग्रह होणार नाही अशा प्रकारच्या विविध शंका निर्माण होऊ लागल्या. येथे एक गोष्ट प्रकर्षाने जाणवली, कीया आंदोलनात समर्थक व विरोधकांनी अतिशय ताठर धोरण स्वीकारले होते. यामुळे हा प्रश्न प्रतिष्ठेचा झालेला होता.

बापूसाहेब काळदात्यांनीम्हटल्याप्रमाणे सवर्णांना गेल्या हजारो वर्षांची परंपरा आहे, इतिहास आहे. दलितांची गेल्या हजारो वर्षांची परंपरा म्हणजे गुलामीची परंपरा होती आणि त्याचा इतिहास हा दास्यत्वाचा इतिहास होता. बाबासाहेब आंबेडकर हा त्यांची बाजू घेऊन लढ्यासाठी उभा राहिलेला पहिला पुरुष. त्याने दलितांना केवळ धीर दिला असे नव्हे, तर नवी जीवनदृष्टी दिली. कोणीही दलिताने अभिमानाने सांगावे असे हे पहिले नाव. साहजिकच त्या नावाचे, त्या व्यक्तीचे मोठेपण दलितांना वाटणारच. त्यामुळे आंबेडकरांचे नाव एखाद्या विद्यापीठाला देण्याचा कोणी जर विचार करत असेल, तर सारे दलित तो विचार उचलून धरणेही स्वाभाविकच आहे. शिवाय आंबेडकर आणि दलितांचे नेतृत्व या प्रश्नात जरी शिरले नाही, तरी आंबेडकर, मग ते कोणत्याही जाती, धर्म किंवा पंथाचे असोत. स्वतः व्यक्ती म्हणूनसुद्धा सर्वसामान्य आहेत. आंतरराष्ट्रीय कीर्तीचा तो एक बुद्धिमान पुरुष होता. भारताच्या राज्यघटनेचा शिल्पकार म्हणून एकीकडे या माणसाचा उदोउदो करत असतानाच एका विद्यापीठाला त्याचे नाव दिले जाऊ नये, म्हणून जर आपण रणकंदन माजवणार असला, तर ते करंटेपण आहे.

या प्रश्नावर मराठवाड्यात राजकारण सुरू झाले होते. या वेळी 'पुलोद' शासनाने संयमाची भूमिका घेतली व नामांतराचा प्रश्नच नाही, तर प्रश्न शिल्लक आहे तो या ठिकाणी अंमलबजावणी करण्याचा मराठवाड्यातील हिंसाचारामध्ये जीवितांची व संपत्तीची अतोनात हानी झालेली आहे. याची या सभागृहाला पूर्ण कल्पना

आहे. अशा प्रकारची हानी होईल याची आपणाला पूर्व कल्पना नव्हती, हे कबूल करून शरद पवार म्हणाले, कीमहाराष्ट्राच्या गृहखात्यांचे राज्यमंत्री भाई वैद्य यांनी दिलेल्या माहितीनुसार, मराठवाड्यातील दंगलीत सुमारे १२०० कुटुंबे बेघर झाली आहेत ;तसेच मराठवाड्यात मालमत्तेचे किती नुकसान झाले, याचा प्राथमिक अंदाज आला आहे. सरकारी मालमत्तेचे नुकसान सुमारे ७१ लाख रुपये, तर दलितांच्या मालमत्तेचे नुकसान १८ लाख रुपये एवढे झाले आहे. सुमारे १३०० कुटुंबाची घरे जाळली गेली. ६०० कुटुंबांच्या घराची पडझड कमी अधिक झालीआहे. त्यामुळे आता आपल्या सर्वांपुढे एकच महत्त्वाचे काम आहे आणि ते म्हणजे, मराठवाडा अशांतता दिसत आहे, म्हणून मराठवाड्यात सामंजस्याचे वातावरण निर्माण करणे. मराठवाड्यात निर्माण झालेले हिंसाचाराचे आंदोलन चुकीच्या पद्धतीचे आहे. हे कार्यकर्त्यांना पटवून देणे महत्त्वाचे आहे. याबाबत सुप्रसिद्ध साहित्यिक पु. ल. देशपांडे यांनी नामांतराला होत चाललेल्या विलंबाबद्दल व्यक्त केलेल्या चिंतेचा उल्लेख करून मुख्यमंत्री म्हणाले, कीमराठवाड्यातील घटनेबद्दल नापसंती व्यक्त करून या घटना केवळ दुर्दैवीच म्हणता येणार नाहीत. त्या महाराष्ट्राला काळिमा फासणाऱ्या आहेत. त्यामुळे महाराष्ट्राची सामाजिक क्षेत्रातील गती १५० वर्षे मागे गेली आहे. अशा पद्धतीने नामांतर चळवळीविषयी शरद पवारांची कटिबद्धता दिसून येते ;तसेच यातून निर्माण झालेल्या हिंसाचाराबाबत त्यांची भूमिका संयमी दिसते.

शरद पवार यांनी पुन्हा एकदा अमरावती येथील कारंजा लाड येथे भाषण करताना मराठवाडा विद्यापीठाला डॉ. बाबासाहेब आंबेडकर यांचे नाव देण्यास राज्यशासन वचनबद्ध आहे असे प्रतिपादन केले. ते म्हणाले, छत्रपती श्री. शिवाजी महाराज, म. जोतिबा फुले आणि पंजाबराव देशमुख या थोर पुरुषांची नावे इतर विद्यापीठांना दिली,तेव्हा ती आपण चालवून घेतली; पण डॉ. बाबासाहेब आंबेडकरांसारख्या भारतीय घटनेच्या शिल्पकारांचे आणि थोर देशभक्ताचे नाव मराठवाडा विद्यापीठाला देण्यासाठी महाराष्ट्र विधानमंडळाने एकमुखी निर्णय घेतल्यानंतरही त्या गोष्टीला विरोध होतो. याचाच अर्थ आमच्या मनात कुठे तरी जातीय भावना वास करत आहे,असा होतो. महाराष्ट्राच्या नव्या सरकारने अशा जातीयवादी व प्रतिगामी शक्तीच्या विरुद्ध लढा देण्याचा निर्णय घेतला आहे. याच दरम्यान दलित पँथरचा मेळावा झाला. त्यात महाराष्ट्र गृहखात्याचे राज्यमंत्री भाई वैद्य यांनी शासनाची नामांतराबाबत भूमिका स्पष्ट केली. मराठवाडा विद्यापीठाचे नामांतर

करण्याबाबत कालावधीचा निर्बंध घालणे हिताचे ठरणार नाही. या मेळाव्यात अशी मागणी करण्यातआली होती, की१४ एप्रिलपर्यंत मराठवाडा विद्यापीठाचे नामांतर झाले पाहिजे. भाई वैद्य पुढे म्हणाले, कीविधीमंडळात एकमताने संमत झालेला सर्व पक्षांचा पाठिंबा असलेला नामांतराचा प्रस्ताव सरकारवर बंधनकारक आहे. त्यामुळे ठराव अंमलात आणण्याबाबत कालावधीचे बंधन घालणे हिताचे ठरणार नाही.

या पद्धतीने नामांतराच्या मागणीला 'पुरोगामी लोकशाही दला'ने व मुख्यमंत्री शरद पवार यांनी योग्य पद्धतीने हाताळलेले दिसून येते.

२. शासकीय कर्मचाऱ्यांच्या संपाबाबत निर्णय

'पुलोद'मध्ये शंकरराव चव्हाण यांचा पक्ष सामील झाल्यानंतर शंकरराव चव्हाण यांना शरद पवारांनी अर्थमंत्रिपद दिले. शंकरराव चव्हाण काही काळ महाराष्ट्राचे मुख्यमंत्री होते. त्यांना प्रशासनाच्या कार्याचा अनुभव होता. त्यामुळेच 'पुलोद' आघाडीने वसंतदादांच्या काळात ५४ दिवस चाललेला शासकीय कर्मचाऱ्यांच्या संपाबाबत निर्णय घेऊन संप मिटवला. केंद्र व राज्य कर्मचाऱ्यांच्या भत्त्यातील तफावत दूर केली. केंद्रीय कर्मचाऱ्यांप्रमाणेच राज्य कर्मचाऱ्यांनाही महागाई भत्ता मिळेल असा निर्णय १ मार्च १९८० रोजी घेतला.

३. शासकीय कर्मचाऱ्यांसाठी नागरी सेवा शिस्त व अपील कायदा

'पुरोगामी लोकशाही दला'च्या शासन काळात सरकारतर्फे शासकीय कर्मचाऱ्यांच्या कार्यप्रणालीत व कामाच्या बाबतीत सुधारणा करण्यासाठी भारतीय संविधानातील कलम ३०९नुसार शासनाने १९७९ साली महाराष्ट्र नागरी सेवा शिस्त व अपील नियम १९७९ पास केला व याला कायदेशीर स्वरूप दिले.

४. कापूस एकाधिकार योजनेबाबत निर्णय व शेतकऱ्यांच्या हिताचे निर्णय

सरकारच्या हस्तक्षेपाशिवाय शेतकऱ्यांचा प्रश्न सुटू शकत नाही, हे आता मुक्तअर्थव्यवस्थेचे समर्थकही मान्य करू लागले आहेत. नवीन आर्थिक सुधारणांना मानवी चेहरा हवा हे या मान्यतेचेच द्योतक आहे. सरकारची राजकीय इच्छाशक्ती असली, तर शेतकऱ्यांच्या हिताचे निर्णय कसे घेता येतात, हे प्रा. एन. डी. पाटील

यांनी १९७८ साली 'पुलोद'चे सहकारमंत्री म्हणून काम करताना दाखवून दिले.

महाराष्ट्रातील सहकारी साखर कारखानदारीच्या यशाने प्रेरित होऊन १९७२ साली महाराष्ट्रात कापूस एकाधिकार योजनेचा प्रारंभ त्या काळचे मुख्यमंत्री वसंतराव नाईक व सहकारमंत्री मा. श्री. यशवंतराव मोहिते यांच्या काळात करण्यात आला होता. हमी किंमत जाहीर करून सरकारी यंत्रणेने (पुढे या संस्थेचे नाव कापूस उत्पादक सहकारी महासंघ) शेतकऱ्यांचा कापूस विकत घ्यायचा व त्याच्यावर प्रक्रिया करून रुईच्या गाठी व सरकी विकायची. खर्च जाऊन जो नफा होईल, त्या नफ्यापैकी २५ टक्के कपात करून ७५ टक्के नफा शेतकऱ्यांना वाटायचा, अशी सुटसुटीत ही योजना होती. १९७२-१९७३ साली ही योजना सुरू झाली व १९७३-७४ सालीच ही योजना बंद करावी लागली होती;परंतु १९७४-१९७५ला पुनःश्च ही योजना सुरू करण्यात आली होती. १९७३-७४च्या कापूस बाजारातील तेजीच्या पार्श्वभूमीवर १९७४-१९७५च्या हंगामात योजना प्रारंभ करताना केंद्र सरकारच्या हमी भावापेक्षा जास्त भाव देऊन ३४० ते ४२५ रु. प्रति क्विंटल भावाने कापूस खरेदी करण्यात आला. बाजारात मंदीचे वातावरण असल्यामुळे या वर्षी योजनेत विक्रमी तोटाही झाला होता.

१९७५-७६ साली केंद्र सरकारने (स्व. इंदिरा गांधीचे सरकार) कापूस एकाधिकार खरेदी योजनेला परवानगी देताना अट टाकली, की योजनेची हमी किंमत कृषीमूल्य आयोगाने जाहीर केलेली हमी किंमतच राहील. देशात आणीबाणी होती व बाजारात मंदीही होती. त्यामुळे विरोध झाला नाही. १९७७-७८ साली स्व. वसंतदादा पाटील मुख्यमंत्री झाले, बाजारात तेजीचे वातावरण होते. त्यांनी १९७३प्रमाणेच कापूस एकाधिकार योजना स्थगित केली (ऐच्छिक) ;परंतु नंतर शरद पवार काँग्रेसमधून बाहेर पडले व 'पुरोगामी लोकशाही दला'ची स्थापना करून ते मुख्यमंत्री झाले. या सरकारमध्ये प्रा. एन. डी. पाटील यांनी 'पुरोगामी लोकशाही दला'ची सुधारित कापूस एकाधिकार योजनेची १९७८-७९ साली घोषणा करून योजना राबवली. या योजनेच्या क्रांतिकारक सुधारणा खालीलप्रमाणे

म्हणजे

- कापूस खरेदीची हमी किंमत केंद्र सरकारच्या कृषीमूल्य आयोगाने जाहीर केलेल्या हमी किमतीपेक्षा २० टक्के जास्त राहील.
- कापूस खरेदीतून भांडवल उभारणी निधीसाठी होणारी ३ टक्के कपात पुढे १

टक्काच करण्यात येईल.

- योजनेला झालेल्या नफ्यातून चढ-उतार निधीसाठी होणारी २५ टक्के कपात फक्त ५ टक्केच करण्यात येईल.
- कापसाचे चुकारे २४तासांत देण्यात येतील.

एक महत्त्वाचा धोरणात्मक निर्णयही प्रा. एन. डी. पाटील यांनी जाहीर केला. तो कापूस एकाधिकार योजनेचा जू पुढच्या नफ्यातून वसूल करता येणार नाही. नुसती घोषणा करूनच थांबले नाहीत, तर चढ-उतार निधीच्या नफ्यातून सरकारी तिजोरीत गेलेले १० कोटी रुपये चढ-उतार निधीच्या खात्यात त्यांनी पुनःश्च जमा केले.

शेतकरी हिताचा वसा घेतलेला नेताच असे क्रांतिकारी निर्णय घेऊ शकतो. हल्ली सरकारची शेतीमालाचे हमीभाव ठरवण्याची पद्धत अन्यायकारक आहे. म्हणून याच्यापेक्षा २० टक्के जास्त भाव देण्याचा प्रा. एन. डी. पाटील यांचा निर्णय म्हणजेच देशातील इतर प्रांताच्या नेत्यांना एक संदेश होता.

'पुलोद' शासनाच्या काळात शेतकऱ्यांच्या विहिरीवरील मोटारीला लागणारे विजेचे दर कमीकेले;तसेच लहान शेतकऱ्यावरील सोसायट्यांची थकबाकी रद्द केली. नाला बंडिंग वइतर कारणासाठी अल्पदराने कर्ज सवलतीची योजना सुरू केली. शेतकऱ्यांच्या शेतावरकाढल्या जाणाऱ्या बंडिंगच्या कामावर येणारा खर्च, शेतकऱ्यांच्या सात-बारा उताऱ्यावर नोंदवून त्यांच्यॉकडूनच वसूल केला जात असे. तेव्हा राज्यातील १२७ कोटींचे बंडिंगचेकर्ज माफ केले. महाराष्ट्रात बंद पडलेल्या सुमारे १५० उपसा जलसिंचन योजना परत चालू करण्यात आल्या व त्यासाठी ३० कोटी रुपयांचे स्टेट बँकेचे कर्ज सरकारने भरले. कोयना धरणग्रस्त पुनर्वसनासाठी १ कोटी रुपयेमंजूर करण्यात आले.

५. आदिवासीचा जंगल-जमीन अतिक्रमणाचा प्रश्न

आदिवासी बहुसंख्य विभागात जंगल-जमीन अतिक्रमणाचा प्रश्न तीव्र होता. ३१ मार्च १९७८पर्यंतची अतिक्रमणे रीतसर करण्याची घोषणाही याच कालखंडात झाली.

६. रोजगार हमी योजनेच्या दराबाबत निर्णय

रोजगार हमी योजनेचा कायदा २ ऑक्टोबर १९७८ रोजी मंजूर केला. रोजगार हमीचा

दर किमान वेतनाशी जोडला खरा;पण किमान वेतन समितीने सुचवल्याप्रमाणे ३ झोनन पाडता ४ झोन पाडले व किमान वेतनातील सर्वांत कमी वेतनाच्या चौथ्या झोनशी याची सांगड घातली. याशिवाय नवीन मार्केटयार्ड उभारणी केली; तसेच स्थानिक योजनाही राबवल्या. शेतमजुराच्या किमान वेतनात वाढ केली. ठळक बाब म्हणजे रोजगार हमी योजनेअंतर्गत अत्यंत स्वस्त दरात गहू शेतमजुरांना देण्यात आला.

७. उद्योग क्षेत्रातील पुलोद शासनाचे निर्णय

- 'बाँबे हाय'च्या कामाला गती दिली.
- उरण केमिकल कॉप्लेक्स आणि आसपासच्या ३५० संबंधित युनिट स्थापन करण्याचा निर्णय घेतला.
- अनेक उद्योगधंद्यांत किमान वेतनाची निर्मिती किंवा पुनर्मूल्यांकनाची प्रथा 'पुलोद'ने पाडली.
- लघुउद्योजकांना कर्ज, साखरेवरील नियंत्रण दूर करण्यासाठी केंद्राशी चर्चा, भूमिगत पाइपलाइन हा विदर्भातील प्रकल्प इ. योजनांबद्दलही निर्णयासंबंधी कार्य झाले.
- मुंबईतील गिरणी कामगांराना अत्यल्प अशा मूळ पगारामध्ये ४५ रुपयेवाढ शरद पवार-फर्नांडिस यांच्या मध्यस्थीने मंजूर करून दिली.
- ओव्हरसीज एम्प्लॉयमेंट एक्सचेंजसारख्या बाबींचे महत्त्व निर्माणकेले.

८. 'काळेशार पाणी'वरचा खटला मागे घेतला

ह. मो. मराठेंची 'काळेशार पाणी'ही कादंबरीही १९७८ दरम्यान पुस्तकरूपात प्रकाशित झाली. 'काळेशार पाणी'मधले काही प्रसंग वासना चाळवणारे, अश्लील आहेत, असा आरोप व्हायला लागला. ना. सी. फडके यांनी या कादंबरीला ओंगळ, गलिच्छ आणि अश्लील ठरवून आगपाखड करायला सुरुवात केली. या कादंबरीमुळे वाचकांत दोन गट पडले. तरुणांचा गट ह.मों.च्या बाजूने आणि म्हाताऱ्यांचा विरुद्ध बाजूने. पुढे हे प्रकरण कोर्टात गेले. साधनाचे विश्वस्त एस. एम. जोशी यांनी १९७३च्या सुमारासकादंबरीच्या बाजूने सुप्रीम कोर्टापर्यंत खटला लढवू असे जाहीर केले. पुढे महाराष्ट्रात 'पुलोद'सरकार आल्यावर त्यांनी 'काळेशार पाणी'वरचा खटला मागे घेतला.

९. दुष्काळी भागासाठी पाणीपुरवठा योजनांना मंजुरी

'पुलोद' शासनाच्या काळात दुष्काळी भागांतील क्षेत्रांसाठी विविध पाणीपुरवठा योजनांना मंजुरी देण्यात आली. यामध्ये माण तालुक्यातील दहिवडी, पालघर तालुका, मुखेड तालुका नांदेड, जाफराबाद तालुका यांच्याबरोबर सांगली व कोल्हापूर जिल्ह्यातील नरसिंगपूर, रेठरे, हातकणंगले, ताकारी, भवानीनगर अशा विविध खेडेगावांसाठी पाणीपुरवठा पाइपलाइन प्रकल्पांना मान्यता दिली;तसेच डहाणू खाडी योजना केंद सरकारच्याअनुदानातून मंजूर केली. याचबरोबर राज्यातील विविध तालुक्यांतील दुष्काळी भागांना त्यांच्या गरजेनुसार प्रकल्प मंजूर केले गेले व याची तत्काळ अंमलबजावणी करण्याच्या सूचनाही शासनातर्फे देण्यात आल्या;तसेच 'पुलोद' शासनामार्फत सहकारी तत्त्वावर पाणीवाटप योजना राबवण्यात आली. या योजनेला चालना मिळण्यासाठी शंकरराव पाटील यांना'संपर्क' मंत्री नेमण्यात आले. ज्यायोगे सहकारी तत्त्वावर पाणीवाटप करणाऱ्या संस्थाना मार्गदर्शन प्राप्त होईल.

१०. ग्रामसेवक प्रशिक्षण केंद्राची स्थापना

जानेवारी १९७४ला ग्रामसेवक प्रशिक्षण केंद्र, पंचायत राज प्रशिक्षण केंद्र, गारगोटी यांची संयुक्त समिती स्थापन केली व या समितीने मे १९७६ला शिफारशी केल्या. या समितीची अंमलबजावणी करण्यासंबंधी 'पुलोद' शासनाच्या काळात म्हणजे १९७८ साली ग्रामीण विकासासंबंधी महाराष्ट्रात ग्रामसेवक प्रशिक्षण केंद्राची स्थापन करण्याचा निर्णय घेतला. (M.L.A. Debates : Thursday, 9th August, 1979, Bombay)

११. 'पुलोद' शासनाच्या विविध मंत्रालयाचे निर्णय

- पोलीस प्रशासनातील वेशभूषाबाबत हाफ-पँटची फुल-पँट करण्याचा महत्त्वपूर्ण निर्णय घेतला. यासारख्या वरवरच्या बदलापासून ते वीकली ऑफला मंजुरी व पोलिसांना संघटनेचे स्वातंत्र्य 'पुलोद'ने दिले.
- राज्य-कर्मचाऱ्यांना पगारवाढ देऊन, केंद्रीय दराने महागाईभत्ता मंजूर केला. पोलीस व सेवानिवृत्तांसाठी घरबांधणी योजना जाहीर करून ६ कोटी रुपयांची रक्कम घोषित केली. सेवानिवृत्तीचे निवृत्तीवेतन व महागाईभत्याचा स्वागतार्ह निर्णयही 'पुलोद'ने घेतला.

- प्राथमिक शिक्षकांना निवृत्तीवेतनसुरू केले.
- शिक्षण, राज्य कर्मचारी, कृषी विद्यापीठ, एस. टी. महामंडळ यातील हजारो हंगामी कामगारांना कायम केले.
- महाराष्ट्र अनुसूचित वस्तू किरकोळ व्यापार परवाना आदेश १९७९ साली लागू केला.
- महाराष्ट्र राज्य कायदेशीर सहायक व सल्ला मंडळाच्या कायदेविषयक परिषदेच्यामूळनियमात वाढ करण्यासंबंधी डिसेंबर १९७९ला निर्णय घेतला.
- महाराष्ट्र शासनाने शासकीय कर्मचाऱ्यास उत्कृष्ट कामाबाबत आगाऊ वेतनवाढ मंजूर केली व त्याची लगेच अंमलबजावणी केली.
- औद्योगिक विकासासंबंधी जमीन संपादन नुकसानभरपाईसंबंधी निर्णय घेतला.
- एकात्मिक पश्चिम घाट विकासासंबंधी ३०८ अंतर्गत क्षेत्र विकासासाठी निर्णय घेतला.
- वर्तमानपत्राच्या स्वातंत्र्यासंबंधी वृत्तपत्रातील तक्रारीचे निर्मूलन करण्यासाठी अवलंबण्याच्या पद्धतीचा मसुदा 'पुलोद' शासनाने तयार केला व त्याची अंमलबजावणीचे परिपत्रक काढले.
- शासकीय आश्रमशाळांना अन्न धान्य व इतर वस्तूंचा पुरवठा सुरळीत व्हावा, यासाठी महाराष्ट्र राज्य सहकारी आदिवासी विकास महामंडळ मर्या. यांच्याकडे ते कार्य सोपवले.
- रोजगार हमी योजनेच्या प्रभावी अंमलबजावणीचा पर्यवेक्षण व पुनर्विलोकन करण्याचा अधिकार विभागीय आयुक्तांना दिला.
- केंद्रशासन पुरस्कृत योजना कमाल शेतजमीन धारण अतिरिक्त वाटप केले, अशानवभूधारकांना अर्थसाह्य देण्याचा निर्णय 'पुलोद' शासनाने घेतला.

१२. 'पुलोद' शासनाच्या काळातील उद्योगपती हल्ल्यासंबंधी शासनाचा निर्णय

प्रसिद्ध उद्योगपती श्री. गोदरेज यांच्यावर झालेल्या खुनी हल्ल्याचा सार्वत्रिक निषेध झाला. मालकवर्गाने एकमुखाने निषेध व्यक्त करणे स्वाभाविकच होते;पण कामगारवर्गाचे नेतेही या निषेधात सामील होते हे विशेष आहे. शासनानेही या घटनेची गंभीर दखल घेतली. गृहराज्यमंत्री श्री. भाई वैद्य यांनी 'मिसा'लागू करण्याची

सूचना केली. हिंसाचाराचा कडक बंदोबस्त व्हायला हवा, अशी मागणी बहुतेक वृत्तपत्रांनीही केली आहे व सर्वसाधारण लोकमतही अशा उपाययोजनेला अनुकूलच आहे. दत्ता सामंतांचा जामिनकीचा अर्ज फेटाळून न्यायालयानेही याबाबत योग्य भूमिका घेतली हेच सिद्ध केले होते. शासन, उद्योगपती, कामगारसंघटना यांनी एकत्र येऊन उपाययोजना केल्या. मजूरमंत्री श्री. सुशीलकुमार शिंदे यांनी स्पष्टच सांगितले, कीसरकारचे परिस्थितीवर लक्ष आहे व सरकार पूर्णतः निःपक्षपाती वृत्तीने आपले कर्तव्य पार पाडत आहे. येत्या काही दिवसांतच दहशतवादाला रोखण्यासाठी सरकार योजित असलेल्या उपाययोजनेचे स्वरूप स्पष्ट होईल;तसेच संभाव्य उपाययोजना हिंसाचार काबूत आणण्यात प्रभावी ठरले. श्री. दत्ता सामंत यांच्या कारवायांबद्दल बोलताना श्री. शिंदे म्हणाले, कीहा प्रश्न दत्ता सामंत या एका व्यक्तीचा नसून, एकूणच हिंसक प्रवृत्तीचा आहे. वास्तविक कोणत्याही प्रकारे कामगार चळवळ दडपली जाऊ नये, म्हणून आम्ही त्याच्यावर दडपण आणत नाही; पण कामगार त्याचा गैरफायदा घेत आहेत. आंतरसंघटना स्पर्धेमुळेच मुख्यतः हिंसाचार वाढीस लागला आहे. शिवाय यापूर्वी केवळ एकाच विशिष्ट संघटनेला प्रोत्साहन देण्याचे धोरण सरकारने राबवले; परंतु आता तसे नाही व त्यामुळे त्या संघटना नाराज आहेत. त्यांच्यातलेच काही हिंसाचाराला खतपाणी घालत असावेत. सरकार कामगारांच्या हिंसक कारवायांवर निर्बंध घालणार याचा अर्थ कामगारांच्या समस्यांकडे शासन दुर्लक्ष करत आहे असा नाही. सरकारने नव्याने नेमलेल्या समितीकडे प्रचलित कामगार कायद्यात बदल सुचवण्याचे काम सोपवण्यात आले आहे. ही समिती मुंबई औद्योगिक संबंध कायदा व अन्य कायद्यात बदल सुचवणार आहे. या बदलामुळे गुप्त मतदान पद्धतीने कामगार संघटनेला मान्यता देण्यासाठी कायदेशीर तरतूद केली जाईल. त्यामुळे दोन संघटनांतील वाढत्या वैमनस्याला काही प्रमाणात आळा बसेल. याच कायद्यातील आणखी एक आवश्यक बदल म्हणजे लवादाच्या वेळकाढू धोरणाबाबत एकदा प्रश्न लवादाकडे सोपवण्यात आल्यानंतर तो सुटण्यासाठी वर्षानुवर्षे कामगारांना वाट पाहावी लागते व या काळातच अस्वस्थ कामगार हिंसेला निमंत्रण देतात. सरकार लवादावर निर्णय देण्यासाठी वेळेचे बंधन घालण्याची तरतूद संकल्पित बदलांमध्ये करणार आहे. याबाबतचे विधेयक विधानसभेच्या आगामी अधिवेशनापुढे येईल.

सुशीलकुमार शिंदे यांनी उद्योगपतींच्या कामगारविरोधी आणि केवळ स्वार्थप्रेरित भूमिकेला कामगारांना असंतोषाला जबाबदार धरले आहे. शिंदे यांनी स्पष्ट केले,

की जिथे आवश्यक असेल तिथे कामगार तंट्यात सरकार जरूर हस्तक्षेप करील. आतापर्यंत अनेक कामगारतंट्यांत सरकारने यशस्वी हस्तक्षेप केला आहे. प्रीमियर प्रकरणातही योग्य वेळी सरकार हस्तक्षेप करील. विडी-कामगारांची असुरक्षितता संपावी, यासाठी शासन कायदेशीर तरतूद करणार आहे,असेही श्री. शिंदे म्हणाले. बाल कामगारांबाबतच्या प्रश्नाला उत्तर देताना शिंदे म्हणाले, की वयाच्या १५व्या वर्षी मी स्वतः बालकामगार म्हणून काम केले आहे. त्यांच्या व्यथा मी जाणतो व त्याबाबत या वर्षी निश्चितपणे उपाययोजना केली जाईल.

१३. वांबोरीचारीच्या योजनेचा प्रश्न (पाथर्डी तालुका)

मे १९६८मध्ये अहमदनगर जिल्ह्यात पाथर्डी तालुका वगळता इतर सर्व तालुक्यात वीज सुरू करण्यात आली होती. वर्षानुवर्षे अनेक योजनांपासून वंचित असलेल्या, विकासकामात मागास राहिलेल्या तालुक्यावर यामुळे अन्याय झालेला होता. यासाठी बबनराव ढाकणे यांनी तालुक्यास तातडीने वीज मिळावी यासाठी आंदोलन, मोर्चे, उपोषण याचा मार्ग स्वीकारून वीज कृती समितीची स्थापना केली होती. पुरोगामी सरकारच्या मंत्रिमंडळात दिनांक २ ऑगस्ट १९७८ रोजी सार्वजनिक बांधकाम राज्यमंत्री म्हणून बबनरावांचा समावेश झाला. बबनराव ढाकणेनी वांबोरीचारीचा प्रश्न सोडवण्याच्या संदर्भात जानेवारी १९७९मध्ये मुख्यमंत्र्याशी चर्चा केली. यातून वांबोरीचारी योजनेस 'पुलोद' शासनाने तत्त्वतः मान्यता दिली. यासाठी 'पुलोद' सरकारने महसूल मंत्री उत्तमराव पाटील यांचे अध्यक्षतेखाली मंत्रिमंडळाची एक उपसमिती नेमली होती. उपसमितीमध्ये सर्वश्री गणपतराव देशमुख, राजारामबापू पाटील, बबनराव ढाकणे, गोविंदराव आदिक, शंकरराव काळे आदींचा समावेश होता. या समितीने व तज्ज्ञ अधिकारी यांनी या योजनेचा संपूर्ण अभ्यास केला. या समितीने अभ्यासपूर्वक या योजनेचा सर्व्हे करून प्लॅन व अंदाजपत्रक तयार केलेआणि मुळा धरणाचे पाणी देता येईल असा निष्कर्ष काढून तसा अहवाल दिनांक ७ फेब्रुवारी १९७८ रोजी सरकारसमोर सादर केला;परंतु १७ फेब्रुवारी १९८०मध्ये 'पुलोद' सरकार बरखास्त झालेने हा अहवाल तसाच पडून राहिला व या भागातील जनतेच्या पदरी पुन्हा एकदा निराशाच पडली.

शरद पवार यांच्या नेतृत्वाखाली जनता पक्ष, शेतकरी कामगार पक्ष, 'पुरोगामी लोकशाही दला'चे शासन स्थापन झाले. 'पुरोगामी लोकशाही दला'चा शासन

स्थापण्याचा प्रयोग महाराष्ट्राच्या राजकारणात नावीन्यपूर्ण होता. यामुळे राज्यात काँग्रेसला प्रथमच सत्तेबाहेर ठेवले होते. या शासन स्थापनेच्या प्रकियेत शरद पवार यांची भूमिका महत्त्वपूर्ण होती. या शासनाने महाराष्ट्राच्या पुढील येणाऱ्या राजकारणाला कलाटणी दिली. या 'पुलोद' शासनाने अनेक महत्त्वपूर्ण निर्णय घेतले. त्यात कापूस एकाधिकार योजना, आदिवासी लोकांचे प्रश्न, रोजगार हमी योजनेच्या दराबाबत निर्णय, दुष्काळी भागासाठी पाणीपुरवठा योजनांना मंजुरी असे अनेक लोककल्याणकारी निर्णय घेतले. या शासनाच्या काळात औरंगाबाद विद्यापीठ नामांतराचा प्रश्न सोडवण्याचा प्रयत्न केला ; पण याचे पडसाद १९८०नंतर महाराष्ट्राच्या राजकारणावर झाले. 'पुलोद' शासन चालवण्याचे सामर्थ्य शरद पवार यांनी पेलले व या काळात त्यांनी जनहितार्थ निर्णय घेतले.

***

प्रकरण ४

'पुलोद'चा महाराष्ट्राच्या राजकारणावरील परिणाम

महाराष्ट्राच्या राजकारणात 'पुरोगामी लोकशाही दला'च्या शासनाचा प्रयोग हा महाराष्ट्राच्या राजकारणाला कलाटणी देणारा होता. या 'पुरोगामी लोकशाही दला'चे नेतृत्त्व शरद पवार यांनी केले असून, शरद पवारांच्या 'पुलोद' प्रयोगाचे राज्यात संमिश्र स्वागत झाले. काँग्रेस पक्षातीलच अनेक नेत्यांनी याला विरोध केला. इतरांनी लोकशाही जिवंत ठेवण्यासाठी उचललेले एक खंबीर पाऊल म्हणून त्याचे स्वागत केले. या 'पुलोद'मध्ये जनता पक्ष, शेतकरी कामगार पक्ष, काँग्रेस पक्ष व काही अपक्ष यांचा समावेश होता. 'पुलोद' शासन चालवण्यासाठी शरद पवारांना तारेवरची कसरत करावी लागली. स्वतःच्या पक्षांतील काही व्यक्ती सोडल्या, तर इतरांना विशेषता विरोधी पक्षातील नेत्यांना सत्ता आणि राज्यकारभार कसा चालवतात हे अजिबात ठाऊक नव्हते. पुढील दीड वर्षे 'पुलोद' शासन यशस्वी करण्याचा शरद पवारांनी प्रयत्न केला व यशस्वी कारभार चालवला. १९८०ला 'पुलोद' शासनाच्या बरखास्तीनंतर 'पुरोगामी लोकशाही दला'च्या अस्तित्त्वाचा प्रश्न निर्माण झाला होता;पण १९८०नंतर त्यांनी काँग्रेस पक्षाच्या विरोधात प्रभावी

विरोधी पक्ष म्हणून आपला प्रभाव निर्माण केला. या 'पुरोगामी लोकशाही दला'चा परिणाम महाराष्ट्राच्या राजकारणावर झाला व अनेक बदल घडले याचा आढावा प्रस्तुत प्रकरणात घेतला आहे.

पहिले बिगर काँग्रेस शासन

महाराष्ट्राच्या राजकारणात आणीबाणीनंतर अनेक बदल झाले. काँग्रेसमध्ये फूट पडली आणि त्याच वेळी १९७८ला महाराष्ट्राच्या विधानसभा निवडणुका झाल्या. त्या वेळी कोणत्याही पक्षाला बहुमत प्राप्त झाले नाही; पण जनता पक्ष हा विधिमंडळातील सर्वांत मोठा पक्ष म्हणून उदयास आला. या वेळी दोन्ही काँग्रेस एकत्र येऊन जनता पक्षाला सत्ता स्थापन करण्यापासून दूर ठेवण्यासाठी संयुक्त सरकार स्थापन केले. या सरकारचे रेड्डी काँग्रेसचे मुख्यमंत्री वसंतदादा पाटील व इंदिरा काँग्रेसचे उपमुख्यमंत्री तिरपुडे हे झाले;पण या संयुक्त सरकारमध्ये तणाव निर्माण होऊ लागले. ज्यात शरद पवार व नाशिकराव तिरपुडे यांच्यात संघर्ष निर्माण झाला. या तणावाला कमी करण्याचा वसंतरावदादांनी प्रयत्न केला; पण तो अयशस्वी झाला. यातून सरकारमध्ये अस्थिरता निर्माण झाली. ज्याचा परिणाम वसंतदादा व तिरपुडे यांचे संयुक्त सरकार १८ जुलै १९७८ रोजी पडले आणि जनता पक्ष व मित्र पक्षांच्या सहकार्याने शरद पवार यांच्या नेतृत्वाखालील महाराष्ट्रातील पहिले गैर काँग्रेस सरकार स्थापन झाले. या गैर काँग्रेस सरकारच्या आघाडीला 'पुरोगामी लोकशाही दल' (पुलोद) असे नाव देण्यात आले. या शासनाला विधानसभेतील १७७ आमदारांचा पाठिंबा होता. त्यामध्ये जनता पक्ष व मित्र पक्षांचे १३३, काँग्रेसचे ३८ व काँग्रेस (आय) ६ आमदारांचा समावेश असलेला दिसतो. या सरकारचे नेतृत्व शरद पवार यांनी केले. महाराष्ट्रात पहिल्यांदाच अनेक वर्षांपासून सत्तेवर असणारा काँग्रेस पक्ष सत्तेच्या बाहेर झाला व विरोधी पक्ष म्हणून भूमिका निभावू लागला.

'पुलोद' आघाडीने मंत्रिमंडळाची रचना करताना सर्व घटक पक्षांना, सर्व विभागांना व विविध समाज घटकांना न्याय देण्याचा प्रयत्न केला होता. 'पुलोद'चे मंत्रिमंडळ हे सुरुवातीस ३४ व विस्तारानंतर एकूण ३५ सदस्यांचे मंत्रिमंडळ होते (जाने. १९७९राजाराम बापू पाटील यांचा समावेश) त्यात १८ कॅबिनेट दर्जाचे, तर १७ राज्यमंत्री होते. मंत्रिमंडळाचे पक्षनिहाय वाटप पाहिले, तर त्यात पुरोगामी लोकशाही काँग्रेसचे १३, जनता पक्षाचे १४, शेकापचे ३, काँग्रेस (आय)मधून

फुटून स्थापन झालेल्या विदर्भ काँग्रेसचे ३ व म.स.काँ.चे एक मंत्री समाविष्ट होते. जनता पक्षाचे जे चौदा मंत्री होते, त्यात पूर्वाश्रमीच्या समाजवादी पक्षाचे चार, जनसंघाचे चार, भा.लो.द.चा एक, संघटना काँग्रेसचा एक व अन्य तीन मंत्री होते. मुंबई विभागाचे चार, मराठवाडा विभागाचे पाच, विदर्भ विभागाचे सात व प. महाराष्ट्र विभागाचे सोळा सदस्य होते. या 'पुलोद' मंत्रिमंडळात मराठा नेतृत्वाला जास्त स्थान मिळाले असल्यामुळे मराठा समाजाचे वर्चस्व दिसून येते. या शिवाय दोन महिलांना देखील मंत्रिमंडळात स्थान मिळाले. याचबरोबर आदिवासी (एक), दलित (दोन), मुस्लिम (एक) असे सर्वसमावेशक मंत्रिमंडळ होते. या मंत्रिमंडळातील गृह, उद्योग व पाटबंधारे ही खाती 'पुलोद'काँग्रेसकडे होती, तर महसूल, रोजगार, सार्वजनिक बांधकाम, नगर विकास, शिक्षण ही खाती जनता पक्षाकडे होती. सहकार, कृषी ही खाती शेकापकडे, तर अर्थखाते म.स.काँग्रेसकडे होते. अशा पद्धतीने खात्यांचे वाटप योग्य पद्धतीने केलेले दिसून येते. या पद्धतीने 'पुरोगामी लोकशाही दला'च्या निर्मितीने महाराष्ट्रात प्रथमच बिगर काँग्रेस सरकार सत्तेवर आले. ज्या महाराष्ट्राच्या स्थापनेनंतर विरोधी पक्षातील सदस्यांना सत्ता चालवण्याचा अनुभव मिळाला. येथूनच महाराष्ट्राच्या राजकारणाची दिशा बदलली असे म्हणावे लागेल.

'समान कार्यक्रम' या संकल्पनेची सुरुवात

'पुरोगामी लोकशाही दला'ची स्थापना झाल्यावर भिन्न विचारधारेचे पक्ष असल्याने शासन चालवण्यासाठी 'समान कार्यक्रम'आखला गेला. आज अनेक पक्षांचे आघाडी सरकार सत्तेवर आल्यानंतर त्यांच्यात 'समान कार्यक्रम'आखून त्याप्रमाणे कार्य करण्याची प्रथा सर्वत्र रुढ झालेली दिसून येते. 'पुलोद'ने असंघटित कष्टकरी व दुर्बल घटकांना न्याय मिळवून देण्यासाठी एक ४० कलमी कार्यक्रम घोषित केला होता. त्यानुसार काही निर्णयही घेण्यात आले. उदा.शेतमजुरांच्या किमान वेतनात वाढ, बंद पडलेली कापूस खरेदी योजना सुरू करण्याचा निर्णय, रोजगार हमी योजनेस प्रोत्साहन, आजारी लघु उद्योगांना विविध सवलती, मुंबई गिरणी कामगारांच्या बोनसच्या, आर्थिकदृष्ट्या दलितेतरांना सवलती देण्याची घोषणा इ. याचबरोबर मराठवाडा विद्यापीठाचा नामांतर ठराव होय. या निर्णयाने सवर्ण-दलितांतील संघर्ष आणि मराठवाड्यातील मराठा नेतृत्वाच्या दबावामुळे नामांतराचा निर्णय 'पुलोद' सरकारला मागे घेणे भाग पडले होते. या नामांतराचा

मुद्दा हिंदुत्ववादी शक्तीच्या वाढीस महत्त्वाचा ठरलेला दिसून येतो. याप्रकारे महाराष्ट्राच्या आघाडीच्या राजकारणात 'समान कार्यक्रम' या संकल्पनेची सूरुवात 'पुलोद' शासनामुळे सुरू झाली. ज्याचे अनुकरण पुढील काळातील येणाऱ्या आघाडी शासनाने घेतलेले दिसून येते.

एकीच्या भावनेचे महत्त्व

भिन्न विचारधारेचे पक्ष ज्या वेळी शासन स्थापन करतात, तेव्हा त्यांच्यात एकीची भावना असावी लागते. ज्या वेळी केंद्रातील जनता पक्षात नेतृत्वावरून अंतर्गत वाद सुरू झाले होते,तेव्हा महाराष्ट्रातील 'पुलोद'चे सरकार मात्र सुरळीत कारभार करीत होते. वसंतदादा पाटील वेळोवेळी 'दगलबाज सरकार पाडावे'असे आवाहन करत होते; पण हे सरकार स्थिर होते, असेच म्हणावे लागेल. या सरकारमधील अंतर्गत ऐक्याबाबतचे एक उदाहरण पाहण्यासारखे आहे. जनता पक्षाच्या सात आमदारांनी उत्तमराव पाटील (जनता विधिमंडळ पक्ष नेते व महसूलमंत्री) यांना उपमुख्यमंत्री पद द्यावे, अशी मागणी केली होती. यावर उत्तमराव पाटलांनी आपली भूमिका स्पष्ट करताना म्हटले, कीमहाराष्ट्रात ज्या एकोप्याने 'पुलोद' मंत्रिमंडळाचे काम चालले आहे, त्यात तणाव निर्माण होऊ नये म्हणून उपमुख्यमंत्री पद भरण्याची आवश्यकता आपल्याला वाटत नाही. 'पुलोद'चाच एक घटक पक्ष असलेल्या शेकापअंतर्गत 'पुलोद'चा पाठिंबा कायम ठेवण्यावरून वाद निर्माण झालेला दिसून येतो. असे असले, तरी हे सरकार विस्कळीत झाले नाही. यामुळे आघाडी शासन चालवताना या पद्धतीने कार्य करावे लागते याचा आदर्श नमुना 'पुरोगामी लोकशाही दला'ने घालून दिला.

महाराष्ट्रात प्रथमच राष्ट्रपती शासन

१९८०च्या लोकसभा निवडणुकीनंतर 'पुलोद' सरकार पाडण्याचा व 'पुलोद'चे आमदार फोडण्याचे प्रयत्न काँग्रेस (इं.) करीत होता. विरोधकांचे 'पुलोद' सरकार महाराष्ट्रात अधिक काळ राहणे काँग्रेसच्या हिताचे नव्हते. 'पुलोद'मधील सर्वच घटक पक्षातील आमदारांचे काँग्रेस (आय)मध्ये पक्षांतर सुरू होते; पण काँग्रेसला आपले सरकार स्थापन करण्यासाठी सुमारे ७० आमदारांची आवश्यकता होती आणि ही जमवाजमव करणे तसे अवघड काम होते; परंतु काँग्रेस पक्षाला सत्तेत संधी मिळाली. इंदिरा गांधींचे नेतृत्व केंद्रात पुन्हा एकदा स्वीकारण्यात आले व

त्या देशाच्या पंतप्रधान झाल्या. याच वेळी इंदिरा गांधींनी भारतातील एकूण ९ घटक राज्यांतील बिगर काँग्रेस सरकारे बरखास्त करण्याचा निर्णय घेतला. त्यात महाराष्ट्रातील 'पुलोद'चे सरकार १८ फेब्रुवारी १९८०ला बरखास्त करून महाराष्ट्रात प्रथमच राष्ट्रपती शासन लावण्यात आले.

१९८०च्या महाराष्ट्रातील विधानसभा निवडणुका व प्रभावी विरोधी पक्षाचा उदय

१९८० सालच्या लोकसभा निवडणुकीनंतर केंद्रात पुन्हा सत्तेवर आलेल्या इंदिरा गांधींनी महाराष्ट्रातील 'पुलोद'चे सरकार फेब्रुवारी १९८० रोजी बरखास्त केले आणि महाराष्ट्रात जून १९८०ला विधानसभा निवडणुका जाहीर झाल्या. या निवडणुकीत काँग्रेसने परत सत्ता मिळवली. या विधानसभा निवडणुकीत काँग्रेस पक्षात तिकीट वाटपावरून प्रथमच खूप मोठ्या प्रमाणात बंडखोरी झाली आणि प्रमुख नेत्यांतील नेतृत्व स्पर्धेतून अंतर्विरोध बाहेर येऊन परिणामी काँग्रेस निष्ठावंत बाहेर आले. काँग्रेस निष्ठावंतांना तिकीटे नाकारून त्यांच्याऐवजी पक्षांतर करणाऱ्यांना तिकिटे दिल्याबद्दल निष्ठावंतांत तीव्र असंतोष निर्माण झाला, तर दुसऱ्या बाजूला वसंतदादा गटातील अनेकांना तिकीट नाकारल्याने त्यांच्या गटातही नाराजी निर्माण झालेली होती. यातून अनेक मतदारसंघांमध्ये बंडखोरी झालेली दिसून येते.

उदा.पश्चिम व दक्षिण महाराष्ट्रात, विशेषतः सांगली, सोलापूर, कोल्हापूर, नगर जिल्ह्यांत वसंतदादांच्या गटाला डावलले; तसेच मराठवाड्यात बाळासाहेब पवार गटांना डावलून बाबूराव काळे यांच्या गटाला उमेदवारी दिल्याने, तर विदर्भात पु. व. डेकाटे यांच्या गटाला डावलल्याने त्या-त्या विभागांत काँग्रेसला बंडखोरीचा सामना करावा लागला होता. यामध्ये इंदिरा गांधींनी प्रामुख्याने मराठा गटाला निवडणुकीत स्थान न देण्याचे धोरण अवलंबले होते. परिणामी, काँग्रेस पक्षाने प्रथमच मराठा समाजास कमी प्रमाणात उमेदवारी दिल्याने ही पक्षात नाराजी पसरली होती. इंदिरा काँग्रेसने २८८पैकी १६ उमेदवार मराठा समाजातील दिले. या तुलनेत काँग्रेस (एस)ने ११० मराठा उमेदवार उभे केले. राज्याच्या राजकारणावरील मराठा समाजाचा प्रभाव कमी करण्यासाठी मुद्दाम तिकिटे नाकारल्याची मराठा नेत्यांची व साखर सम्राटांची भावना निर्माण होऊन असंतोषात भरच पडली होती.

या काँग्रेस अंतर्गत असंतोषाचा फायदा घेण्यात विरोधी पक्ष यशस्वी होऊ शकले नाहीत. जनता पक्ष आणि अर्स काँग्रेस यांच्यात आघाडीसाठी प्रयत्न

झाले; परंतु त्यांच्यात अंतिमतः जागावाटप होऊ शकले नाही. राज्य पातळीवर अनेक जिल्ह्यांत स्थानिक पातळीवर जनता पक्ष व अर्स काँग्रेसमध्ये बोलणी सुरु होती; पण त्यास अपयश आले. मात्र, त्यांच्यात काही मतदारसंघांत जनता पक्ष आणि अर्स काँग्रेसमध्ये समझोता झाला (महाराष्ट्र टाइम्स ३ मे १९८०) काँग्रेस (एस)ची बोलणी फिस्कटली असली, तरी जनता पक्ष, शेकाप, माकप, भाकप, रिपब्लिकनपक्ष (कांबळेगट)या पाच पक्षांत निवडणूक समझोता झाला होता. (महाराष्ट्र टाइम्स १ मे १९८०) काँग्रेस (एस), रिपब्लिकन (गवई गट, खोब्रागडे गट, दलित पँथर्स, गाडे गट) पक्षांसाठी काही जागा सोडल्या होत्या. (महाराष्ट्र टाइम्स १ मे १९८०) या विधानसभा निवडणुकीत भाजपने स्वतंत्र लढण्याचा निर्णय घेतला. अशा या विधानसभा निवडणुकीचे संख्यात्मक विश्लेषण पुढीलप्रमाणे.

तक्ता क्रमांक ५.१
महाराष्ट्र विधानसभा निवडणुकीतील राजकीय पक्षांची निवडणूक कामगिरी (१९८०)

अनु.	राजकीय पक्षाचे नाव	लढवलेल्या जागा	जिंकलेल्या जागा	मतांची टक्केवारी
१	भारतीय राष्ट्रीय काँग्रेस(आय)	२८६	१८६	४४.५०
२	समाजवादी काँग्रेस (एस)	१९२	४७	२०.४९
३	जनता पक्ष (पी.जे)	१११	१७	८.६१
४	शेतकरी कामगार पक्ष	४१	९	४.१४
५	भाजप	१४५	०१४	९.३८
६	भा.क.प	१७	२	१.३१
७	मा.क.प	१०	२	००.९३
८	रिपाई (खो)	४२	१	१.३६
९	अन्य पक्ष	८१	०	१.२५

१०	अपक्ष	६१२	१०	८.०३
		१५३७	२८८	१००.००

Statistical Report on General Election on Maharashtra Legislative Assembly-1980, Election Commission of India, New Delhi, 1980, P. N.11

आलेख क्रमांक ५.१

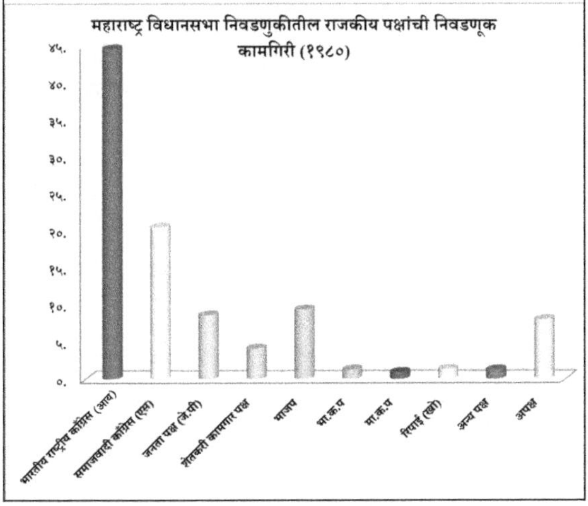

उपरोक्त तक्ता क्रमांक ५.१ व आलेख क्रमांक ३.१नुसार महाराष्ट्रात १९८० साली विधानसभा निवडणुका झाल्या. त्याचा संख्यात्मक तक्त्यानुसार या निवडणुकीत भारतीय राष्ट्रीय काँग्रेस (आय) पक्षाला १८६ जागा प्राप्त झाल्या असून, त्यांना विधानसभेत पूर्ण बहुमत मिळाले आहे; तसेच शरद पवार यांचे नेतृत्व महाराष्ट्रात असणारे समाजवादी काँग्रेस (एस)या पक्षाने ४७ जागा प्राप्त केल्या, तर जनता पक्षाने १७ जागा मिळवल्या. या निवडणुकीत भाजपला १४ जागा प्राप्त झाल्या असून, भाकप, माकप यांना प्रत्येकी २ जागा प्राप्त झाल्या. या विधानसभा निवडणुकीत १५३७ सदस्य निवडणुकीत उभे राहिले होते.

अशा प्रकारे १९८०च्या विधानसभा निवडणुकीत काँग्रेसला १८६ जागांवर स्पष्ट बहुमत मिळाले,तर समाजवादी काँग्रेस (एस) यांना ४७ जागा मिळाल्या. या विधानसभा निवडणुकीनंतर मुख्यमंत्री स्पर्धेत अंतुले यांनी बाजी मारली, तर मुख्यमंत्रिपदासाठी इच्छुक असलेल्या शंकरराव चव्हाण, यशवंतराव मोहिते, वसंतदादा पाटील आदींना लोकसभेत खासदार म्हणून पाठवले. इंदिरा गांधींचा

महाराष्ट्रातील मराठा नेतृत्वाला बाजूला ठेवण्याचा कटाक्ष होता. शरद पवार यांनी त्यावर मात केली. इंदिरा गांधींचे नेतृत्व झुगारून देण्याचा मार्ग १९७८ ते १९८५ या काळात स्वीकारला. या प्रयत्नातच मराठा नेतृत्त्वात फूट पाडून इंदिरानिष्ठ, वसंतदादांचे अनुयायी व पवारांचे अनुयायी असे तीन गट पडले.

१९८०च्या विधानसभा निवडणुका भारतीय जनता पक्षाने स्वसामर्थ्यावर लढवण्याचा निर्णय घेतला. भाजपने १४५पैकी १४ उमेदवार निवडून आणले आणि मतांची टक्केवारी ९%च्या पुढे गेली. त्यामुळे महाराष्ट्रात भाजपची पाळेमुळे रोवण्यास व कार्यकर्ते तयार होण्यास झाली. या निवडणुकीच्या माध्यमातून विरोधी पक्षाचे सामर्थ्यवाढलेले दिसते.

१९८० काँग्रेस पक्षाचे महाराष्ट्रात अस्थिर सरकार : सुरुवात

महाराष्ट्रातील विधानसभा निवडणुकीनंतर काँग्रेसला पूर्ण बहुमत प्राप्त झाले व इंदिरा गांधी यांनी अब्दुल रहेमान अंतुले यांची मुख्यमंत्री पदावर नियुक्ती केली. ९ जून १९८०ला अंतुले यांनी महाराष्ट्राच्या नवीन मंत्रिमंडळाचा शपथविधी झाला. अंतुले हे मुख्यमंत्री पदावर पक्त दोनच वर्षे राहिले; कारण त्यांच्यावर सिमेंट घोटाळाचे आरोप झाले. त्यांच्या या प्रकरणावर न्यायालयाने ताशेरे ओढले. यामुळे त्यांना या पदावरून राजीनामा द्यावा लागला. यानंतर बाबासाहेब भोसले यांची मुख्यमंत्रिपदी वर्णी लागली. २१ जानेवारी १९८२मध्ये त्यांनी मुख्यमंत्रिपदाची शपथ घेतली; पण बाबासाहेब भोसले यांच्याविषयी समाजात व राजकारणात असमंजसपणा निर्माण झाला. त्यातून इंदिरा गांधी यांनी १ फेब्रुवारी १९८३ रोजी त्यांना पदच्युत केले व अवघ्या १३ महिन्यांचे मुख्यमंत्री म्हणून त्यांनी कारकीर्द केली. त्यांच्यानंतर २ फेब्रुवारी १९८३ रोजी वसंतदादा पाटील यांची वर्णी मुख्यमंत्रिपदी लागली. वसंतदादा पाटील तिसऱ्यांदा मुख्यमंत्री झाले. त्यांनी त्यांचा कार्यकाळ १९८५पर्यंत संभाळला. अशा पद्धतीने महाराष्ट्रात काँग्रेसला पूर्ण बहुमत असले, तरी राज्यात शासनामध्ये अस्थिरता दिसून आली.

'पुलोद'ची प्रभावी विरोधी पक्ष म्हणून भूमिका

महाराष्ट्राच्या राजकारणाचा १९८० ते १९८५ या कालखंडात विरोधी पक्ष म्हणून 'पुरोगामी लोकशाही दला'ने आपले कार्य केले असून, जनतेच्या प्रश्नांना न्याय देण्याचे कार्य केले आहे. या कलावधीत शरद पवार यांनी मुख्य काँग्रेस पक्षापासून

वेगळे राहून आणि काँग्रेसविरोधी पक्षांचे नेतृत्व स्वतःकडे घेऊन महाराष्ट्राच्या राजकारणावर प्रभाव पाडण्याचा प्रयत्न केलेला दिसून येतो. १९८० साली इंदिरा गांधी पुन्हा पंतप्रधान झाल्यानंतर यशवंतराव चव्हाण आणि वसंतदादा पाटील यांच्यासह अनेक नेत्यांनी काँग्रेसमध्ये प्रवेश करून त्यांच्याशी जुळवून घेतले; पण पवारांनी इंदिराविरोधाचे राजकारण सुरू ठेवल्याचे दिसते. 'पुलोद' सरकार बरखास्त झाल्यानंतर महाराष्ट्र विधानसभा निवडणुकांनंतर अर्स कांग्रेस प्रमुख विरोधी पक्ष म्हणून पुढे आला; पण या पक्षाला सुरुवातीपासूनच फुटीचे ग्रहण लागल्याचे दिसते. काँग्रेस (अर्स)चे काँग्रेस पक्षामध्ये विलीनीकरण करण्याच्या मुद्द्यावरून अर्सचे बहुसंख्य आमदार प्रमुख कार्यकर्ते अनुकूल होते. विलीनीकरणाच्या प्रश्नांवरून डिसेंबर १९८०मध्ये प्रथम पाच आमदारांनी अर्सचा राजीनामा देऊन इंदिरा काँग्रेसमध्ये प्रवेश केला होता. त्यानंतर अनेक जिल्ह्यांतील प्रमुख नेते आणि कार्यकर्ते काँग्रेस (आय)मध्ये जात होते. यशवंतराव चव्हाण, शंकरराव चव्हाण यांच्यासह सर्व प्रमुख नेते विलीनीकरणाच्या बाजूने, तर पवारांनी विरोधी भूमिका घेतल्याने पक्ष दुभंगण्याची शक्यता दिसू लागताच पवारांनी या प्रश्नांवर विचार करण्याची भूमिका घेतली होती आणि शरद पवारही काँग्रेस (आय) मध्ये प्रवेश करणार, अशा बातम्या येऊ लागल्या होत्या; परंतु काँग्रेस पक्षामध्ये यामुळे अस्थिरता निर्माण झाली होती. काँग्रेसश्रेष्ठी यशवंतराव आणि शंकरराव यांच्या काँग्रेस प्रवेशास अनुकूल होते; पण शरद पवारांच्या काँग्रेस प्रवेशाबाबत मात्र अनुकूल नव्हते. पवारांच्या काँग्रेस प्रवेशास काँग्रेसश्रेष्ठींनी तीव्र विरोध केला. काँग्रेसमध्ये अगोदरच नेतृत्व स्पर्धा तीव्र झाली असताना पवारांना काँग्रेस प्रवेश देऊन सत्तेत वाटेकरी निर्माण करण्यात काँग्रेसजन अनुकूल असणे शक्य नव्हते आणि अशा परिस्थितीत आपण काँग्रेसमध्ये गेल्यास आपले स्थान काय असेल, याचा विचार करून शरद पवारांनी त्या वेळी काँग्रेस प्रवेश केला नसावा.

ज्या वेळी काँग्रेस (अर्स)मधील २६ आमदारांनी काँग्रेस (आय)मध्येप्रवेश केला, तेव्हा काँग्रेस (अर्स)ला मोठी गळती लागली. त्यामुळे विधानसभेमधील सदस्यसंख्या ४७वरून १६वर आली व काँग्रेसची सदस्यसंख्या २२९ झाली होती. या पक्षांतरानंतर अर्स काँग्रेसचे नामकरण 'समाजवादी काँग्रेस' असे करण्यात आले. अधिकृत विरोधी पक्ष म्हणून मान्यता सुरू राहण्यासाठी २९ सदस्यसंख्या आवश्यक होती. त्या वेळी पवारांनी विधानसभेत शेवटचा आमदार राहिलो, तरी काँग्रेस (इंदिरा)मध्ये न जाण्याचा आणि काँग्रेसला पर्यायी पक्ष म्हणून उभे

राहण्याचा निर्णय घेतला होता.

अशा परिस्थितीत शरद पवारांनी इतर पक्षांशी जुळवून घेण्याची भूमिका स्वीकारलेली दिसून येते. जनता पक्ष, शेकापआणि काँग्रेस (एस)यांची आघाडी स्थापण्याची तयारी पवारांनी दर्शवली होती; परंतु काँग्रेस (एस)व जनता पक्षाची सदस्यसंख्या जवळपास सारखीच असल्याने जनता पक्षाने विरोधी पक्ष नेतेपद पवारांना देण्यास विरोध करून दोन्ही पक्षांना विरोधी पक्ष नेतेपद आळीपाळीने वाटून घेण्याची भूमिका घेतली. जनता पक्षाच्या या भूमिकेस पवारांनी सुरुवातीस विरोध दर्शवला; परंतु शेवटी पवारांनी जनता पक्षाची भूमिका मान्य केली आणि जनता पक्षाचे बबनराव ढाकणे विरोधी पक्ष नेते झाले. शेकाप, रिपब्लिकन (खो) आणि दोन अपक्षांनी त्यांना पाठिंबा दिला. काँग्रेस (अर्स)च्या आमदारांनी काँग्रेस (आय)मध्ये प्रवेश केल्यामुळे विरोधी पक्षांची पोकळी तयार झाली. काँग्रेससह सर्व विरोधी पक्ष एक होऊन लोकशाही समाजवादी आघाडी संघटित केली व विरोधी पक्ष नेतेपद एक एक वर्षासाठी विभागून घेतले. या विरोधी पक्षाचे ऐक्य व सहकार्य राज्यसभा व विधान परिषदेवर निवडून देण्याच्या जागांसंबंधी भाजप व समाजवादी काँग्रेस यांनी परस्पर सहकार्याचा निर्णय घेतला आणि त्यानुसार राज्यसभेसाठी काँग्रेस (एस)चे सुरेश कलमाडी यांना भाजपने पाठिंबा दिला होता. शिवाय ठाणे लोकसभा मतदारसंघातील पोटनिवडणुकीच्या वेळेस ती जागा भाजपची असून, जनता पक्षाने तेथून माघार घ्यावी, अशी भूमिका पवारांनी घेतलेली दिसून येते. तिथे भाजपचा उमेदवार निवडून आला. या पार्श्वभूमीवर भविष्यात भाजप आणि काँग्रेस (एस)यांच्यातील सहकार्य वाढलेले असेल, असे पवार म्हणाले होते. अशा या विरोधी पक्षाच्या ऐक्यामुळे महाराष्ट्रात मजबूत विरोधी पक्ष निर्माण झाला. त्यांचे विधिमंडळातील व विधिमंडळा बाहेरील कार्य पुढीलप्रमाणे.

विधिमंडळातील कार्य (१९८०-१९८४)

महाराष्ट्र विधानसभा निवडणुकीनंतर महाराष्ट्रातील विधिमंडळात 'पुलोद' पुन्हा संघटित करून प्रबळ विरोधी पक्ष निर्माण केला. ज्याने विधानसभेतील विरोधी पक्ष पद हे प्रत्येक वर्षी सहभागी पक्षांना देण्यात आले. सुरुवातीला काँग्रेस (अर्स)चे श्री. शरद पवार यांची विधानसभेचे विरोधी पक्षनेते म्हणून दिनांक ३ सप्टेंबर, १९८० रोजी निवड झाली. विरोधी पक्ष म्हणून निवड झाल्यानंतर त्यांनी शरद पवार यांनी सरकार व मुख्यमंत्री यांच्यावर टीका केली. त्यांनी इंदिरा प्रतिभा प्रतिष्ठान आणि

अन्य विश्वस्त निधीसाठी देणग्या गोळा करण्यासाठी मुख्यमंत्र्यांनी सत्तेचा दुरुपयोग केला. सत्तेचा वापर स्वार्थासाठी केलेला दिसून येत आहे. सेवाभावी वृत्तीच्या ज्या संस्था आहेत. त्या सेवाभावी वृत्तीच्या संस्थांच्या संदर्भात आपल्या राज्याच्या काही परंपरा आहेत. या ठिकाणी मा. मुख्यमंत्री महोदयांनी स्थापन केलेला ट्रस्ट राज्य सरकारचा नाही. असा आरोप करून मुख्यमंत्री सत्तेचा दुरुपयोग करत असून, मन मानेल तसा कारभार करीत आहेत; तसेच त्यांनी सेवाभावी संस्थांचे नियम धाब्यावर बसवले. हा ट्रस्ट राज्य सरकारचा आहे, असे चित्र निर्माण करून सर्वसामान्य लोकांना व शेतकरी वर्गाला लुबाडले आहे. महाराष्ट्रामध्ये सहकार चळवळीला चीटिंग करण्याचा प्रयत्न केला आहे. त्या ट्रस्टवर शेतकऱ्याचा अधिकार नाही. स्वतः मुख्यमंत्री अध्यक्ष आहेत. ऊस बागायतदाराला टनामागे कपात करून लुटले आहे,असा स्पष्ट आरोप शरद पवार यांनी विधानसभेत केला; तसेच विरोधी पक्ष नेते शरद पवार यांनी सिमेंट संबंधात जो व्यवहार झाला, त्याची कमिशन नेमून चौकशी करावी, अशी मागणी विधानसभेत केली. शरद पवार यांनी इंदिरा प्रतिभा प्रतिष्ठान व सिमेंट व्यवहारामध्ये मुख्यमंत्री गुंतलेले आहेत. त्यांनी मोठ्या प्रमाणात शेतकरी वर्गाला व सहकार चळवळीला चिरडण्याचा प्रयत्न केला आहे असा आरोप केला.

बिल्डर्सना सिमेंट देण्याबाबत; तसेच सहकारी साखर कारखान्यांतून इंदिरा प्रतिभा प्रतिष्ठानसाठी देणग्या घेण्याबाबत मा. ज्ञा. ना. पाटील यांनी विधान परिषदेत कलम ९२३ अन्वये निकडीच्या प्रस्तावावर चर्चा केली. त्यांनी विधानपरिषदेत स्पष्ट केले, कीया राज्यातील सहकारी साखर कारखान्यांकडून प्रत्येक गळीत झालेल्या हंगामामागे जे पैसे वसूल करण्यात आले ते वसूल करण्याचा कोणताही अधिकार ट्रस्टच्या पदाधिकाऱ्यांना नाही. या ट्रस्टचे पदाधिकारी मुख्यमंत्री आहेत. मुख्यमंत्री या नात्याने त्यांनी आपल्या पदाचा दुरुपयोग केला आहे, असे स्पष्ट केले. खेड्यातील जो शेवटचा माणूस आहे, जो शेतामध्ये काम करतो. त्या शेतकऱ्याचा पैसा त्याला न विचारता अशा तऱ्हेने परस्पर कापून घेण्याचा आगाऊपणा केला आहे. या ट्रस्टचा आणि शासनाचा काही संबंध नाही.

बॅ. अंतुले यांनी व्यक्तिगतरीत्या, एक नागरिक या नात्याने काढलेला ट्रस्ट आहे आणि ते त्या ट्रस्टचे अध्यक्ष आहेत, मुख्यमंत्री या नात्याने ट्रस्टवर नाहीत. हा सर्व गंभीर प्रकार आहे. लोकशाहीच्या मूळ संकल्पनेवर घाला घालणारी अशी बाब आहे. यावरून असे दिसून येते, कीबॅ. अंतुले यांनी मुख्यमंत्री या पदाचा

दुरुपयोग केला. त्यांनी जनतेची व शेतकरी वर्गाची व सहकार चळवळीची दिशाभूल केली आहे. विधानसभेमध्ये हे प्रकरण विरोधी पक्षाने लावून धरले. त्यातच अंतुल्यांची कारकीर्द दोन वर्षांपेक्षा कमी कालावधीची होती; पण उघड भ्रष्टाचार व वशिलेबाजी, शासकीय पैशाची आपल्या अनुयायांना खैरात या प्रकारांना ऊत आला. सिमेंटचा तुटवडा असल्याने त्यावर सरकारचे नियंत्रण होते. अंतुल्यांनी सिमेंट वाटपाची नामी शक्कल काढली. बांधकाम करणाऱ्या कंत्राटदारांना अंतुल्यांनी निर्माण केलेल्या अनेक न्यासांना देणगी द्यावयाची व त्या बदल्यात सिमेंट 'कोटा'मिळवायचा. यावर मुंबई हायकोर्टाने दिलेल्या निर्णयात सिमेंट व देणगी यातील संबंधावर ताशेरे ओढले होते. त्यामुळे मुख्यमंत्रीपद बॅ. अंतुले यांना सोडावे लागले. अंतुले यांची कारकीर्द वादग्रस्त ठरली. विरोधी पक्षाने लावलेल्या आरोपाला मुख्यमंत्री बॅ. अंतुले यांच्या राजीनाम्याने बळ मिळाले.

काँग्रेस (अर्स) विधानसभेमधील सदस्यसंख्या ४७वरून १६वर आली. अशा वेळी शरद पवारांचे विरोधी पक्षनेतेपद धोक्यात आले. त्या वेळी परिस्थिती पाहून पवारांनी इतर पक्षांशी जुळवून घेण्याची भूमिका स्वीकारलेली दिसून येते; पण जनता पक्षाने विरोधी पक्ष नेतेपद पवारांना देण्यास विरोध करून दोन्ही पक्षांना विरोधी पक्ष नेतेपद आळीपाळीने वाटून घेण्याची भूमिका घेतली. यानुसार लोकशाही समाजवादी आघाडीचे बबनराव ढाकणे यांची विधानसभेचे विरोधी पक्ष नेते म्हणून दिनांक १७ डिसेंबर, १९८१ रोजी निवड झाली.

राज्यपालांच्या अभिभाषणावर चर्चा करत असताना विधानसभेचे विरोधी पक्षनेते बबनराव ढाकणे यांनी स्पष्ट केले, कीसरकारचा २० कलमी कार्यक्रम जो आहे, तो राज्यातील ग्रामीण भागाचा विकास, राज्यातील गरीब माणसाला शक्ती देणे; तसेच दुर्बल माणसाला सबल करणे हा कार्यक्रम राबवण्यात सरकार अपयशी ठरले आहे. हे सरकार महाराष्ट्रातील शेतकऱ्यांच्या डोळ्यामध्ये धूळफेक करीत आहे. सिंचन व्यवस्थेमध्ये आर्थिक तरतूद केली पाहिजे. जिराईत भागासाठी, दुष्काळी भागासाठी शेतकऱ्यांना अधिक संरक्षण दिले पाहिजे. शेतकऱ्यांना वीज उपलब्ध करून दिली पाहिजे. बेरोजगारांना संधी दिल्या पाहिजेत. प्रकल्पग्रस्तांचे प्रश्न सोडवले पाहिजेत. सीमा प्रश्नासंबंधी मराठी बांधवांना महाराष्ट्रात आणण्यासाठी आपली कुवत, ताकद, बुद्धी पणाला लावा, त्यासाठी आम्ही तुमच्या पाठीशी उभे राहू,असे विधानसभेत बबनराव ढाकणे विरोधी पक्षनेते यांनी स्पष्ट केलेले दिसून येते. कुटुंब नियोजनाच्या कार्यक्रमाबाबत बोलावयाचे झाले, तर हा एक राष्ट्रीय

कार्यक्रम आहे. विरोधी पक्षांकडून त्यास सहकार्य मिळणार आहे, असे बबनराव ढाकणे यांनी स्पष्ट केले. यानंतर लोकशाही समाजवादी आघाडीचे श्री. दि. बा. पाटील यांची विधानसभेत विरोधी पक्षनेते म्हणून दिनांक २४ डिसेंबर, १९८२ रोजी निवड झाली.

बॅ. अब्दुल रहमान अंतुले (९ जून १९८० ते १२ जानेवारी १९८२) नंतर मुख्यमंत्रिपदावर बॅ. बाबासाहेब भोसले यांची निवड झाली. (२० जानेवारी १९८२ ते फेब्रुवारी १९८३) प्रचंड बहुमत पाठीशी असूनही त्यांच्या कादकिर्दीत शासनाला स्थैर्य लाभू शकले नाही. काँग्रेसअंतर्गत गटबाजीमुळे शासन दुर्बल झाले. कोणतेही शासकीय धोरण निश्चित नसून, त्यांची अंमलबजावणी करण्यास मुख्यमंत्री बॅ. बाबासाहेब भोसले यांच्या सरकारला अपयश आले. काँग्रेसअंतर्गत गटबाजी व डाव्या पक्षांकडून सरकारच्या राजीनाम्याच्या मागणीचे आंदोलन यांचा संकलित परिणाम म्हणून २ फेब्रुवारी १९८३ रोजी भोसले यांच्या जागी वसंतदादा पाटील यांची राज्याच्या मुख्यमंत्रिपदावर निवड झाली. या वेळी सत्तालोलुप गटाच्या गोतावळ्यात अडकलेले काँग्रेस सरकार वसंतदादांच्या काळातही स्थिर व कार्यक्षम शासन देऊ शकणार नाही, म्हणून हे मंत्रिमंडळ बरखास्त करण्याची व ताबडतोब मध्यावधी निवडणुका घ्याव्यात, अशी मागणी सर्व विरोधी पक्षांनी केली.

१९८०च्या विधानसभा निवडणुकीत काँग्रेसला स्पष्ट बहुमत मिळाले, तरी स्थिर प्रशासन काँग्रेस अंतर्गत गटबाजीमुळे देऊ शकले नाही. गटबाजीमुळे तीन वेळा महाराष्ट्राचे मुख्यमंत्री पहिल्या तीन वर्षांत बदलले. त्याचा परिणाम म्हणून सर्व विरोधकांनी हे सरकार बरखास्त करावे व ताबडतोब निवडणुका घ्याव्यात, अशा मागणीचा जोर लावला. तिन्ही मुख्यमंत्री बॅ. ए. आर. अंतुले, बॅ. बाबासाहेब भोसले व श्री. वसंतदादा पाटील स्थिर, कार्यक्षम, प्रशासन देऊ शकले नाहीत. राज्यातील एकवीस जिल्ह्यांत निर्माण झालेल्या दुष्काळी परिस्थितीबाबत प्रस्ताव मांडून विधानसभेचे विरोधी पक्ष नेते दि. बा. पाटील यांनी सरकारच्या धोरणांवर टीका केली. महाराष्ट्र सरकारने दुष्काळाकडे गांभीर्याने पाहिले नाही. ग्रामीण भागातील जनता दुष्काळाने होरपळून निघत असताना काँग्रेस नेते सत्तास्पर्धेत मश्गूल होते. मुख्यमंत्रिपदासाठी त्यांची स्पर्धा चालू होती. सत्तास्पर्धेत कोण पुढे जातो हे पाहत असताना दुष्काळाने जनता संकटात सापडली होती. त्यांच्याशी काँग्रेस पक्षाला लोकांचे काही देणे-घेणे नाही, असे जाणवत होते. काँग्रेस नेते मुख्यमंत्रिपदाच्या खुर्चीत बसण्यात मश्गूल होते, असे स्पष्ट केले,असे विरोधी

पक्षनेते दि. बा. पाटील यांच्या म्हणण्यानुसार दिसून येते.

दि. बा. पाटील यांनी विधानसभेत स्पष्ट केले, की, आम्ही विरोधी पक्षाने या ज्या सोयी सवलती मिळवल्या, त्या लढा देऊन मिळवल्या आहेत. त्यासाठी लाठ्या खाल्ल्या आहेत, अश्रुधूर सोसलेला आहे. गोळीबारात बलिदान दिलेले आहे. इस्लामपूर या ठिकाणी गोळीबार झालेला आहे. तेथे शेतमजुरांचे ४ बळी पडलेले आहेत. तेव्हा ज्या सोयी आणि सवलती मिळवल्या, त्यासाठी शेतमजुरांचे, कामगारांचे रक्त सांडलेले आहे. ज्या काही जनतेला सुविधा भेटल्या, त्यासाठी लाठीमार, अश्रुधूर सोसावा लागला. विरोधी पक्षाने आंदोलने केल्यामुळे सरकार त्यांच्या मागण्या मंजूर करीत होते, असे दि. बा. पाटलांच्या म्हणण्यानुसार दिसून येते.

'पुरोगामी लोकशाही दला'चेदत्ता मेघे यांची विधानपरिषदेचे विरोधी पक्षनेते म्हणून दिनांक ७ सप्टेंबर १९८२ रोजी निवड झाली; तसेच समाजवादी काँग्रेस पक्षाचे शरद पवार यांची विधानसभेचे विरोधी पक्षनेते म्हणून दिनांक १५ डिसेंबर १९८३ रोजी निवड झाली. या वेळी रायगड जिल्ह्यातील उरण परिसरात शेतकऱ्यांच्या आंदोलनातील सत्याग्रहींवर पोलिसांनी केलेल्या गोळीबारात ५ जणांचे झालेले मृत्यू यावर मांडलेल्या स्थगन प्रस्तावावर बोलताना दि. बा. पाटील यांनी विधानसभेत स्पष्ट केले, की रायगड जिल्ह्यातील उरण परिसरात नाव्हा-शेव्हा प्रकल्पासाठी संपादन करण्यात येत असलेल्या जमिनीला योग्य भाव मिळावा, या मागणीसाठी तेथील शेतकऱ्यांवर शांततापूर्वक सुरू असलेल्या आंदोलनातील एस. आर. पी. पोलिसांनी बेछूट व अमानुष गोळीबार केला व ५ जणांचे बळी घेतले. त्यांचे संसार उद्ध्वस्त झाले आहेत. इतरही लोक गंभीर जखमी झाले आहेत. शेतकऱ्यांचे आंदोलन चिरडून टाकण्यासाठी बळाचा वापर केला. सरकार हुकूमशाही पद्धतीने वागले. उरण परिसरात लोकशाहीला काळिमा फासणारे कृत्य झाले. त्यामुळे दि. बा. पाटील यांनी विधानसभेत गोळीबाराचा निषेध केला व सरकारला धारेवर धरले. या स्थगन प्रस्तावाला विधानसभा विरोधी पक्ष नेते शरद पवार यांनी पाठिंबा दिला व सरकारने लोकांना वेठीस धरून गोळीबार केला. उरण परिसरास सरकारने लष्करी छावणीचे स्वरूप आणले होते. शेतकऱ्यांना धमकावण्याचा प्रयत्न या सरकारने केला. गावातील माणसे गावाबाहेर व घराबाहेर पडणार नाहीत, याची जोरदार खबरदारी या सरकारने घेतली. जी माणसे सकाळी बाहेर पडली, त्यांना पोलिसांनी मारले. विरोधी पक्षांच्या लोकांना तेथे जाण्यापासून

रोखण्याचा प्रयत्न केला. मोहन धारिया, गणपतराव देशमुख यांनी संघर्ष केला व त्यांना उरण परिसरात एका तासाने प्रवेश दिला. या नागरीकरणामुळे तेथील सगळ्या व्यवस्थेवर, मानवी समाजावर त्यांच्या संस्कृतीवर फार मोठ्या प्रमाणावर एक प्रकारचा हल्ला होत आहे. त्यातून स्थानिक माणसे वाचवण्यासाठी आपल्याला काही तरी विचारपूर्वक पावले टाकावी लागतील. त्यांच्या पुनर्वसनाच्या संबंधात आपल्याला अतिशय खबरदारी घ्यावी लागेल,तसे झाले नाही तर फार मोठ्या प्रश्नांना तोंड द्यावे लागेल.

शरद पवार यांनी विधानसभेत स्पष्ट केले, कीसरकार व त्यांचे अधिकारी यांनी शेतकरी व शेतमजुराला पोलिसांनी दिलेल्या वागणुकीचा विचार केला पाहिजे; तसेच लोकप्रतिनिधींनी दिलेल्या वागणुकीचा विचार सरकारने केला पाहिजे. राज्यात चांगले वातावरण निर्माण करण्याचा प्रयत्न केला पाहिजे. दि. बा. पाटील यांनी विधानसभेत सांगितले, कीआम्ही खूप सोसले.आता प्रकल्पग्रस्तांच्या प्रश्नाने उचल घेतली आहे. एक उरण नव्हे, ५० उरण झाल्याशिवाय राहणार नाहीत. या ठिकाणी पाच बळी पडले, त्या ठिकाणी ५० बळी पडले, तरी आम्ही स्वस्थ बसणार नाहीत. असा गर्भित इशारा सरकारला दि. बा. पाटील यांनी दिलाव सरकारच्या धोरणाचा निषेध नोंदवला. सरकारकडे माणुसकी नाही, असे स्पष्ट केले. विरोधकांनी मांडलेला स्थगन प्रस्ताव मतास टाकल्यानंतर तो असंमत झाला. 'पुरोगामी लोकशाही आघाडी'चे दे. मा. कराळे यांची विधान परिषदेचे विरोधी पक्षनेते म्हणून दिनांक १७ नोव्हेंबर, १९८४ रोजी निवड झाली.

अशा पद्धतीने महाराष्ट्राच्या विधिनासभेत प्रबळ विरोधी पक्ष म्हणून 'पुलोद'ने कार्य केलेले दिसते. प्रबळ विरोधी पक्ष असल्यामुळे पूर्ण बहुमत काँग्रेस पक्षाला विधिमंडळात असूनसुद्धा स्थिर सरकार देता आलेले नाही.

विधिमंडळाच्या बाहेरील कार्य (१९८०-१९८४)

१९८०नंतर विधिमंडळाप्रमाणेच विधिमंडळाबाहेर प्रबळ विरोधी पक्ष म्हणून 'पुलोद'ने आपली भूमिका पार पाडली. भाजपशी सहकार्य वाढत असतानाच आगामी निवडणुकीत काँग्रेस (आय)समोर बळकट पर्यायी शक्ती उभी करण्याच्या विचारार्थ शरद पवार, जॉर्ज फर्नांडिस आणि बाळासाहेब ठाकरे एकत्र आलेले होते. औद्योगिक क्षेत्रात गुंडगिरी करणाऱ्या शिवसेनेसारख्या संघटनांना सरकारने आळा घालावा, अशी भूमिका घेणारे पवार म्हणजेच या कालखंडात

काँग्रेसविरोधी असलेला कोणताही पक्ष त्यांच्यासाठी अस्पृश्य नव्हता. इतर विरोधी पक्षांशी सहकार्य वाढवत असताना शरद पवार यांनी लोकांच्या प्रश्नावर महाराष्ट्रभर 'शेतकरी दिंडी'काढण्यात आली. त्यात सहभागी झालेल्या शेतकरी संघटनेच्या हजारो कार्यकर्त्यांसह काँग्रेस(स)चे यशवंतराव चव्हाण, शरद पवार, जनता पक्षाचे एस. एम. जोशी, जॉर्ज फर्नांडिस, राजाराम बापू पाटील, शेकापचे एन. डी. पाटील यांना सरकारने अटक केली. कापसाला योग्य भाव मिळावा. यासाठी राज्यभरातील 'चक्का जाम'आंदोलनात काँग्रेस (एस)ने पाठिंबा दिला होता. शिवाय मुंबईतील ६० कापड गिरण्यांतील अडीच लाख कामगारांच्या संपास काँग्रेस (एस)व सर्वच विरोधी पक्षांचा पाठिंबा होता. या विषयावर शरद पवार, बाळासाहेब ठाकरे व फर्नांडिस एकत्र आले, तर गिरणी संपप्रकरणी या तिघांची लुडबुड चालू देणार नाही, अशी भूमिका दत्ता सामंतांनी घेतली. याशिवाय कन्नड भाषेच्या सक्तीच्या निषेधार्थ संयुक्त महाराष्ट्र समितीने सुरू केलेल्या सत्याग्रहात शरद पवारांनीही भाग घेतला. या सर्व विषयांतून आपल्या पक्षाचा विस्तार करीत असतानाच पवारांनी महाराष्ट्रव्यापी जनसंपर्क दौरा काढून पक्ष संघटन व पक्षाचा जनाधार बळकट करण्याचा प्रयत्न चालवला होता.

परिणामतः अनेक जिल्ह्यांतील नेते व कार्यकर्ते काँग्रेस (आय) सोडून काँग्रेस (एस)मध्ये येताना दिसतात. थोडक्यात या काळात पवारांनी शेतकरी समूहांच्या आधारे विरोधी पक्षांचे राजकारण केले, तरुणांना पर्यायी काँग्रेसची चौकट उपलब्ध करून दिली. या सर्व गोष्टींचा परिणाम म्हणून १९८५मधील विधानसभा निवडणुकीतील काँग्रेस (एस)च्या निकालाकडे पहावे लागेल.

१९८४ची लोकसभा निवडणूक व काँग्रेस विरोधी आघाडी स्थापन करण्यास अपयश

१९८४ सालच्या लोकसभेच्या मध्यावधी निवडणुकींच्या पार्श्वभूमीवर विरोधी पक्षांनी काँग्रेसविरोधी आघाडी उभारण्याचा प्रयत्न देशपातळीवर सुरू केला होता. महाराष्ट्रात भाजपचा काँग्रेस (एस) समझोता होण्याचे संकेत वाजपेयींनी दिले होते. राष्ट्रीय पातळीवर १९७७च्या जनता पक्षाचे पुनरुज्जीवन करण्याचा प्रयत्न लोकदलाने सुरू केला होता. त्यासाठी त्यातून बाहेर पडलेल्या विरोधी पक्षांचे विलीनीकरण व्हावे आणि त्या वेळच्या घटक पक्षांखेरीज काँग्रेस (एस)नेही विलीकरणाच्या प्रक्रियेत सामील व्हावे, असे लोकदलाचे मत होते; पण काँग्रेस (आय) विरोधी

आघाडी स्थापण्यात विरोधकांना अपयश आले; पण महाराष्ट्रात विरोधी पक्षात काही जागाबाबत मतैक्य झाले होते. काँग्रेस (एस), जनता पक्ष, भाजप, कम्युनिस्ट पक्षांनी काँग्रेसच्या विरोधात ३ ठिकाणी संयुक्तपणे लढत देण्याचा निर्णय घेतला, शेकाप ३आणि दोन्ही साम्यवादी पक्षांच्या वाट्याला एक-एक जागा आली होती. महाराष्ट्रातील आघाड्यांच्या राजकारणाच्या दृष्टीने या लोकसभा निवडणुकीचे एक वैशिष्ट म्हणजे महाराष्ट्रात प्रथमच भाजप आणि शिवसेनेची युती झाली होती. या वेळी शिवसेनेने काँग्रेसला पाठिंबा देण्याची भूमिका बदलली होती आणि भाजपशी युती करून मुंबईतून दोन जागा लढवल्या होत्या. सेनेने या वेळी भाजपच्या चिन्हावर निवडणूक लढवली होती. भाजप-सेना युती मर्यादित असली, तरी या युतीकडे त्या वेळी गांभीर्याने पाहिले नव्हते; पण त्यावेळी मोरारजी देसाई यांनी या युतीवर 'पवित्रयुती'अशी प्रतिक्रिया व्यक्त केली होती; परंतुइंदिरा गांधीच्या हत्येच्या पार्श्वभूमीवर झालेल्या १९८४ सालच्या लोकसभा निवडणुकीत देशभर काँग्रेस पक्षाची लाट निर्माण झाली होती आणि यास महाराष्ट्र अपवाद नव्हता. काँग्रेसला देशभर आणि महाराष्ट्रातही निर्विवाद यश मिळाले होते. काँग्रेसला ४३ जागा (६५.७%) प्राप्त झाल्या होत्याआणि सर्वच विरोधी पक्षांना मोठया पराभवास सामोरे जावे लागले होते. सर्व विरोधी पक्षांना मिळून पाच जागा मिळाल्या होत्या.

'पुरोगामी लोकशाही दला' पुनर्रचना

१९८४च्या लोकसभेच्या निवडणुकीनंतर महाराष्ट्रातील विधानसभेच्या निवडणुकीची घोषणा झाली. या निवडणुकीत काँग्रेस विरोधी सर्व पक्षांचे ऐक्य निर्माण व्हावे म्हणून विरोधी पक्षांचे नेते शरद जोशींकडे आग्रह धरू लागले. या आग्रहातूनच शरद जोशी यांनी शेतकरी संघटनेची निवडणुकीतील राजकीय भूमिका ठरवणे व विरोधी पक्षांचे ऐक्य घडवण्यासाठी धुळे येथे २१ आणि २२ जानेवारी १९८५मध्ये अधिवेशन भरविले. अधिवेशनाला सर्व राजकीय पक्षांच्या प्रतिनिधींना आमंत्रित करण्यात आले होते. काँग्रेस (आय) वगळता सर्व विरोधी पक्षांचे प्रतिनिधी हजर होते. त्यामध्ये नजुबाई गावीत (सत्यशोधक कम्युनिस्ट पक्ष), रामचंद्र घांगरे (मार्क्सवादी कम्युनिस्ट पक्ष), श्री. भाऊराव पाटील (भारतीय काँग्रेस, अंतुले गट), कॉ. माधवराव गायकवाड (भारतीय कम्युनिस्ट पक्ष), डॉ. पद्मसिंह पाटील (काँग्रेस एस), मनोहर जोशी (शिवसेना), प्रमोद

महाजन (भाजप), प्रा. एन. डी. पाटील (शेकाप), श्री. पी. के. पाटील (जनता पक्ष) इत्यादी नेत्यांचा समावेश होता.

या सर्व नेत्यांनी शेतकरी संघटनेच्या शेतीमालाला उत्पादन खर्चावर आधारित रास्त भावाच्या मागणीला पाठिंबा दिला. संघटनेच्या सर्व मागण्या व विचार योग्य असल्याचा अभिप्राय नेत्यांनी दिला. शिवसेनेचे मनोहर जोशी यांनी आपल्या भाषणात सर्व विरोधी पक्ष शरद जोशींनी एक करावेत. शरद जोशी यांनी अधिवेशनाच्या समारोपात सर्व विरोधी पक्ष नेत्यांना ऐक्याचे आवाहन केले. ते म्हणाले, सर्व विरोधी पक्षांना विनंती, कीछोटे-छोटे अभिमान सोडून द्या. एक आघाडी निर्माण करा. शेतकरी संघटनेचा कृषिमूल्य आयोग बरखास्त करावा. कृषी उत्पादन खर्चावर आयोग निर्माण करावा. शेतमजुराला २० रुपयेरोज मिळावेत इ. मागण्यांबाबतच्या आंदोलनात सर्व विरोधी पक्षांनी आपला पक्ष बाजूला ठेवून सामील व्हावे, आम्ही निवडणुकीच्या तंबूत येत नाही. तुम्ही पक्ष बाजूला ठेवून आंदोलनाच्या तंबूत या, असे आवाहन शरद जोशी यांनी केले.

शरद जोशींनी विरोधी पक्षांना येत्या निवडणुकीपूर्वी 'पुलोद'सारखी एकसंध आघाडी, एक नाव, एक नेता, एक कार्यक्रम, एक स्वतंत्र चिन्ह असलेले उमेदवार उभा करण्याचे आवाहन केले; तसेच सर्व विरोधी पक्षांनी संघटनेच्या ३ फेब्रुवारीला एक तासाच्या रस्ता रोकोत सहभागी व्हावे असे सुचवले.

शरद जोशी यांच्या आवाहनाला सर्व राजकीय पक्षांनी महाराष्ट्रात प्रतिसाद दिला. सर्व विरोधी पक्षांच्या नेत्यांनी शरद जोशी यांच्या भूमिकेचे स्वागत करून संघटनेच्या आंदोलनात भाग घेतला. त्यानुसार खासदार शरद पवार, खा. सुरेश कलमाडी (समाजवादी काँग्रेस) श्री. प्रमोद महाजन, आमदार अण्णा जोशी, आमदार अरविंद लेले (भाजप) यांनी संघटनेच्या रस्ता रोकोत भाग घेतला. शिवसेना, भारतीय कम्युनिस्ट पक्ष, मार्क्सवादी कम्युनिस्ट पक्षाचे कार्यकर्तेही संघटनेच्या एका तासाच्या रस्ता रोकोत सहभागी झाले. शेतकरी संघटनेनेही येत्या विधानसभा निवडणुकीत विरोधी पक्षांना आपला पाठिंबा जाहीर केला. त्यामुळे विरोधी पक्षांच्या निवडणूक ऐक्य प्रक्रियेस गती मिळाली. शेतकरी संघटनेच्या आवाहनानुसार सर्व विरोधी पक्षांची एक आघाडी स्थापन करण्याचे ठरवले. काँग्रेस एस.चे नेते श्री. शरद पवार यांनी पुढाकार घेतला. विरोधी पक्षांच्या ऐक्यातून 'पुलोद' आकाराला येऊ लागली. विरोधी पक्षांना जे पाच वर्षे शक्य झाले नाही, ते शेतकरी संघटनेच्या दबावाने आठ दिवसांत घडून आले. समाजवादी (काँ),

भाजप, शेकाप, जनता पक्ष या पक्षांनी 'पुलोद'मध्ये एकत्र येऊन निवडणूक लढवण्याचा निर्णय घेतला. दोन्ही कम्युनिस्ट पक्ष व रिपब्लिकन पक्ष 'पुलोद'मध्ये सहभागी झाले नाहीत. 'पुलोद' आघाडीतील घटक पक्षांत विचार विनिमय होऊन एक आघाडी 'पुरोगामी लोकशाही दल', नेते शरद पवार, कार्यक्रम पंधरा कलमी आणि त्यातले पहिले कलम शेतीमालाला उत्पादन खर्चावर आधारित भाव असा 'पुलोद'चा कार्यक्रम निश्चित करण्यात आला. अशा प्रकारे शेतकरी संघटनेच्या प्रयत्नाने निवडणुकीपूर्वी विरोधी पक्ष एकत्र आले. थोडक्यात, शेतकरी संघटनेने सर्व विरोधी पक्ष काँग्रेसच्या विरोधात एक केले व काँग्रेस विरोधात तुल्यबळ विरोधी पक्ष तयार केला. यामुळे १९८५च्या विधानसभा निवडणुकीत काँग्रेस विरोधी 'पुलोद' अशी लढत झालेली दिसते.

१९८५ची विधानसभा निवडणूक व प्रमुख विरोधी पक्षांची आघाडी

लोकसभा निवडणुकीतील पराभवाच्या पार्श्वभूमीवर विधानसभा निवडणुकीत काँग्रेसविरोधी सर्व विरोधी पक्षांची आघाडी स्थापन करण्याचे प्रयत्न विरोधी पक्षांनी सुरू केले होते. या प्रक्रियेत भाजपाला सहभागी करून घेण्यासाठी जनता पक्ष, शेकाप, काँग्रेस (सं)ने अनुकूलता दर्शवली होती. विरोधी पक्षांनी मैत्रीपूर्ण लढती टाळून काँग्रेस विरुद्ध एकच उमेदवार उभा करण्याचा निर्णय घेण्यात आला होता. (महाराष्ट्र टाइम्स २९ जाने. १९८५) एकूण २८ जागांबाबत मतैक्य झालेली 'पुलोद'आघाडी पवारांच्या नेतृत्वाखाली समान कार्यक्रमावर निवडणूक लढवत होती. 'पुलोद'मधील घटक पक्षात काँग्रेस (एस)च्या वाट्याला १२६ जागा, जनता पक्षाला ६० जागा, शेकापला ३०, तर भाजपला ६८ जागा आल्या होत्या. शिवाय या काळात शेतकरी संघटनेचाही प्रभाव वाढत होता आणि शरद जोशींनी 'पुलोद' आघाडीस पाठिंबा दिला होता. दरम्यान, ए. आर. अंतुलेंची काँग्रेस पक्षातून हकालपट्टी झाल्याने काँग्रेस अंतर्गत मतभेद तीव्र झाले होते. अंतुलेंचा भारतीय काँग्रेस पक्ष, रिपब्लिकन, भाकप, फॉरवर्ड ब्लॉक व संजय मंच या मित्र पक्षांसह निवडणुकीत उतरला. (महाराष्ट्र टाइम्स ६ फेब्रु. १९८५) अंतुलेंशिवाय काँग्रेसमध्ये दहा माजी आमदार व इतर १७ जण मिळून एकूण २७ जण काँग्रेसविरुद्ध बंडखोरी करून निवडणूक लढवत होते. याशिवाय शिवसेना, दत्ता सामंतांची कामगार आघाडी, महाराष्ट्र एकीकरण समिती यांनी स्वतंत्रपणे निवडणुकीत भाग घेतला होता.

तक्ता क्रमांक ५.२
महाराष्ट्र विधानसभा निवडणुकीतील राजकीय पक्षांची निवडणूक कामगिरी (१९८५)

अनु.	राजकीय पक्षाचे नाव	लढवलेल्या जागा	जिंकलेल्या जागा	मतांची टक्केवारी
१	भारतीय राष्ट्रीय काँग्रेस (आय)	२८८	१६१	४३.४१
२	समाजवादी काँग्रेस	१२६	५४	१७.२८
३	जनता पक्ष	६१	२०	७.३८
४	भाजप	६७	१६	७.२५
५	शेतकरी कामगार पक्ष	२९	१३	३.७७
६	भा.क.प	३१	२	०.९२
७	मा.क.प	१४	२	०.७९
८	अन्य पक्ष	१०८	०	१.७१
९	अपक्ष	१५०६	०	१७.४९
		२२३०	२८८	१००

Statistical Report on General Election on Maharashtra Legislative Assembly-1985, Election Commission of India, New Delhi, 1985, P.N.11

आलेख क्रमांक ५.२

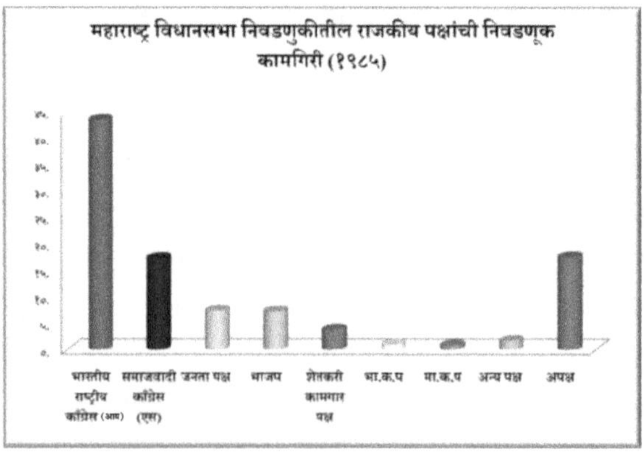

उपरोक्त तक्ता क्रमांक ५.२ व आलेख क्रमांक ५.२नुसार महाराष्ट्रात १९८५ साली विधानसभा निवडणुका झाल्या. या निवडणुकीत भारतीय राष्ट्रीय काँग्रेस (आय) पक्षाला १६१ जागा प्राप्त झाल्या असून, विधानसभेत पूर्ण बहुमत मिळाले आहे; तसेच शरद पवार यांचे नेतृत्व महाराष्ट्रात असणारे समाजवादी काँग्रेस (एस)) या पक्षाने ५४ जागा प्राप्त केल्या, तर जनता पक्षाने २० जागा मिळवल्या. या निवडणुकीत भाजपला १६ जागा प्राप्त झाल्या असून, भाकप, माकप यांना प्रत्येकी २ जागा प्राप्त झाल्या. या विधानसभा निवडणुकीत २२३० सदस्य निवडणुकीत उभे राहिले होते.

१९८५च्या महाराष्ट्र विधानसभा निवडणुकीत काँग्रेस विरुद्ध 'पुलोद' पक्ष असा सामना झाला. या निवडणुकीचे निकाल वेगळे असे लागले होते; कारण या निवडणुकीत काँग्रेसच्या विधानसभेतील संख्याबळात लक्षणीय घट झाली, तर महाराष्ट्राच्या निर्मितीनंतर प्रथमच विरोधी पक्षांची सदस्यसंख्या १००च्या पुढे गेली. या निवडणुकीत काँग्रेसचे विधानसभेतील संख्याबळ १८६वरून १६१वर आले. १९८५च्या महाराष्ट्र विधानसभा निवडणूक निकालाचे राज्याच्या राजकारणावर दूरगामी परिणाम झाले. काँग्रेस (आय)च्या राज्यातील एक छत्री अंमल संपुष्टात येऊन विरोधी पक्षांच्या आघाडी राजकारणाला गती मिळाली. जनतेला सत्ताधारी पक्षाला पर्याय हवा होता व 'पुलोद' आघाडी हा पर्याय होऊ शकत आहे, असे दिसून आले. काँग्रेसच्या विरोधात सर्व पक्ष एक झाल्यास निश्चित काँग्रेसची महाराष्ट्रात घसरण झालेली दिसून येते. विधानसभेतील निकालावरून काँग्रेस आय पक्षाच्या राज्याच्या राजकारणातील पकड ढिली झाली. तिच्या विधानसभेतील जागा कमी झाल्या. आतापर्यंत ग्रामीण महाराष्ट्रात शिरकाव करण्यात काँग्रेसेतर पक्ष अपयशी ठरले. आता शरद पवारांचे नेतृत्व आणि शरद जोशींची चळवळीमुळे संधी प्राप्त झाली. १९८५च्या निवडणुकीत शरद पवार यांच्या प्रचंड यशामध्ये शेतकरी संघटनेचाही वाटा होता. शेतकरी संघटनेच्या पाठिंब्यामुळे शरद पवारांच्या गटाला विधानसभेत ५४ जागा मिळून अधिकृत विरोधी पक्षाचा दर्जा मिळाला.

शरद पवार हे उत्कृष्ट प्रशासक आहेत. त्यांचा त्यांच्या सहकाऱ्यांशी नेहमीच सुसंवाद असतो. १९८५ काँग्रेस (इ)ला सर्व देशभर भरघोस पाठिंबा मिळाला; पण महाराष्ट्रात शरद पवार व त्यांचे मित्र पक्ष यांना शंभरहून (१०७) अधिक जागा मिळाल्या. काँग्रेसनेअपक्ष सदस्यांच्या मदतीने सरकार स्थापन केले. पवारांचे अंदाज थोडक्यात चुकले; नाही तर ते पुन्हा मुख्यमंत्री झाले असते. त्यांनी विरोधी

पक्षनेते म्हणून कार्यभार सांभाळला गेला. विधानसभेतील काँग्रेस हा सर्वांत मोठा पक्ष असल्यामुळे काँग्रेस पक्षाचे मुख्यमंत्री वसंतदादा पाटील, तर समाजवादी काँग्रेसचे शरद पवार यांची विरोधी पक्षनेतेपदी निवड झाली.

पुरोगामी लोकशाही दलाचा अस्त व भाजप व शिवसेना युतीचा उदय

इंदिरा गांधी यांच्या निधनानंतर काँग्रेस पक्षाची सत्ता राजीव गांधी यांच्याकडे आली. यातून काँग्रेस पक्षात संघटनात्मक बदल झाले. राजीव गांधी यांच्याकडे काँग्रेस पक्षाची सूत्रे आल्याने आपल्याला महाराष्ट्रात मोकळीक मिळेल, असा अंदाज शरद पवार यांचा होता. यामुळे त्यांनी आपल्या ५६ आमदार व विधानपरिषदेचे १० आमदार घेऊन ८ डिसेंबर १९८६मध्ये समाजवादी काँग्रेसच्या पाचव्या अधिवेशनात काँग्रेसमध्ये समाजवादी काँग्रेस पक्ष राजीव गांधीच्या उपस्थितीत विलीन केला; तसेच राजीव गांधी यांनी शरद पवार यांना इंदिरा काँग्रेस प्रवेश दिल्याची घोषणा केली. शरद पवार यांच्या या निर्णयाने 'पुरोगामी लोकशाही दल' विस्कळीत झाला. त्याचे अस्तित्व नसल्यासारखे झाले. या वेळी मराठा नेत्यांमध्ये स्थान नसलेले शंकरराव चव्हाण मुख्यमंत्री असणे शरद पवार यांना फायद्याचे ठरले; तसेच त्यांच्याकडे संघटनात्मक जबाबदारी नसल्याने त्यांनी काँग्रेसअंतर्गत मराठा नेतृत्वाची जुनी चौकट निर्माण करण्यास सुरुवात केली. शरद पवार यांच्या निर्णयाने 'पुरोगामी लोकशाही दल' पूर्णपणे विस्कळीत झाला व त्यांच्या जागी प्रभावी विरोधी पक्ष म्हणून भाजप-शिवसेना यांच्या युतीने १९९०नंतर जागा घेतली. भाजप व शिवसेनेच्या युतीला सुरुवात १९८४च्या लोकसभा निवडणुकीत झाली होती; पण ती युती मर्यादित स्वरूपाची होती. 'पुरोगामी लोकशाही दला'च्या अस्तानंतर महाराष्ट्राच्या राजकारणात विरोधी पक्षासाठी पोकळी निर्माण झाली होती. ही पोकळी भाजप व शिवसेना युतीने प्रवेश करून महाराष्ट्राच्या राजकारणाला वेगळे वळण प्राप्त करून दिले.

संयुक्त महाराष्ट्राच्या निर्मितीनंतर विधिमंडळात विरोधी पक्षाचे महत्त्व नगण्य होते; पण १९७८नंतर 'पुरोगामी लोकशाही दला'च्या रूपाने काँग्रेसला प्रभावी विरोधी पक्ष महाराष्ट्राच्या राजकारणात निर्माण झाला. महाराष्ट्रातील समस्यांवर चर्चा करणे, सत्ताधारी पक्षाला जाब विचारणे; तसेच जनतेच्या प्रश्नांना योग्य पद्धतीने शासन दरबारी मांडण्याचे कार्य विरोधी पक्षाने केले आहे. १९७८ ते १९८६पर्यंत महाराष्ट्रात विरोधी पक्षाचे राजकारण शरद पवार यांच्याभोवती

फिरत होते. त्यांनी काँग्रेसविरोधी सर्व पक्षांना एकत्र करून 'पुरोगामी लोकशाही दला'ची स्थापना केली. ग्रामीण भागात प्रभावी विरोधी पक्ष म्हणून 'पुलोद'ची कामगिरी यशस्वी झाली; पण 'पुलोद' सक्षम होत असतानाच शरद पवार यांनी १९८६मध्ये काँग्रेसमध्ये प्रवेश केल्याने 'पुरोगामी लोकशाही दल' विस्कळीत झाला. १९९०नंतरच्या महाराष्ट्राच्या राजकारणामध्ये विरोधी पक्ष म्हणून भाजप व शिवसेना यांच्या युतीने 'पुलोद'ची जागा घेतली.

***

संदर्भसूची

शासकीय दस्तावेज

- महाराष्ट्र नागरी सेवा (शिस्त व अपील) नियम १९७९.
- M.L.A. Debates : Friday, 20th July 1979, Bombay
- M.L.A. Debates : Thursday, 9th August, 1979, Bombay
- महाराष्ट्र विधानसभा कार्यवाही खंड ५९, दि. ३ सप्टेंबर १९८०.
- महाराष्ट्र विधानसभा कार्यवाही खंड ५९, दि. ३ सप्टेंबर १९८१.
- महाराष्ट्र विधानसभा कार्यवाही खंड ५९, दि. ३ सप्टेंबर १९८१.
- महाराष्ट्र विधानसभा कार्यवाही खंड ६२, दि. ३१ ऑगस्ट १९८१.
- महाराष्ट्र विधानसभा कार्यवाही खंड ६२, दि. ३१ ऑगस्ट १९८१.
- महाराष्ट्र विधानसभा कार्यवाही खंड ६२, दि. ३१ ऑगस्ट १९८१.
- महाराष्ट्र विधानसभा कार्यवाही खंड ६४, दि. १५ मार्च १९८२.
- महाराष्ट्र विधानसभा कार्यवाही खंड ६४, दि. १५ मार्च १९८२.
- महाराष्ट्र विधानसभा कार्यवाही खंड ६६, दि. २४ डिसेंबर १९८२.
- महाराष्ट्र विधानसभा कार्यवाही खंड ६७, दि. ८ मार्च १९८३.

- विधानसभा कार्यवाही खंड ६७, दि. ८ मार्च१९८३.
- विधानसभा कार्यवाही खंड ६६, दि. ७ सप्टेंबर १९८२.
- विधानसभा कार्यवाही खंड ६९, दि. १५ डिसेंबर १९८३.
- विधानसभा कार्यवाही खंड ७२, दि. १३ मार्च १९८४.
- विधानसभा कार्यवाही खंड ७२, दि. १३ मार्च १९९८.
- विधानसभा कार्यवाही खंड ७२, दि. १३ मार्च १९८४.
- विधानसभा कार्यवाही खंड ७२, दि. १३ मार्च १९८४.
- विधानसभा कार्यवाही खंड ७२, दि. १७ नोहेंबर १९८४.

दुय्यम साधने

इंग्रजी

- Almond Gabrial,(1960), 'The politics of Developoing Areas', 1960.
- Bailey F.G., (1969), 'Strategies and spoilas - A Social Anthropology of.
- Pandey B. N., (1977), 'Leadership in south asia', Vikas Publishing House, New Delhi.
- Gabrial Almond, (1960), 'Politics of Developing Areas Politics', Basil Balackwell Publisher, Ltd. Oxford UK.
- Cartwright, D. Zander, (1960), A. F. Group Dynamics : Research and Theory, Row.
- Krech, David, (1962), 'Individual in Society: A Textbook of Social Psychology', New York.
- Lord Lloyd of Dolobrain, (1939), 'Leadershipin Democracy' London oxford University Press.
- Webster's New Twentieth Century Dictionary of English language. The world publishing company, New Delhi-1960
- Weber Max, (1947) The theory of social and economics organization, free press, New york.

मराठी

- अकोलकर प्रकाश, (१९९८), 'जय महाराष्ट्र', प्रभात प्रकाशन, मुंबई.
- अभ्यंकर, (१९६६), 'नेतृत्वाचे पैल', स्नेहवर्धन पब्लिशिंग हाउस, पुणे.
- कामतकर व्यंकटेश, (२००५), 'स्वातंत्र्यसेनानी तुलसीराम जाधव', महाराष्ट्र राज्य साहित्य सांस्कृतिक मंडळ, मुंबई.
- कोकरे शोभा, बोडके शरद, (२००४), 'महाराष्ट्र शासन व राजकारण', नागपूर.
- कांडगे राम, (२०१०), 'लोकनेते शरद पवार', राजश्री प्रकाशन, पुणे.
- खेकाळे ना. रा., (१९९९), 'राजकीय नेतृत्व', श्री मंगेश प्रकाशन, नागपूर.
- खाडे दि. बा., (१९९९), 'नव्या पीठाचे लोकनेते', श्री. विजय प्रकाशन, मुंबई.
- चव्हाण यशवंतराव, (१९९२), 'सह्याद्री वारे (तिसरी आवृत्ती)', यशवंतराव चव्हाण प्रतिष्ठाण, मुंबई.
- गर्गे स. मा., (१९९९), 'भारतीय समाजविज्ञान कोष', समाजविज्ञान मंडळ प्रकाशन, पुणे.
- जाधव तुकाराम, कांता अभय, घोटाळे विवेक, कुंजीर विजय, शिरपूरकर महेश, (२०१५), 'महाराष्ट्राचे राजकारण नव्या वळणावर', द युनिक अकादमी, पुणे.
- जोशी बी. आर., (२००७), 'सामाजिक शास्त्रातील संज्ञा सिद्धान्ताचा कोश राज्यशास्त्र', डायमंड पब्लिकेशन्स, पुणे.
- दिवाण मोहन, देवधर जयंत, दिवाण विवेक, (२००४), 'भारतातील राज्याचे राजकारण', विद्या प्रकाशन, नागपूर.
- धर्माधिकारी भालचंद्र वि., (१९८६), 'महाराष्ट्राचा महापुरुष वसंतदादा', विश्वकर्मा प्रकाशन, सातारा.
- पाटील रा. तू., 'वसंतदादा पाटील एकदिलदार नेता व राजामाणूस', पाखर प्रकाशन, सांगली.
- पवार प्रकाश, (२०१४), 'भारतीय राजकारण आणि नेतृत्वाची वाटचाल', डायमंड पब्लिकेशन, पुणे.
- पळशीकर सुहास, बिरमल नितीन, (२००४), 'महाराष्ट्राचे राजकारण व राजकीय प्रक्रियेचे स्थानिक संदर्भ', अरुण पारगावकर पब्लिकेशन, पुणे.

- पळशीकर सुहास, कुलकर्णी सुहास, (२००७), 'महाराष्ट्रातील सत्तासंघर्ष, राजकीय पक्षांची वाटचाल', समकालीन प्रकाशन, पुणे.
- पळशीकर सुहास, बिरमल नितीन, (२००७), 'महाराष्ट्राचे राजकारण (राजकारण प्रक्रियेचे स्थानिक संदर्भ)', प्रतिमा प्रकाशन, पुणे.
- पळशीकर सुहास, (२००८), "समकालीन भारतीय राजकारण (काँग्रेस वर्चस्व ते हिंदु जमातवाद)", प्रतिमा प्रकाशन, पुणे.
- पळशीकर सुहास, (२०१३), 'राजकारणाचा ताळेबंद', साधना प्रकाशन, पुणे.
- फडके य. दि., (१९७९), 'पोलिटिकल एंड लँग्वेज', हिमालय पब्लिकेशन, मुंबई.
- फडके य. दि., (१९८२), 'केशवराव जेधे', श्री विद्या प्रकाशन, पुणे.
- फडके य. दि., (१९९१), 'विसाव्या शतकातील महाराष्ट्र : राजकीय इतिहास (१९२१- १९२९, खंड तिसरा)', श्री विद्या प्रकाशन, पुणे.
- फडके य. दि., (२००१), 'पक्षीय राजकारण', अक्षर प्रकाशन, मुंबई.
- बटलर व डेव्हिड, अशोक लाहिरी, प्रणय रॉय, (१९९८), 'इंडिया डिसाइड्स : इलेक्शन १९५२-१९९५', ऑक्सफर्ड युनिव्हर्सिटी प्रेस, न्यू दिल्ली.
- बेडकिहाळ किशोर, प्रा. सी. व्ही. पाटील, (२००५), 'प्रा. एन. डी. पाटील व्यक्तित्त्व आणि कर्तृत्व, डॉ. बाबासाहेब आंबेडकर अकादमी, सातारा.
- बोकील नीता, (२०१२), 'महाराष्ट्राचा राजकीय इतिहास (१९६०-१९७२)', मौज प्रकाशन गृह, मुंबई.
- भावे मधुकर, (२००८), 'यशवंतराव ते विलासराव', मनोविकास प्रकाशन, नारायण पेठ, पुणे-३०.
- भोळे भा. ल., बेडकिहाळ किशोर, (२०१०), 'बदलता महाराष्ट्र', सातारा.
- मोरे विठ्ठल, (१९९५), 'महाराष्ट्राचे राजकारण व मार्क्सवादी कम्युनिस्ट पक्ष', औरंगाबाद.
- मेहंदळे विश्वास, (२००७), 'यशवंतराव ते विलासराव', अनुबंध प्रकाशन, पुणे.
- व्होरा राजेंद्र व पळशीकर सुहास, (१९९६), 'महाराष्ट्रातील सत्तातंतर (दोन अस्वस्थ दशके), ग्रंथाली प्रकाशन, मुंबई.
- व्होरा राजेंद्र, (२००४), 'मराठा वर्चस्व : स्वरूप व मर्यादा', 'महाराष्ट्राचे

राजकारण : राजकीय प्रक्रियेचे स्थानिक संदर्भ', प्रतिमा प्रकाशन, पुणे.

- शिंदे य. ग., (१९९४), 'महाराष्ट्र विधानसभा निवडणुका (१९७८, १९८०, १९८५, १९००) एक दृष्टिकोन', चंदन प्रकाशन, पर्वती, पुणे.
- साने रविकिरण, (२००४), 'शरद पवार', श्री. स्वामी पब्लिकेशन, पुणे.
- साने रविकिरण व साने नीलम, (२००९) 'महाराष्ट्राचे शासन व राजकारण', डायमंड प्रकाशन, पुणे.
- सायनाकर विश्वास, (२०१२), 'प्रा. एन. डी. पाटील', श्रमिक प्रतिष्ठान, कोल्हापूर.
- सिरसींकर व. स., (२००१), 'आधुनिक महाराष्ट्राचे राजकारण', कॉन्टिनेन्टल प्रकाशन, पुणे.

साप्ताहिक

- माजगावकर (संपादक), (२ मार्च १९७८), 'माणूस साप्ताहिक', राजहंस प्रकाशन, पुणे.
- माजगावकर (संपादक), (२ मार्च १९७९), 'माणूस साप्ताहिक', राजहंस प्रकाशन, पुणे.
- माजगावकर (संपादक), (२४ मार्च १९७९), 'माणूस साप्ताहिक', राजहंस प्रकाशन, पुणे.
- माजगावकर (संपादक), (८ एप्रिल १९७९), 'माणूस साप्ताहिक', राजहंस प्रकाशन, पुणे.
- माजगावकर (संपादक), (१७ नोव्हेंबर १९७९), 'माणूस साप्ताहिक', राजहंस प्रकाशन, पुणे.
- साप्ताहिक जय भीम, २३ डिसेंबर १९७८.
- म्हात्रे सुरेशचंद्र 'शेतकरी संघटना', आंबेगाव, पुणे, १६ जुलै १९९४.
- म्हात्रे सुरेशचंद्र 'शेतकरी संघटना', आंबेगाव, पुणे, २९ नोव्हेंबर १९९४
- म्हात्रे सुरेशचंद्र 'शेतकरी संघटना', आंबेगाव, पुणे, २१ नोव्हेंबर १९९७
- म्हात्रे सुरेशचंद्र 'शेतकरी संघटना', आंबेगाव, पुणे, ६ डिसेंबर १९९४.

पत्रिका

- डॉ. गव्हाणे सुधीर, नामांतर लढा एक शोध यात्रा.

- प्रा. कांबळे ई. बी., सामाजिक एकात्मतेची वाटचाल.
- जोशी राम भाऊ लेख, 'राजारामबापू मनाने मोठा असलेला माणूस', प्रकाशन राजाराम पाटील ज्ञान प्रबोधनी, इस्लामपूर दि. १७-१-१९८६.

वृत्तपत्र

- लोकसत्ता, शनिवार, दि. १०/०२/१९७९.
- दैनिक नगर टाइम्स, 'पाथर्डी कडकडीत हरताळ व मोर्चा', दि. ९-०६-१९६८.
- दैनिक नगर टाइम्स, 'दुष्काळ पीडित वंचित भागास मुळचे पाणी लिफ्टने देणार', दि. २१-११-१९७९.
- महाराष्ट्र टाइम्स, ३ मे १९८०.
- महाराष्ट्र टाइम्स, १मे १९८०.
- महाराष्ट्र टाइम्स, ६ ऑगस्ट १९८१.
- महाराष्ट्र टाइम्स, १७ डिसेंबर १९८१.
- महाराष्ट्र टाइम्स, २९ जाने. १९८५.
- महाराष्ट्र टाइम्स, ६ फेब्रु.१९८५.

***

परिशिष्ट - १

शरद पवार यांचा जीवन परिचय

- **नाव :** शरदचंद्र गोविंदराव पवार
- **निवडणूक मतदारसंघ :** माढा
- **वडिलांचे नाव :** गोविंदराव पवार
- **आईचे नाव :** शारदाबाई गोविंदराव पवार
- **जन्मस्थळ :** बारामती, जि. पुणे (महाराष्ट्र)
- **वैवाहिक दर्जा :** विवाहित
- **लग्न तारीख :** १ ऑगस्ट १९६७
- **पत्नीचे नाव :** प्रतिभा पवार
- **अपत्यांची संख्या :** मुलगी - १
- **राज्याचे नाव :** महाराष्ट्र
- **पक्षाचे नाव :** राष्ट्रवादी काँग्रेस पक्ष
- **कायमचा पत्ता :** गोविंद बाग, बारामती, जिल्हा पुणे - ४३१००२, महाराष्ट्र.
- **शैक्षणिक पात्रता :** बी. कॉम.

राजकीय पदे

- **१९६७ :** सदस्य, महाराष्ट्र विधानसभा, सरचिटणीस, महाराष्ट्र प्रदेश काँग्रेस समिती, सचिव - काँग्रेस कायदे मंडळ पक्ष (सी.एल.पी.) महाराष्ट्र.
- **१९७२-७४ :** राज्यमंत्री, गृह, अन्न, नागरी पुरवठा, पुनर्वसन, प्रसिद्धी, युवक कल्याण आणि खेळ, महाराष्ट्र शासन.
- **१९७४-७८ :** कॅबिनेट मंत्री, शिक्षण, कृषी, उद्योग, गृह, कामगार व युवक कल्याण, महाराष्ट्र शासन.
- **१९७८-८०, १९८८-९१ :** मुख्यमंत्री, महाराष्ट्र (चार वेळा).
- **१९८१-८६ :** महाराष्ट्र विधानसभा विरोधी पक्ष नेता.
- **१९८२-८७ :** अध्यक्ष, काँग्रेस (पक्ष)
- **१९८४ :** निवड, लोकसभा सदस्य (आठवी लोकसभा) (राजीनामा, मार्च १९८५)
- **१९९१ :** पुनर्निवड, १०वी लोकसभा (दुसरी वेळ)
- **१९९१-९३ :** केंद्रीय मंत्री, संरक्षण
- **१९९३-९५ :** सदस्य, महाराष्ट्र विधान परिषद
- **१९९५-९६ :** विरोधी पक्ष नेते; महाराष्ट्र विधान परिषद
- **१९९६ :** पुनर्निवड, ११वी लोकसभा (तिसरी वेळ)
- **१९९६-९७ :** सदस्य, विज्ञान तंत्रज्ञान समिती, पर्यावरण व वन.
- **१९९८ :** पुनर्निवड, १२वी लोकसभा (चौथी वेळ)
- **१९९८-९९ :** सदस्य, साधारण उद्देश समिती.
- सदस्य, परराष्ट्र संबंध आणि त्याचे उपसमिती.
- **१९९९ :** पुनर्निवड, १३वी लोकसभा (पाचवी वेळ) नेता, एनसीपी, संसदीय पक्ष, लोकसभा.
- **१९९९-२००० :** सदस्य, कृषी समिती.
- **२०००-२००१ :** सदस्य, नागरी समिती.
- **२००१-२००४ :** उपाध्यक्ष, राष्ट्रीय आपत्ती व्यवस्थापन समिती.
- **२००४ :** पुनर्निवड, १४वी लोकसभा (सहावी वेळ)
- **२३ मे २००४ :**केंद्रीय मंत्री, कृषी, ग्राहकसेवा, अन्न व नागरी पुरवठा.
- उपाध्यक्ष, संसदीय मंडळ, पाणी नियोजन व व्यवस्थापन.
- **२००९ :** पुनर्निवड; १५वी लोकसभा (सातवी वेळ)

- **३१ मे २००९-२०१४ :** केंद्रीय मंत्री, कृषी व अन्न प्रक्रिया उद्योग.
- **एप्रिल २०१४ - २०१९ :** सदस्य, राज्यसभा.
- **२०२० :** सदस्य, राज्यसभेत पुनर्निवड.
- **२ मे २०२३ :** राष्ट्रवादी काँग्रेस पक्षाच्या अध्यक्षपदाचा राजीनामा.
- **५ मे २०२३ :** संघटनेतील दबावाखाली राजीनामा मागे.
- **२ जुलै २०२३ :** पक्षात फूट. पुतणे अजित पवार यांचा पक्ष, चिन्हावर दावा.
- **७ फेब्रुवारी २०२४ :** राष्ट्रीय निवडणूक आयोगाचा अजित पवार यांच्या गटावर मूळ पक्ष असल्याचा शिक्का. घड्याळाचे निवडणूक चिन्हही अजित पवार यांच्याकडे. शरद पवार गटासाठी राष्ट्रवादी काँग्रेस पक्ष शरदचंद्र पवार असे नामकरण. तुतारी वाजवणारा माणूस असे नवे चिन्ह.
- **२०२५-२०२५ :** राज्यसभा सदस्य. २०२६नंतर पुढील निवडीसाठी उमेदवारी न करण्याचा संकेत.

सामाजिक व सांस्कृतिक कार्य

- **केंद्रीय मंत्री :** कृषी व अन्न प्रक्रिया उद्योग.

अध्यक्ष

- नेहरू केंद्र मुंबई.
- विद्या प्रतिष्ठान, बारामती, पुणे.
- रयत शिक्षण संस्था, सातारा.
- कृषी विकास संस्था, बारामती.
- वाय. बी. चव्हाण प्रतिष्ठान, मुंबई.
- वसंतदादा शुगर संस्था, पुणे.

विशेष आवड

- कृषी, फलोद्यान, अर्थशास्त्र, सिंचन, वित्त व क्रीडा.

खेळ व संस्था

अध्यक्ष

- महाराष्ट्र ऑलिंपिक समिती
- गरवारे क्रीडा संकुल
- महाराष्ट्र कुस्तीगीरपरिषद
- मुंबई क्रिकेट संघटना
- अध्यक्ष, आय.सी.सी.

आवडता छंद

- वाचन व प्रवास

परिशिष्ट - २

मुख्यमंत्री शरद पवार यांच्या नेतृत्वाखालील पुरोगामी लोकशाही दलाचे कॅबिनेट मंत्रिमंडळ १९७८

क्र.	कॅबिनेट मंत्र्यांची नावे	मंत्र्यांची खाते (विभाग)
१	शरद पवार, मुख्यमंत्री	सर्वसामान्य प्रशासन व गृह
२	सुंदरराव सोळंके	उद्योग, पशुसंवर्धन, दुग्धविकास, मत्स्योद्योग
३	उत्तमराव पाटील	महसूल व पुनवर्सन
४	शंकरराव चव्हाण	अर्थ, नियोजन व ऊर्जा
५	एन. डी. पाटील	सहकार
६	निहाल अहमद	रोजगार विकास, तांत्रिक शिक्षण
७	गणपतराव देशमुख	शेती व ग्रामीण विकास
८	अर्जुनराव कस्तुरे	समाजकल्याण, आदिवासी कल्याण

९	सदानंद वर्दे	शिक्षण, सांस्कृतिक व्यवहार, युवकसेवा, क्रीडा
१०	ह. शु. अडवाणी	नगरविकास
११	जगन्नाथराव जाधव	सार्वजनिक बांधकाम, विधिमंडळ कामकाज
१२	गोविंदराव आदिक	पाटबंधारे व कायदा
१३	सुशीलकुमार शिंदे	कामगार व पर्यटन
१४	भाऊसाहेब सुर्वे	घरबांधणी व तुरुंग
१५	प्रमिला टोपले	सार्वजनिक आरोग्य व कुटुंब कल्याण
१६	हसमुखभाई उपाध्याय	अन्न, नागरी पुरवठा व वाहतूक
१७	छेदीलाल गुप्ता	जंगल, दारूबंदी व एक्साइज

आधार : संपदा मासिक, ऑगस्ट १९७८, वर्ष - चौतीस, अंक - दुसरा, मराठा चेंबर भवन, मुंबई, २, पृ.क्र. ३९

क्षणचित्रे

रयत शिक्षण संस्थेचे चेअरमन आदरणीय मा. चंद्रकांत दळवी यांच्याशी पुस्तकासंदर्भात चर्चा करीत असताना सदिच्छा भेट.

माढा लोकसभेचे खासदार मा. धैर्यशील मोहिते पाटील यांच्याशी पुस्तकासंदर्भात चर्चा करीत असताना सदिच्छा भेट.

पुस्तकासंदर्भात आदरणीय शरद पवार यांच्याशी चर्चा करीत असताना.

रयत शिक्षण संस्थेचे संघटक आदरणीय डॉ. अनिल पाटील यांच्याशी पुस्तकासंदर्भात चर्चा करीत असताना सदिच्छा भेट.

आमचे स्नेही पुण्याचे मा. आमदार रवींद्र धंगेकर यांच्याशी पुस्तकासंदर्भात चर्चा करीत असताना सदिच्छा भेट.

माझ्या कुटुंबातील सदस्य यांच्यासह आदरणीय शरद पवार यांची सदिच्छा भेट घेत असताना.

मा. आमदार शशिकांत शिंदे, प्रदेशाध्यक्ष, राष्ट्रवादी काँग्रेस शरद पवार पक्ष यांच्याशी पुस्तकासंदर्भात चर्चा करीत असताना सदिच्छा भेट.

महाराष्ट्राचे माजी उपमुख्यमंत्री मा. विजयसिंह दादा मोहिते पाटील यांच्याशी पुस्तकासंदर्भात चर्चा करीत असताना सदिच्छा भेट.

पीएच.डी.चे मार्गदर्शक डॉ. अजितानंद जाधव यांचे मार्गदर्शन लाभले.

माझ्या एकंदरीत जीवनात मार्गदर्शन करणारे प्रा. डॉ. शिवाजी पाटील.

लेखक परिचय

प्रो. डॉ. दत्तात्रय मारुती काळेल
(एम. ए., एम. फिल., पीएच.डी.)
मु. पो. खिलारवाडी, ता. सांगोला, जि. सोलापूर
मो. ९६५७७८१५७९

अत्यंत ग्रामीण भागामधून जिल्हा परिषद शाळा, लोणारवाडी (ता. पंढरपूर) येथे शिक्षण घेतले. माध्यमिक शिक्षण खिलारवाडी माध्यमिक विद्यालय, खिलारवाडी येथे झाले व महाविद्यालयीन शिक्षण कर्मवीर भाऊराव पाटील महाविद्यालय पंढरपूर येथे झाले. विद्यापीठीय शिक्षण शिवाजी विद्यापीठ, कोल्हापूर येथे झाले. विद्यापीठामध्ये शिक्षण घेत असताना मेरिट स्कॉलरशिप व एकलव्य स्कॉलरशिप मिळाली होती; तसेच विद्यापीठामार्फत नागपूर येथे हिवाळी अधिवेशनासाठी विधिमंडळाचे संसदीय कामकाज पाहण्यासाठी जाण्याची संधी मिळाली.

युवक बिरादरी व युवक क्रांती दल यांच्या राज्यस्तरीय शिबिरासाठी विद्यापीठामार्फत जाण्यासाठी निवड झाली व त्यामध्येही सक्रिय सहभाग घेतला. २००५ ते २००८ या कालावधीमध्ये विष्णुपंत दादरे (लोणारी) गुरुकुल निवासी माध्यमिक विद्यालय, आटपाडी येथे मुख्याध्यापक म्हणून कार्य केले. २८.११.२००८ रोजी रयत शिक्षण संस्थेच्या राजापूर महाविद्यालयामध्ये राज्यशास्त्र विषयाचा सहायक प्राध्यापक म्हणून सुरुवात केली व सध्या कला

व वाणिज्य महाविद्यालय, माढा येथे प्रोफेसर व विभाग प्रमुख म्हणून कार्यरत आहे. त्याचबरोबर राष्ट्रीय सेवा योजनेचा प्रमुख व महाविद्यालय विकास समितीचा सदस्य म्हणून कार्य करत आहे. पुण्यश्लोक अहिल्यादेवी होळकर सोलापूर विद्यापीठ, सोलापूर राज्यशास्त्र अभ्यास मंडळ सदस्य आहे. एम. फिल व पीएच. डी विद्यार्थ्यांना मार्गदर्शक म्हणून कार्यरत आहे.

राज्यशास्त्र विद्यार्थ्यांना प्रेरणा मिळावी, म्हणून महाविद्यालयांमध्ये प्रथम येणाऱ्या राजापूर व पंढरपूर कॉलेजमधील गुणवंत विद्यार्थ्यांना पुरस्कार देण्यासाठी कायमस्वरूपी ठेव रयत शिक्षण संस्थेकडे ठेवलेली आहे. अनेक शिक्षक संघटनांच्या माध्यमातून शिक्षकांचे प्रश्न सोडवण्यामध्ये सक्रिय सहभाग आहे. रयत सेवक संघाच्या खजिनदारपदी व स्वाभिमानी शिक्षक संघटना, महाराष्ट्र राज्य कार्याध्यक्षपदी काम करत आहे. या संघटनेच्या माध्यमातून दर वर्षी शिक्षकदिनाच्या निमित्ताने आदर्श शिक्षक, आदर्श कर्मचारी, आदर्श मुख्याध्यापक, आदर्श प्राचार्य, आदर्श शाळा, आदर्श महाविद्यालय व आदर्श संस्था यांना पुरस्कार देऊन २०२१पासून सन्मानित करीत आहे. आत्तापर्यंत महाराष्ट्रातील पाचशे जणांना संघटनेच्या माध्यमातून पुरस्कार देण्यात आला आहे. रयत शिक्षण संस्थेसाठी देणग्या देण्यामध्ये व गोळा करण्यामध्ये निष्ठेने सक्रिय सहभाग असतो. भूकंप निधी किंवा पूरग्रस्त निधी किंवा राष्ट्रावरील कोणत्याही संकटप्रसंगी पुढाकार घेऊन सामाजिक काम करण्याची आवड आहे. आतापर्यंत राज्यस्तरीय आदर्श शिक्षक व सामाजिक व शैक्षणिक कार्याबद्दल १२ पुरस्कार मिळालेले आहेत.

www.ingramcontent.com/pod-product-compliance
Lightning Source LLC
Chambersburg PA
CBHW050525240926
51846CB00003B/699